द गेस्ट ऑफ ऑनर

लेखक

आयर्विंग वॅलेस

अनुवाद

लीना सोहोनी

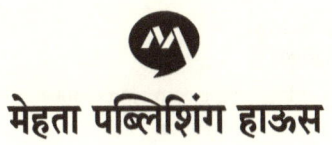

मेहता पब्लिशिंग हाऊस

Please contact us at **Mehta Publishing House,** Pune 411030.
✆ +91 020-24476924 / 24460313
Email : production@mehtapublishinghouse.com
Website : www.mehtapublishinghouse.com

- *या पुस्तकातील लेखकाची मते, घटना, वर्णने ही त्या लेखकाची असून त्याच्याशी प्रकाशक सहमत असतीलच असे नाही.*

THE GUEST OF HONOUR by IRVING WALLACE

© David Wallechinsky

Translated into Marathi Language by Leena Sohoni

द गेस्ट ऑफ ऑनर / अनुवादित कादंबरी

TBC

अनुवाद : लीना सोहोनी
Email : author@mehtapublishinghouse.com

मराठी अनुवादाचे व प्रकाशनाचे हक्क मेहता पब्लिशिंग हाऊस, पुणे.

प्रकाशक : सुनील अनिल मेहता, मेहता पब्लिशिंग हाऊस,
१९४१, सदाशिव पेठ, माडीवाले कॉलनी, पुणे - ४११०३०.

मुखपृष्ठ : फाल्गुन ग्राफिक्स

प्रकाशनकाल : मे, १९९१ / पुनर्मुद्रण : जानेवारी, २०१६

P Book ISBN 9780817161224
E Book ISBN 9788184989557
E Books available on : play.google.com/store/books
www.amazon.in

सील्व्हयास,
प्रेमपूर्वक

एक

संध्याकाळची वेळ. पावसाची भुरभूर चालूच होती. आपले रेनकोट अंगावर चढवून कर्नल आणि मेजर गाडीतून खाली उतरले. त्यांनी ड्रायव्हरला गाडीतच बसून राहायला सांगितलं, बुद्धाचं देऊळ आणि चर्चच्या मधल्या रस्त्यावर. नंतर ते दोघं पायी चालतच चामादिन पॅलेसकडे निघाले. समोर पांढराशुभ्र काँक्रिटचा रस्ता होता. ते चालत मेन गेटपाशी पोहोचले. राजवाड्याच्या विस्तीर्ण आवाराच्या भोवती सुमारे दहा फूट उंचीची भक्कम बांधलेली भिंत होती. मेन गेट मजबूत लोखंडाचं होतं. त्या दोघांपैकी जो जास्त उंच होता त्याने बाहेरची बेल वाजवली.

काय काय आणि कस कसं करायचं, प्रत्येक पाऊल कसं टाकायचं, या सगळ्याची त्या दोघांनी इतके वेळा उजळणी केली होती की, सगळं कसं अगदी शिस्तीत, ठरल्यासारखं चाललं होतं. राजवाड्याच्या स्टाफवर कोण कोण भेटेल, काय काय होईल...सगळं त्यांना व्यवस्थित ठाऊक होतं. त्याचमुळे आज हाती घेतलेली कामगिरी नक्की फत्ते होणार अशी त्यांना नुसती आशाच नव्हे, तर खातरीच होती.

मेन गेटच्या आत समोरच प्रेसिडेंटसाहेबांच्या संरक्षणासाठी नेमलेल्या सेक्युरिटी गार्ड्सची चौकी होती. बेल वाजताक्षणी ताबडतोब त्यांच्या तुकडीचा कॅप्टन सोबत तीन सेक्युरिटी गार्ड्सना घेऊन पुढे आला. कर्नलने बंद गेटमधूनच आपल्याबरोबर आणलेली कागदपत्रे त्याच्या हातात दिली.

सेक्युरिटी कमांडच्या कॅप्टनने एकदा त्या कागदपत्रांवर नजर टाकली आणि समोरच्या जोडीकडे दृष्टिक्षेप टाकला.

आता कर्नलने बोलायला तोंड उघडलं.

"मी आणि मेजर मुद्दाम जनरल नाकॉर्न यांचा एक निरोप घेऊन आलो आहोत. आम्ही प्रेसिडेंट प्रेम सँग यांच्यासाठी अत्यंत महत्त्वाचे कागदपत्र आणले असून, ते त्यांच्या प्रत्यक्ष जाऊन हातात द्यावे अशी आम्हाला आज्ञा आहे. अर्थात तुम्हाला प्रेसिडेंटसाहेबांची परवानगी वगैरे घ्यायची गरज नाही. तुमच्या हातातला कागद

वाचून तुमच्या लक्षात आलंच असेल की, प्रेसिडेंट आमची वाटच बघतायत!''

त्या कॅप्टनने नकारार्थी मान हलवली.

''सॉरी सर. पण तुमच्या येण्याची आगाऊ सूचना दिल्याखेरीज आम्ही तुम्हाला आत सोडू शकत नाही.'' मग त्याने लोखंडी दरवाजा उघडला. ''मी प्रेसिडेंटसाहेबांच्या सेक्रेटरीला फोन करतो तोपर्यंत तुम्ही आत येऊन थांबा.''

कर्नलला त्याचं काही विशेष वाटलं नाही. ही अशी काही तरी भानगड होणारच अशी त्याने मनाची तयारी केलेलीच होती. तो समोरच्या विस्तीर्ण प्रांगणात जाऊन उभा राहिला. त्याच्या पाठोपाठ मेजरही होताच. दोघंही आता त्या तिघा पेंगुळलेल्या सेक्युरिटी गार्डांच्या अगदी जवळ उभे हाते. त्यांचा कॅप्टन आपल्या चौकीतून फोन फिरवत होता.

कर्नल आणि मेजरला त्याचं टेलिफोनवरचं बोलणं बाहेर ऐकू येत होतं.

''मिस् क्रैसिरी, मेजर आणि कर्नल असे दोघं प्रेसिडेंटसाहेबांसाठी काहीतरी खासगी आणि गुप्त स्वरूपाचा निरोप घेऊन आले आहेत जनरल नाकॉर्न यांच्याकडून. ते येणार असल्याचं तुम्हाला माहिती आहे का?''

मग तो कॅप्टन गप्प उभा राहून ऐकू लागला.

''जनरलच्या ऑफिसकडून तसा फोन आला होता म्हणताय?''

तो परत ऐकू लागला आणि मान जोराजोराने हलवू लागला.

''बरं, मिस् क्रैसिरी. मी त्यांना तसं सांगतो. हो. लगेच पाठवतो.''

तो फोन खाली ठेवून चौकीबाहेर आला. पावसाची भुरभूर चालूच होती.

''होय कर्नल, प्रेसिडेंटसाहेबांच्या सेक्रेटरीजवळ तुमची अपॉइंटमेंट घेतलेली आहे. पण तिने सांगितलंय की, प्रेसिडेंटसाहेबांना आत्ता वेळ नाहीये. त्यामुळे ते तुम्हाला भेटू शकत नाहीत. पण तुम्ही कागदपत्र तिच्या हवाली करू शकता.''

''थँक यू'' कर्नल म्हणाला.

''सरळ समोर चालत जा आणि पॅलेसच्या मुख्य दरवाज्यातून आत शिरा. आपापली ओळखपत्रे आतल्या गार्डला दाखवा म्हणजे तो तुम्हाला आत सोडेल. तोच तुम्हाला मिस क्रैसिरीच्या ऑफिसकडे घेऊन जाईल.''

कर्नल आणि मेजर दोघांनीही माना हलवल्या, आपली कागदपत्रे ताब्यात घेतली आणि पॅलेसच्या मुख्य दरवाज्याकडे गेले.

ते तिथे पोहोचताच एक दार उघडलं आणि ते आत शिरले. एका गार्डने त्यांची ओळखपत्रे आणि तो कागद नीट तपासून पाहिला आणि समोरच्या जिन्याकडे बोट केलं. जिना प्रशस्त, संगमरवरी होता. थोड्या पायऱ्या चढून गेल्यावर लगेच सपाट मोकळी जागा होती.

''त्या जिन्याने वर जा. दुसऱ्या मजल्यावर जा, व नंतर उजवीकडे वळा. समोरच

तुम्हाला प्रेसिडेंटसाहेबांचं ऑफिस दिसेल. त्यांची सेक्रेटरी तुमची वाटच पाहात असेल.''

''थँक यू, सार्जंट.''

पुढे मेजर व त्याच्या पाठोपाठ कर्नल निघाला. दोघं चकचकीत संगमरवरी पायऱ्या चढू लागले. दोघांनाही जिना चढणं जरा कठीणच जात होतं. रेनकोटाच्या आत लपवलेली वस्तू कोणाच्या नकळत आत नेणं वाटलं तेवढं सोपं नव्हतं. पहिला मजला संपून दुसऱ्या मजल्याच्या पायऱ्या लागल्यावर ते भराभरा चढू लागले.

वर पोहोचल्यावर उजवीकडे प्रेसिडेंटसाहेबांचं ऑफिस होतं. ऑफिसबाहेर एक पूर्ण गणवेषधारी जवान खांद्याला बंदूक लटकावून उभा होता. तो त्यांचीच वाट बघत होता. दोघं सरळ त्याच्याचकडे गेले.

''आम्ही जनरल नाकॉर्न यांच्याकडून प्रेसिडेंटसाहेबांसाठी एक महत्त्वपूर्ण कागद घेऊन आलो आहोत. तो जातीने त्यांच्या सेक्रेटरीकडे द्यावा अशी आम्हाला आज्ञा आहे.'' कर्नल म्हणाला.

''होय, मला ठाऊक आहे,'' तो जवान म्हणाला. ''चला. मी तुम्हाला सेक्रेटरीकडे घेऊन जातो.''

त्याने दार उघडलं आणि तो कर्नल व मेजर दोघांना सेक्रेटरीच्या ऑफिसबाहेरच्या स्वागत कक्षात घेऊन गेला. समोर एक हिरव्या रंगाचं लोखंडी टेबल होतं. बाजूला एक वर्ड प्रोसेसरही होता. पण टेबलामागची खुर्ची मात्र रिकामीच होती.

''मिस क्रैसिरी आत प्रेसिडेंटसाहेबांच्या ऑफिसात असेल कदाचित,'' तो जवान म्हणाला, ''तुम्ही असं का नाही करत? जो काय कागद द्यायचाय तो माझ्याकडे द्या ना. मी तो नंतर प्रेसिडेंटसाहेबांपर्यंत नाहीतर सेक्रेटरीपर्यंत पोहोचवायची व्यवस्था करीन.''

''ठीक आहे, काही हरकत नाही.'' असं म्हणून कर्नलने आपल्या रेनकोटाची बटणे सोडायला सुरूवात केली. बटणे सोडता सोडता तो त्या जवानाच्या डावीकडे आला व त्याने एका हाताने रेनकोटाच्या आत कागदपत्रे धुंडाळतोय असं दाखवलं.

आता त्या कर्नलच्या हातून ते कागदपत्र घ्यावेत म्हणून तो गार्ड पूर्णपणे वळला आणि त्याने हात पुढे केला. त्याच क्षणी मेजर त्याच्या पाठीमागे उभा राहिला.

गार्ड कागदपत्र मिळण्याची वाट पाहात असताना मागे मेजरने आपल्या रेनकोटाच्या आतून खंजीर काढला. तो दोन्ही हातांनी वर उचलला आणि सर्व शक्तीनिशी त्या गार्डाच्या पाठीत खुपसला.

खंजीर क्षणातच रक्ताच्या चिळकांड्या उडवत पाठीत घुसला त्याच वेळी मेजरने एक हात काढून घेऊन गार्डाच्या तोंडावर दाबून त्याचा आवाज बंद केला.

आतल्या बाजूला प्रेसिडेंट प्रेम सँप, लांपांग या छोट्याशा राष्ट्राचा प्रेसिडेंट आपल्या टेबलामागे फायलींच्या ढिगाऱ्यासमोर एकटाच बसला होता. आता काही

दिवसांतच तो जे शेतकी सुधारणांचं बिल मांडणार होता, त्याचा कच्चा मसुदा प्रेसिडेंटच्या पत्नीला वाचून दाखवण्यासाठी त्याची सेक्रेटरी वरच्या मजल्यावर गेलीहोती.

प्रेसिडेंट प्रेम सँग हा चाळिशीच्या घरात पोहोचला होता. तो शरीरयष्टीने काही फारसा दणकट वगैरे नव्हता. बेताचाच होता. तपकिरी करडे केस, पिंगट खोल डोळे आणि चेहऱ्यावर इतक्या लहान वयातच रेषांचं जाळं. हा अर्थात कामाच्या ताणाचा आणि जबावदारीचा परिणाम होता. त्याच्या समोरचं टेबल इतकं प्रचंड होतं की, त्याच्या पाठीमागे काहीसा झुकून, पोक काढून बसलेला प्रेसिडेंट प्रेम सँग अधिकच लहानखुरा दिसत होता.

शेवटी काम करून करून आता त्याची पाठ अवघडली होती. एकवार उभं राहावं आणि अंग झटकून आळस द्यावा म्हणून तो उठू लागला. उठता उठता त्याने आपल्या भव्य ऑफिसवरून एक नजर फिरवली. जमिनीवरचे उंची इराणी गालिचे, भिंतीवरील शिसवीचे कोरीव काम आणि त्यात बसवलेले मोठाले आरसे. चमकती झुंबरे, शिल्पकृती अणि मोठाली तैलचित्रे. खिडकीतून बाहेर बघितल्यावर मोठी बाल्कनी होती. ती बुलेटप्रुफ काचांनी बंद केलेली होती. ऑफिसात एकंदर तीन दारे होती. एक त्याच्या बाहेरच्या स्वागत कक्षाकडे जाण्यासाठी, एक खालच्या मजल्यावरच्या डायनिंग हॉलकडे जाणारे आणि तिसरे वरच्या मजल्यावरच्या त्यांच्या निवासाकडे. वरच्या मजल्यावरच्या छोट्याशा अपार्टमेंटमधे प्रेसिडेंट प्रेम सँग, त्याची पत्नी व त्यांचा सहा वर्षांचा मुलगा असे राहात असत. शिवाय आणखी एक गुप्त दरवाजा भिंतीत बसवलेला होता. पण तो लाकडी पॅनेलिंगच्या आड दडवलेला होता. या दरवाज्यातून आत गेल्यावर एक पॅसेज होता व तो थेट सेक्युरिटी कमांडच्या खोलीला जोडलेला होता.

उभं राहून एक वार अवघडलेलं अंग मोकळं केल्यावर प्रेसिडेंट प्रेम सँग परत आपल्या झुलत्या खुर्चीत बसला टेबलावरच्या फायलींच्या ढिगाऱ्याशेजारी एका चांदीच्या फ्रेममध्ये एक फोटो होता. तो फोटो त्याने एकवार प्रेमाने निरखला. हा फोटो त्याची पत्नी नॉय सँग व त्यांचा मुलगा डेन यांचा होता. नंतर परत एकदा त्याने आपलं लक्ष समोरच्या कागदपत्रांकडे वळवलं.

गेले काही महिने प्रेसिडेंट प्रेम सँगपुढे एक मोठा यक्षप्रश्न आ वासून उभा होता. थायलंड, कंबोडिया आणि द. व्हिएटनामच्या पलीकडे जो साऊथ चायना सी पसरलेला होता त्यातल्या तीन बेटांचं मिळून प्रेम सँग याचं साम्राज्य बनलेलं होतं. त्या तीन बेटामधलं जे सर्वांत मोठं बेट होतं– लांपांग, तिथे म्हणजे आपल्या 'विसाका' या राजधानीतून प्रेसिडेंट प्रेम सँग सर्व सूत्रे हलवीत असे. बाकीची दोन जी छोटी बेटं होती, लांपांग लॉप आणि लाम्पांग थॉन ती बरीचशी दाट झाडी आणि

डोंगरदऱ्यांच्याच प्रदेशाने व्यापलेली होती. या दऱ्याखोऱ्यांतून अलीकडे नव्यानेच काही कम्युनिस्ट चळवळी उदयाला आल्या होत्या व त्या फार उपद्रव देत होत्या.

जनतेमधे कम्युनिस्ट व कम्युनिस्टविरोधी विचारसरणीचे असे उघडउघड दोन गट होते आणि त्या दोघांशीही एकच वेळी सलोख्याचे सबंध ठेवून त्यांना शांत कसं ठेवायचं ही प्रेसिडेंट प्रेम सँगपुढची मोठीच गंभीर समस्या होती. लाम्पांगच्या मेन आयलंडवर सीधेसाधे खालच्या वर्गातले लोक होते. ते सगळे बहुतांशी कॅथॉलिक, इंग्रजी बोलणारे आणि लोकशाही विचारसरणीचे लोक होते. त्यांनी प्रेसिडेंट प्रेम सँग याला त्याच्या निवडणुकीतील, 'जमीन व संपत्तीची न्याय्य विभागणी' या घोषवाक्यावर निवडून दिलं होतं व आपली ही लोकप्रियता तशीच टिकवून कशी धरायची हीसुद्धा त्याला चिंता होतीच. शेजारच्या दोन्ही छोट्या बेटांवर– लाम्पांग लॉप आणि लाम्पांग थॉन यांवर– ओपास ल्युनाकूल या कम्युनिस्ट क्रांतिकाऱ्याचा जनमानसावर बराच पगडा होता. हा कम्युनिस्ट नेता म्हणजे खरं तर व्हिएटनामी कम्युनिस्टांच्या हातातलं प्यादंच होतं. असे आणखी कितीतरी व्हिएटनामी कम्युनिस्ट वाढत्या संख्येने लाम्पांगमधे शिरकाव करत होते.

हे कम्युनिस्ट सतत एकच प्रचार करत होते की, प्रेसिडेंट प्रेम सँग व पर्यायाने लाम्पांग राष्ट्रच अमेरिकेच्या पूर्णपणे आधीन झालेलं आहे आणि याचं कारण अमेरिकेचं आर्थिक पाठबळ. आपल्या पैशाच्या जोरावर अमेरिका लाम्पांगला हवी तशी नाचवते आहे असा या कम्युनिस्टांचा दावा होता. त्यांच्या मते या अमेरिकेच्या सततच्या हस्तक्षेपामुळे लाम्पांगच्या स्वातंत्र्याचाच हळूहळू ऱ्हास होत चालला होता व यातून लाम्पांगला वाचवण्याचा फक्त एकच मार्ग शिल्लक होता, तो म्हणजे लाम्पांगमधे नवी कम्युनिस्ट राजवट स्थापन करणे!

पण अर्थात हे उपटसुंभ कम्युनिस्ट एवढी एकच काही प्रेम सँग पुढची समस्या नव्हती. खुद्द त्याच्या देशातूनही त्याला आणखी एक तुल्यबळ प्रतिस्पर्धी निर्माण होऊ बघत होता. खुद्द त्याच्या स्वतःच्या लष्कराचा प्रमुख, जनरल सॅमॅक नाकॉर्न, त्याचा एकेकाळचा जिवलग दोस्त हाच या कम्युनिस्टांच्या पार विरुद्ध टोकाची अतिरेकी भूमिका घेऊन खडा होता.

अमेरिकेकडून जेवढी म्हणून शक्य आहे तेवढी मदत घ्यावी आणि लष्कराच्या मदतीने या वाढत्या कम्युनिस्टांचं समूळ उच्चाटन करून टाकावं अशी जहाल भूमिका या जनरल नाकॉर्नने घेतली होती. या उलट अमेरिकेतून मिळणाऱ्या पैशाच्या मदतीने आधी देशाची आर्थिक स्थिती सुधारावी व या कम्युनिस्टांशी रास्त व सनदशीर मार्गाने सामना करावा असं प्रेम सँगचं मत होते. त्याला आपल्या भूमीवर कुठल्याही प्रकारचा रक्तपात नामंजूर होता.

प्रेसिडेट सँगने नुकतीच काढलेली टिपणे परत एकदा वाचून काढली. लाम्पांगमधे

अजूनही १८ टक्के लोक बेकार होते. ज्यांना रोजगार मिळत होता त्यांची आर्थिक स्थितीही फारशी चांगली नव्हती. एकशे दहा डॉलर्स सरासरी दर कुटुंबाचे दरमहा उत्पन्न व खाणारी तोंडे पाच फारच कठीण परिस्थिती. ही स्थिती जर सुधारली आणि जमिनीचं योग्य वाटप झालं तर, या उपटसुंभ कम्युनिस्टांचा पाडाव करणं फारसं कठीण नव्हतं.

तो असा विचारात गर्क असतानाच दरवाज्यावर टकटक झाली.

त्याला अंधुकसं काहीतरी आठवलं. जनरल नार्कोर्नने काही तरी निरोप पाठवला होता खरा. सेक्रेटरी नाहीतर गार्ड कुणाकडे तरी काही महत्त्वाचे कागदपत्र दिले होते.

आता सेक्रेटरी तर वरच्या मजल्यावर होती. मग त्याने गार्डला हाक मारली.

"हं, आत या लेफ्टनंट."

दरवाजा हलकेच उघडला. आपल्या लेफ्टनंटकडे बघायला म्हणून प्रेम सँगने मान वर केली. पण दारात तर कुणीच नव्हतं. प्रेम सँग उठून उभा राहिला आणि त्याला तो दिसला. दारात पडलेला लेफ्टनंट. तो जमिनीवर वेडावाकडा रक्ताच्या थारोळ्यात पडला होता. ज्याच्या पाठीत सुरा खुपसलेला होता.

काही कळायच्या आतच दोन अनोळखी गणवेषधारी पुढे झाले आणि त्या लेफ्टनंटच्या मृतदेहावर पाय देऊन उभे राहिले. प्रत्येकाच्या हातात एक रायफल होती.

त्यांनी रायफली उचलून प्रेम सँगच्या दिशेने रोखल्या. त्या ऑटोमॅटिक कालाश्निकोव्ह रायफल्स होत्या. रशियन बनावटीच्या. ही गोष्ट प्रेम सँगच्या लगेचच लक्षात आली.

तो घाबरला. एक उडी मारूनच पुढे झाला.

"काय चाललंय तरी काय? तुम्हाला कोणी...?"

त्या प्रश्नाला उत्तर म्हणून दोन्हीही रायफल्स एकसाथ गरजल्या.

गोळ्यांचा वर्षाव झाला आणि प्रेम सँगच्या चेहऱ्याच्या चिंधड्या झाल्या. एक गोळी त्याच्या हृदयाचा वेध घेऊन गेली. एक पोटात शिरली.

त्या माऱ्याने तो जमिनीवरून उचलून अलगद खुर्चीवर फेकला गेला. तिथे अडखळून तो जमिनीवर वेडावाकडा कोसळला. मृतावस्थेत. त्याच्या देहाखाली रक्ताचं थारोळं जमा होऊ लागलं. हल्लेखोर एका क्षणातच अलगद दार उघडून निसटले.

वरच्या मजल्यावर आपल्या ड्रेसिंगरूममधे प्रेसिडेंट प्रेम सँगची पत्नी आरशासमोर चेहऱ्याला क्रीम लावत बसली होती. प्रेसिडेंटची सेक्रेटरी तिला आपल्या हातातील कागद वाचून दाखवत होती. तेवढ्यातच तो आवाज झाला. दोघीही दचकल्या.

प्रेसिडेंटची पत्नी लक्षपूर्वक ऐकू लागली.

फटाक्यांचेच आवाज दिसतायत. पण जरा फार जास्तच जवळून आल्यासारखे वाटले. तिने घाईने जवळच पडलेला सिल्कचा गाऊन अंगात चढवला. ती जिन्याने पळतच खाली आली. तिचं हृदय कसल्यातरी अनामिक भीतीने धडधडतच होतं.

ती जोरात दार उघडून आपल्या नवऱ्याच्या, प्रेसिडेंट प्रेम सँगच्या ऑफिसात शिरली.

पण आत तर कुणीच नव्हतं. ती प्रेसिडेंटच्या खुर्चीपाशी गेली, आणि तिथे तो होता. अस्ताव्यस्त कोसळलेला. ते लालभडक रक्ताचं थारोळं. शरीराची बंदुकींच्या गोळ्यांनी चाळण झालेली.

तिने ओरडण्यासाठी आ वासला. पण तो कितीतरी वेळ तसाच राहिला. तोंडातून शब्द फुटेचना आणि अखेर... एकदाची किंकाळी बाहेर पडली. आणि मग एकामागोमाग एक किंकाळ्या...

नंतर जे काय घडलं, कोण आलं, कोण गेलं, कोण काय बोललं ते सगळं तिच्या जाणिवेच्या पलीकडे दूर घडत होतं. स्वप्नातल्यासारखं. ती मूकपणे, तटस्थपणे, एखाद्या पुतळ्यासारखी बसून होती.

मिस क्रैसिरी आणि नोकरचाकर पळतच आले. नंतर पॅलेसचे गार्ड्स आले. त्यांचा कॅप्टन तर धापा टाकतच हजर झाला. मग पोलिस, मग डॉक्टर्स, ॲम्ब्युलन्स, परिचारक.

कुणीतरी तिला हाताला धरून जवळच्या एका खुर्चीवर बसवलं. नॉय सँग त्या जबरदस्त धक्क्याने गलितगात्र होऊन तिथे बसून राहिली. कोसळली नाही इतकंच.

ती किती वेळ तशा स्थितीत बसली होती कोण जाणे. मग अखेर जनरल सॅमॅक नाकॉर्न आणि त्याच्या हाताखालचे अधिकारी उगवले.

अगदी या अशा प्रसंगी सुद्धा जनरल नाकॉर्न आपला पूर्ण गणवेष व त्यावरील झळकती पदकं व रिबन्स मिरवत आला होता.

आता प्रेम सँगचा मृतदेह अम्ब्युलन्समधे नेण्यासाठी स्ट्रेचरवर ठेवला जात होता. डॉक्टरांवर जनरल नाकॉर्नने प्रश्नांचा भडिमार चालवला होता. त्यानंतर त्याने आपला मोहरा सेक्युरिटी गार्ड्च्या कॅप्टनकडे वळवला. "ते दोघं होते, नाही का? प्रेसिडेंटच्या सेक्रेटरीनेच तुम्हाला असं सांगितलं–की ते तसे येणार असल्याचं मी स्वत: तिला कळवलं आहे म्हणून. हे साफ खोटं आहे! धादांत खोटं! मी असला काही एक निरोप पाठवला नव्हता. मला मुळी प्रेसिडेंटशी काही कामच नव्हतं. हे सगळं त्या...त्या कम्युनिस्टांचंच कारस्थान आहे. आता शवविच्छेदनात त्यांनी त्या बुलेट्स बाहेर काढल्या की त्या रशियन बनावटीच्याच निघतील ते तुम्ही बघाच. हे–हे सगळं भयानक आहे. माझा तर विश्वासच बसत नाही. महाभयंकर!"

जनरल नाकॉर्न आपल्या पुढ्यात उभा आहे, आपल्याला उद्देशून काही बोलतोय, ही जाणीव नॉय सँगला कितीतरी वेळाने झाली.

त्याचा तो नेहमीचा गडगडाट, तो घोगरा आवाज कुठेतरी लोपला होता. तो अगदीच मृदू, मवाळ शब्दात बोलत होता.

"आय ॲम सॉरी, व्हेरी सॉरी मादाम प्रेसिडेंट", तो म्हणत होता.

तिचं सांत्वन कसं, कुठल्या शब्दात करावं हेच त्या पहाडी देहाच्या शिपाई गड्याला समजत नव्हतं.

त्याचे ते शब्द ऐकून नॉय सँगला एक जाणीव झाली. केवढं विदारक सत्य, जीव दडपून टाकणारं. ती आता नुसती मृत प्रेम सँगची शोकाकुल पत्नी नव्हती. पूर्वीची आपल्या नवऱ्याची व्हाईस प्रेसिडेंट असलेली नॉय सँग, त्याच्या मृत्यूनंतर या देशाची प्रेसिडेंट झाली होती. कायद्यानुसार, नियमानुसार. होय. प्रेसिडेंट ऑफ लाम्पांग.

द नॅशनल टेलिव्हिजन नेटवर्क ऊर्फ टी. एन. टी. एन. चं मुख्य ऑफिस एम. स्ट्रीटवर होतं. त्याच्याच कंट्रोल रूमच्या काचेच्या दाराआड हाय हास्कन एका खुर्चीत ऐसपैस बसला होता. त्याच्या शेजारच्या खुर्चीत त्याचा एडिटर आणि बॉस सॅम व्हिटलॉ हाही बसला होता.

व्हिटलॉ हा न्यूयॉर्कहून वॉशिंग्टनला अगदी छोट्याशा भेटीला आला होता. धावती भेटच म्हणाना. त्याचं महत्त्वाचं काम म्हणजे त्याला हाय हास्कनशी बोलायचं होतं. हाय हास्कन हा नेटवर्कतर्फे नेमलेला व्हाईट हाऊसचा बातमीदार होता.

हास्कनने टी. व्ही. वर नुकताच सादर केलेला वृत्तान्त ऐकल्यावर व्हिटलॉने त्याला सरळ व्हाईट हाऊसच्या प्रेसरूममधेच फोन केला होता. ''हाय, तू सरळ इथेच का नाही येत? सातच्या बातम्या आपण दोघं बरोबरच गप्पा मारत बघू.''

हास्कन सातच्या बातम्या सुरू होण्याच्या कसाबसा आधी येऊन हजर झाला होता. बातम्यांमधे तोच वृत्तान्त बराचसा परत दाखवला जाणार होता. तो बघायला दोघंही सरसावून बसले होते.

बातम्या सुरू झाल्या पण अजून त्याचा वृत्तान्त आला नव्हता. त्यामुळे मधेच जरा हवापाण्याच्या गप्पा मारण्याचा हास्कनने प्रयत्न केला. पण व्हिटलॉचं मुळीच लक्ष नव्हतं, बातम्या म्हणजे तर त्याचं हवा, पाणी, अन्न. त्याचं सर्वस्व होतं. त्यामुळे तो जीव ओतून बघत होता आणि ऐकत होता. शेवटी हास्कन गप्प बसला.

अखेर तो भाग आला.

टी. व्ही.च्या पडद्यावर हास्कनला स्वत:चीच प्रतिमा झळकताना दिसली. हातात मायक्रोफोन. मागे पार्श्वभूमीवर व्हाईट हाऊस.

हास्कन स्वत:कडे आपल्या हजारो प्रेक्षकांच्या व चाहत्यांच्या नजरेने बघू लागल. आपण कुणीतरी या हाय हास्कनचे दूरचे नातेवाईक किंवा नुसते ओळखीचे आहोत, किंवा अगदी कुणीच नाही आहोत, फक्त एक त्रयस्थ आहोत... अशा वेगवेळ्या कल्पना करून तो त्या टी. व्ही. वरच्या निवेदकाकडे पाहू लागला. तो जरासा लुकडाच होता. मातकट रंगाच्या केसांचा अगदी कडेला भांग पाडलेला. कपाळ जरा जास्तीच उंच होतं पण स्टुडिओच्या मेकअपमनने कौशल्याने ते लपवलं होतं. डोळे मात्र पाणीदार, कुशाग्र, निळेशार. लांबुळकं नाक आणि लहानसर, अरुंद

जिवणी. आवाज मात्र भरदार, दमदार जसा काही वकीलच कोर्टात भाषण करतोय.

स्वत:कडे बघत बघत हाय हास्कन ऐकू लागला.

"आज व्हाईट हाऊसमधून हाती आलेल्या बातम्यांमधला सगळ्यात महत्त्वाचा भाग म्हणजे आपले प्रेसिडेंट मॅट अंडरवुड हे लवकरच लाम्पांग आयलंडच्या प्रेसिडेंट मादाम नॉय सँग यांची भेट घेणार आहेत. या भेटीची व्हाईट हाऊसमध्ये फार जोराने तयारी चालू आहे, कारण या लाम्पांग राष्ट्रामधे अमेरिकेचे फार मोठे राजकीय हितसंबंध गुंतलेले आहेत.

"बरोबर एक वर्षापूर्वी याच सुमाराला लाम्पांगचे प्रेसिडेंट प्रेम सँग यांची अज्ञात हल्लेखोरांनी हत्या केली. हे हल्लेखोर लाम्पांगच्याच अखत्यारीत येणाऱ्या दोन छोट्या बेटांमधे ज्या कम्युनिस्ट चळवळी उदयाला येत आहेत त्यांचे प्रतिनिधी असावे असा अंदाज राजकीय वर्तुळातून वर्तवण्यात आला. प्रेसिडेंट प्रेम सँग यांच्या हत्येनंतर आपोआपच त्यांचे पद त्यांच्याच व्हाईस प्रेसिडेंटकडे आले. त्यांचे व्हाईस प्रेसिडेंट म्हणजेच त्यांची तरुण, सुंदर पत्नी मादाम नॉय सँग. ही गोष्ट अमेरिकन जनतेला ऐकल्यावर विचित्र वाटेलही. पण लाम्पांग राष्ट्रामध्ये राजसत्ता ही शक्यतो कुटुंबाच्या चौकटीच्या आतच ठेवण्याची प्रथा आहे. प्रेसिडेंट नेहमीच आपल्या जवळच्या नातेवाइकाला, पत्नी किंवा मुलाला आपला व्हाईस प्रेसिडेंट व पर्यायाने गादीचा वारस म्हणून नेमतो. त्यामुळे कोणत्याही कारणाने प्रेसिडेंटला मृत्यू आला, तरी कुणीतरी परका येऊन राज्यकारभारात हस्तक्षेप करू शकत नाही. शिवाय साधारणपणे प्रेसिडेंटच्या धोरणांशी व विचारांशी सहमत असलेलाच व्हाईस प्रेसिडेंट नेमण्यात येतो.

"ही पद्धत गेले कित्येक वर्षं लाम्पांगमधे सुरळितपणे चालू आहे. सुमारे एक वर्षापूर्वी याच पद्धतीने प्रेसिडेंट प्रेम सँग यांच्या मृत्यूनंतर त्यांची पत्नी नॉय सँग ही प्रेसिडेंट झाली. तिने आपल्या पतीबरोबर व्हाईस प्रेसिडेंट म्हणून काम केल्याने त्याच्या ध्येयधोरणांशी व वैचारिक भूमिकेशी ती पूर्णपणे परिचित होती.

"गेल्या वर्षभरात लाम्पांग प्रत्येक बाबतीत अमेरिकेवर किती अवलंबून आहे हे नॉय सँगला कळून चुकलंय. परंतु आता आपल्या पतीच्या निधनाला एक वर्ष लोटल्यानंतर मादाम सँग आपला पहिला परदेशी दौरा करणार आहे– ती अमेरिकेला सदिच्छा भेट द्यायला येत आहे. ती आज सायंकाळी इथे येऊन पोहोचेल. तिचा रात्रीचा मुक्काम ब्लेअर हाऊन येथे असेल. उद्या आपले प्रेसिडेंट अंडरवुड यांच्याबरोबर बिझिनेस लंच घेण्यासाठी ती व्हाईट हाऊसमधे येईल.

"उद्याची ही भेट दोन्ही राष्ट्रांच्या दृष्टीने अत्यंत महत्त्वपूर्ण आहे. मादाम नॉय सँगला लाम्पांगसाठी कित्येक लाख डॉलर्सचं कर्ज हवं आहे. अमेरिकेने जर लाम्पांगला आर्थिक मदत केली तर त्या राष्ट्राची ढासळलेली आर्थिक स्थिती सुधारण्यास मदतच होणार आहे. त्यामुळे लाम्पांगचे नागरिक या मदतीचं मोठ्या

उत्साहाने स्वागत करतील. त्यांची जमीन वाटप योजना सध्या कार्यान्वित आहे व तिला या आर्थिक पाठबळाचा मोठाच उपयोग होणार आहे. आणि या आर्थिक मदतीच्या मोबदल्यात अमेरिकेला लाम्पांगकडून जे हवंय ते तर फारच महत्त्वाचं आहे. अमेरिकेला लाम्पांग आयलंडवर एक अतिशय प्रचंड व व सामर्थ्यशाली लष्करी विमानतळ उभारायची इच्छा आहे.

''आता अमेरिकेच्या दृष्टीने अशा प्रकारचा विमानतळ किती महत्त्वाचा आहे हे समजवून घेण्यासाठी आपल्याला जगाच्या नकाशातल्या लाम्पांगच्या स्थानाचा विचार करायला हवा. आमच्या दूरदर्शनच्या बराचशा प्रेक्षकांनी वेळोवेळी या लाम्पांगविषयी काही ना काही ऐकलं असेलच. पण अमेरिकेच्या दृष्टीने याचं राजकीय महत्त्व काय, याची आपल्यापैकी अनेकांना कल्पना नसेल. फिलिपाईन्सनंतर लाम्पांग हेच आपल्या दृष्टीने अत्यंत महत्त्वाचं ठिकाण आहे.

''लाम्पांग आयलंड हे फिलिपाईन्सच्या पश्चिमेला आहे. साऊथ चायना सीच्या किनाऱ्यापासून जवळच थायलंडच्या सामुद्रधुनीपाशी ते वसलेलं आहे. त्यातलं जे मुख्य बेट आहे ते फिलिपीईन्समधील ल्युझोन प्रांताच्या सुमारे २/३ असून ते कंबोडिया व व्हिएटनामच्या दक्षिणेला आहे आणि तरीही ते चीनच्या अगदीच जवळ आहे. आता अमेरिकेने पॅसिफिक महासागरामधे जी कम्युनिस्टविरोधी आयलंड्सची एक साखळी निर्माण केली आहे ती पूर्ण करण्यासाठी आपल्याला या लाम्पांगच्या लष्करी विमानतळाची नितांत आवश्यकता आहे.

''आपले प्रेसिडेंट उद्या जेव्हा मादाम सँगला भेटतील तेव्हा त्यांच्या पुढील मुख्य उद्दिष्ट लाम्पांगकडून अशा प्रकारच्या लष्करी विमानतळाला परवानगी मिळवणं हेच असेल, पण ते त्यात यशस्वी होतील? यात काही अडचणी आहेतच. आपल्या पतीप्रमाणेच मादाम सँग हिच्यावर सुद्धा तिच्याच राष्ट्रातल्या काही बड्या शक्तींकडून खूप वाढतं दडपण आहे. त्या शक्तींना आपलं राष्ट्र अमेरिकेच्या इतकं आधीन होणं पूर्णपणे नामंजूर आहे. लाम्पांगमधे ज्या स्थानिक कम्युनिस्ट चळवळी उदयाला आल्या आहेत त्यांची लवकरच लाम्पांग काबीज करायची इच्छा आहे व त्यांचा मादाम सँगने अमेरिकेशी सहकार्य करायला पूर्ण विरोध आहे.

''त्याच वेळी खुद्द मादाम सँग ही स्वत: राजकारणात कुठलीही टोकाची भूमिका न घेता मध्यम मार्ग स्वीकारणारी राजकारणी म्हणून प्रसिद्ध असून तिला अमेरिकेविषयी वाटणारी खास आपुलकी तर सर्वश्रुतच आहे. याचं कारणं तिने वयाच्या विशीतच असताना महाविद्यालयीन शिक्षणाचा प्रारंभ इथे अमेरिकेत वेलस्ली कॉलेज येथे केला. शिवाय याहूनही सगळयात अधिक महत्त्वाचा मुद्दा– मादाम सँग हिला कुठल्याही परिस्थितीत अमेरिकेकडून मिळणाऱ्या प्रचंड मोठ्या कर्जाची निकड आहे; आपल्या देशाची विस्कटलेली आर्थिक घडी नीट बसवण्यासाठी! आणि हे

कर्ज जर आपल्याला मिळवायचं असेल तर, आपल्याला बरंच काही अमेरिकेला द्यावंही लागेल याची त्या राजकारणी स्त्रीला पुरेपूर कल्पना आहे.

"त्यामुळे प्रेसिडेंट अंडरवुड आणि मादाम सँग यांची ही भेट नुसतीच सदिच्छा भेट नसून त्यातून बरंच काही साध्य होणार आहे. हा एक मोठाच राजकीय व्यवहार आहे, पण यातून दोघा पक्षांना अपेक्षित असणारं साध्य होईल? या पश्नाचं उत्तर मिळवण्यासाठी प्रेक्षकहो, आपल्याला उद्यापर्यंत वाट पाहावी लागणार आहे. उद्या आम्ही खास आतल्या गोटातील बातमी घेऊन तुमच्यापुढे हजर होऊ..."

"आत्ताच आपण व्हाईट हाऊसचे बातमीदार हाय हास्कन यांनी टी. एन. टी. एन. तर्फे सादर केलेला वृत्तान्त ऐकलात..."

सॅम व्हिटलॉ उडी मारून उठला व त्याने टी. व्ही. बंद केला. परत आपल्या खुर्चीवर बसत तो हाय हास्कनकडे वळला.

"हाय, मी आजच्या दिवसात दोनदा तुझं हे निवेदन ऐकलं. आधी तुझं लाईव्ह दाखवत होते तेव्हाही पाहिलंच होतं, आणि आता बातम्यांतही पाहिलं. याच संदर्भात मला जरा तुझ्याशी बोलायचंय. मला प्रश्न एवढाच पडलाय की– का? "

"का काय?" हास्कनने जरा घाबरतच विचारलं.

"या कोण कुठल्या लाम्पांगबद्दल तू एवढा वेळ का बोललास? या लाम्पांगचं कुणाला कौतुक आहे?"

"पण तू आत्ताच तर नाही का ऐकलंस."

हास्कन त्याला विरोध करत म्हणाला. "ते राष्ट्र लहानसं असलं तरी राजकीयदृष्ट्या ते फार महत्त्वाचं आहे. आपण जी संरक्षक साखळी उभी केली आहे त्यातला तो एक फार महत्वाचा दुवा आहे. आता फिलिपाईन्स महत्त्वाचं आहे हे तर तुला मान्य आहे? ते आपल्या बाजूचं आहेच. आता हे लाम्पांगही आपल्या दृष्टीने तितकंच महत्त्वाचं आहे यात शंकाच नाही. फक्त असून ते आपल्या हातात आलेलं नाहीये."

व्हिटलॉनने जोरात मान हलवली. "आपल्या प्रेक्षकांपैकी अर्ध्या लोकांना ते कुठे आहे याची सुद्धा कल्पना नसणार आहे याबाबत मी तुझ्याशी अगदी वाट्टेल ती पैज लावायला तयार आहे."

"नसेलही," शेवटी हास्कन हार मानून म्हणाला. "पण ती बातमी आहे ती आहेच."

"बातमी आहे रे. पण अगदीच मिळमिळीत. बातमी कशी पाहिजे ? खमंग, चूरचुरीत. आणि तुझी बातमी काय तर म्हणे प्रेसिडेंट नॉय सँग अंडरवुडच्या भेटीला येणार. आता जगाच्या राजकारणात या नॉय सँगच्या नावाला काही वजन तरी आहे का?"

"पण ती मुळात सत्तारूढ होऊन जेमतेम वर्षच तर होतंय," हास्कन म्हणाला.

"तिला अजून थोडा वेळ द्या. उद्यानंतर जगात तिचं नक्कीच नाव होणार अशी माझी खातरी आहे. "

"मला नाही तसं वाटत."

"शिवाय तिचं व्यक्तिमत्त्व चांगलंच रुबाबदार आहे. अगदी नाट्यपूर्णच म्हणना. मी काय म्हणतो, अरे या बाईचा नवरा फक्त एकच वर्षापूर्वी मारला गेला त्याचा विचार कर ना. ती त्याची व्हाईस प्रेसिडेंट होती. ती त्याच्या पश्चात किती लगेचच सत्तेवर आली. आणि शिवाय–" हास्कन जरा अडखळला, "–ती दिसायला जबरदस्त आहे म्हणे. लोक तिला बघून वेडे होतात वेडे. ती नक्की लोकप्रिय होईल."

"ठीक आहे. कुणास ठाऊक!" व्हिटलॉ म्हणाला. "व्हाईट हाऊसमधे आणखी एक सुंदरी येऊन असा काय मोठा फरक पडणार आहे. मुळात आपली फर्स्ट लेडी– आपल्या प्रेसिडेंट अंडरवुडची बायको तर एके काळी मिस अमेरिका होती. तिच्यापुढे कुठल्या सुंदरीचा टिकाव लागणार आहे? " व्हिटलॉने एक निश्वास सोडला. "या दूरदर्शनवरच्या प्रत्येक मिनिटाचा आपल्याला केवढा जबरदस्त पैसा मोजावा लागतो. तुला अजून काही चुरचुरीत, खमंग बातमी नाही का सापडली?" व्हिटलॉने दीर्घ निश्वास सोडला.

हास्कन खांदे उडवून हताशपणे म्हणाला. "आजच्या दिवसात एवढीच जास्तीत जास्त चुरचुरीत बातमी माझ्या हाती आली. माझ्या पुढची एक फार मोठी समस्या म्हणजे आपला प्रेसिडेंट अंडरवुड. मी अनेकदा उघडपणे दूरदर्शनवर सुद्धा म्हणालो आहे की तो बेटा फार आळशी आहे. तो काही बातम्या, काही खळबळजनक मुळी निर्माणच करत नाही. "

हास्कन आता विचार करत होता. त्याची आणि प्रेसिडेंट अंडरवुडची ओळख तशी फार जुनी. त्या वेळी हास्कन टी. एन. टी. एन. वर शिकाऊ उमेदवार म्हणून लागला होता आणि अंडरवुड टी. व्ही. वरचा निवेदक म्हणून प्रसिद्धीच्या शिखरावर पोचला होता. तो त्या वेळचा सर्वांत लोकप्रिय निवेदक होता. त्याचं रूप, त्याचं व्यक्तिमत्त्व सुद्धा याला कारणीभूत होतंच. त्याचे जराशी रुपेरी कडा असलेले केस, रेखीव नाक, डोळे, प्रसन्न, आकर्षक व्यक्तिमत्त्व आणि या सगळ्याला साजेसा गोड आवाज या सगळ्यामुळे प्रेक्षकांना तो आपल्या घरातलाच एक वाटे. त्याचं नाव ज्याच्या त्याच्या तोंडी होतं. तशात त्याने तेव्हाची ब्यूटी क्विन– मिस अमेरिका, ॲलिस रेनॉल्ड्स हिच्याशी विवाह करून सर्वत्र खळबळ उडवून दिली. ही ॲलिस रेनॉल्ड्स दूरदर्शनवर खास स्त्रियांसाठी असलेल्या कार्यक्रमांचं संचालन करत असे. हाय हास्कन न्यूयॉर्कच्या कोलंबिया युनिव्हर्सिटीतून पदवी घेऊन शिकाऊ उमेदवार म्हणून नेटवर्कला रुजू झाला तेव्हा मॅट अंडरवुडची प्रसिद्धी कळसाला पोहोचली होती.

सुरुवातीला हाय हास्कनला या मॅट अंडरवुडबद्दल चांगलाच भीतियुक्त आदर

वाटत असे. पण मग हळूहळू या टेलिव्हिजनच्या विश्वात स्वत: हास्कनची पाळंमुळं चांगली खोल रुजत गेली. त्याच्या ज्ञानाची क्षितिजं वाढली तशी त्याला मॅटची भीती वाटेनाशी झाली. त्याचा मॅटविषयीचा आदरही नाही म्हटलं तरी हळूहळू कमी व्हायला लागला. खुद्द हास्कन हा एक अतिशय बुद्धिमान आणि चाणाक्ष बातमीदार होता आणि त्याला मॅट अंडरवुडविषयी आदर वाटेनासा होण्याचं मुख्य कारण मॅट त्याच्यासारखा जिज्ञासू नव्हता. त्याचमुळे हास्कनच्या मते हा अंडरवुड फक्त बातम्या 'वाचण्याचं' काम करायचा. पण बातम्या मिळवायच्या, दुसऱ्याच्या भानगडीत नाक खुपसायचं, दुरुनच ता वरून ताकभात ओळखून एखाद्या बातमीच्या मागावर जायचं इ. बातमीदाराच्या अंगचं कौशल्य अंडरवुडच्या अंगात नव्हतं. फक्त त्याचा अभिनय आणि अभिनिवेष मात्र बेमालूम असायचा. तो वृत्तनिवेदन असं काही सादर करायचा, की जसं काही त्या मागचं सत्य त्याने स्वत:च शोधून काढलंय. थोडक्यात त्याच्याजवळ स्वतंत्र प्रज्ञा नव्हती पण कामाची तळमळ होती आणि निवेदनाची कला होती.

हास्कनला आपला हा बॉस म्हणजे खोटा सिक्का वाटायचा. अभिनेता. अर्थातच हा अभिनेता फार चतुर होता. दुधखुळा नव्हता. चांगलाच धोरणी होता. अंगचं हे कसब कुठे आणि कसं वापरायचं याची त्याला चांगली जाण होती. नाहीतर इतक्या लक्षावधी प्रेक्षकांना आपण आपले स्वत:चेच शब्द बोलतोय असं वाटायला लावणं, इतकी त्यांच्या डोळ्यात धूळफेक करणं ही काय चेष्टा होती? जसा लहान मुलांना आपल्या पित्याबद्दल गाढ विश्वास असतो, तस प्रेक्षकांना या मॅट अंडरवुडबद्दल गाढ विश्वास होता. अगदी देवासारखी श्रद्धाच होती.

आणि मग अचानक एक दिवस अंडरवुड टी.एन. टी. एन. सोडून राजकारणात शिरला. त्याचं असं झालं, न्यू यॉर्कमधला एक सिनेटर अचानकच त्याची टर्म पुरी व्हायच्या आतच वारला. तेव्हा उरलेले दिवस त्याची जागा कोण घेणार असा प्रश्न आला. तेव्हाचा गव्हर्नर या अंडरवुडच्या व्यक्तिमत्त्वाने चांगलाच प्रभावित असल्यामुळे त्याने त्याला उरलेले दिवस सिनेटरची रिकामी जागा घेण्याची विनंती केली.

एक रिपोर्टर या नात्याने हास्कनचा आजपर्यंतचा असा अनुभव होता की, कोणत्याही एका क्षेत्रात यश मिळवलेली व्यक्ती, मग ती स्त्री असो वा पुरुष, ते क्षेत्र सोडून दुसऱ्या एखाद्या, विशेषत: राजकारणासारख्या क्षेत्रात यशस्वी होईलच असं नाही. पण अंडरवुडच्या बाबतीत मात्र हा अंदाज चुकीचा ठरला. अंडरवुडची लोकप्रियता अमेरिकेच्या सिनेटमधे गेल्यावर दिवसेंदिवस वाढतच राहिली. आता काही फक्त टेलिव्हिजन बघणारे लोकच त्याचे चाहते उरले नव्हते. आणि अशात निवडणुका जवळ आल्यावर प्रेसिडेंट म्हणून वेळ आल्यास कुणाचं नाव द्यायचं अशी चर्चा चालली असताना त्याच्या पक्षाने त्याचं नाव पुढे केलं. आणि निवडणुकीत अर्थातच मॅट अंडरवुडने ही पक्षाची निवड सार्थच करून दाखवली. यश मिळालं ते

इतकं भरघोस की 'देता किती घेशिल दो करांनी' अशी त्याची स्थिती झाली.

आणि मग व्हाईट हाऊसमधे पूर्वाश्रमीचा वृत्तनिवेदक आणि पूर्वाश्रमीची मिस अमेरिका असं मुलखावेगळं जोडपं राहायला आलं.

इकडे हास्कनची स्वत:चीही टेलिव्हिजनच्या क्षेत्रात प्रगतीची घोडदौड सुरू होती. आणि आता दोनच वर्षांपूर्वी खास व्हाईट हाऊसचा बातमीदार म्हणून त्याची नेमणूक झाली होती.

हास्कनला प्रथमपासूनच देशाचा प्रेसिडेंट म्हणून मॅट अंडरवुड नामंजूर होता. त्याच्या मते हा प्रेसिडेंट अत्यंत आळशी होता, आणि अमेरिकेसारख्या प्रगत लोकशाही देशात ही गोष्ट आपल्या दूरदर्शनवरच्या कार्यक्रमांमधून उघडपणे प्रेक्षकांना सांगायचीही हाय हास्कनला मुभा होती व त्याचा तो वेळोवेळी वापर करत असे. या त्याच्या उघड व स्पष्ट टीकेमुळे अर्थातच प्रेसिडेंट मॅट व त्याचा चीफ ऑफ स्टाफ पॉल ब्लेक हे दोघंही हाय हास्कनवर खार खाऊन होते. पण त्याची पर्वा न करता हास्कन आपल्या या अजिबात प्रेस कॉन्फरन्स न घेणाऱ्या आणि परकीय पाहुण्यांना भेटायची टाळाटाळ करणाऱ्या प्रेसिडेंटवर दूरदर्शनवरून चांगलंच टीकास्त्र सोडत असे.

आता या खेपेला मात्र मॅटच्या हाताखालच्या लोकांनी हे त्याचं आणि त्या नॉय सँगचं लंच वगैरे कसं काय ठरवलं होतं, आणि मुख्य म्हणजे प्रेसिडेंट मॅट या गोष्टीला राजी तरी कसा काय झाला होता हे हास्कनच्या कळण्यापलीकडचं होतं. पण ठीक आहे, निदान तेवढीच काहीतरी बातमी हाती आलीय तर त्याचा वापर करावा म्हणून हास्कनने ती बातमी वृत्तान्तात वापरली होती.

आणि आता त्याचा संपादक सॅम व्हिटलॉ नाराज होता. त्याच्या मते या बातमीत काही दमच नव्हता. ती अगदीच मिळमिळीत होती.

...हास्कनची विचारशृंखला एकदम तुटली. आपलं आणि व्हिटलॉचं काय बरं बोलणं चाललं होतं, तो आठवू लागला. थोड्या वेळाने त्याला आठवलं.

''मी पुन्हा तेच म्हणेन,'' हास्कनने बोलणं पुढे चालू केलं, ''हा लेकाचा प्रेसिडेंट काही करतच नाही. काही बातमीदारांना खाद्य पुरवतच नाही. मग मी तरी काय करणार? प्रेक्षकांना काहीतरी तर सांगायला हवं ना– सनसनाटी वाटणारं! त्यामुळे जे काही होतं त्यावर मी वेळ मारून नेली.''

''पण तुला आख्ख्या व्हाईट हाऊसमध्ये दुसरी एकसुद्धा बातमी मिळू नये?'' व्हिटलॉ आता हट्टालाच पेटला होता.

''खरंच नाही सॅम. गळ्या शपथ. माझ्यावर विश्वास ठेव. माझ्या मते यानंतर सुद्धा जास्तीत जास्त सनसनाटी बातमी एकच असू शकेल ती म्हणजे प्रेसिडेंट मॅट अंडरवुड येत्या निवडणुकीत परत एकदा उभं राहणार आहे. परत एकदा निवडणूक लढवून प्रेसिडेंट होण्याची त्याची इच्छा आहे. आता अशी बातमी हाती आली तर

ती खरी बातमी होईल. तू म्हणतोस तशी. मॅटने परत एकदा निवडणूक लढवावी अशी फर्स्ट लेडीची इच्छा आहे हे माझ्या कानावर आहे. चीफ ऑफ स्टाफ पॉल ब्लेक याचीही तशीच इच्छा आहे. कारण उघड आहे– त्या दोघांनाही, फर्स्ट लेडी व पॉल यांना परत एकदा प्रचंड सत्ता हातात घेता येईल. उपभोगता येईल. पण माझा असा अंदाज आहे, की मॅट अंडरवुडच्या मात्र हे निवडणुकीला उभं राहणं वगैरे अजिबात मनात नाहीये. आणि तो उभा राहणारही नाहीये. परत मी तेच म्हणेन. तो हे प्रेसिडेंटचं पद सांभाळायला फारच आळशी आहे आणि त्याला त्यात काही रसही वाटत नाहीये. खरं सांगायचं तर तो एव्हाना कंटाळलाय.''

''पण त्याने परत निवडणूक लढवावी अशी ॲलिस अंडरवुडची इच्छा आहे?''

''हो, अर्थातच. ती प्रसिद्धी, तो चकचकाट, सगळ्याची तिला चटक लागलीय्. तिला तो सोडावासा वाटत नाहीये.''

''वेल्. मग...तू हे दूरदर्शनवर सांगत का नाहीस? ''

हास्कनने हताशपणे खांदे उडवले. ''आता मला काय ते सांगायला आवडणार नाही का सॅम? पण मी ते सिद्ध कसं काय करणार? आता मी एक फार चांगला, जिज्ञासू आणि संशोधक वृत्तीचा बातमीदार आहे हे खरं आहे. पण ही जी काही बातमी आहे, ती सिद्ध करणं मला सुद्धा शक्य नाही. पण तरीही मनोमन माझी असी खातरी आहे, की फर्स्ट लेडीच्या मनात मॅटने निवडणूक लढवावी असं आहे. नक्की आहे.''

अखेर एकदाचं सॅम व्हिटलॉच्या चेहऱ्यावर समाधान पसरलं. ''ठीक आहे. मग तू व्हाईट हाऊसमध्ये जा. काय वाटेल त्या मार्गाने सत्याचा शोध घे. आणि ही गोष्ट सिद्ध कर. फर्स्ट लेडीच्या मनात मॅटने ही निवडणूक लढवावी असं आहे हे सिद्ध कर हाय, आणि प्रेसिडेंटच्या मनात तसं मुळीच करायचं नाहीने हेही शोधून काढ. लोकांपुढे ठेव. कुठल्याही सनसनाटी बातमीचा संघर्ष हा आत्मा असतो हे लक्षात ठेव. तो अंडरवुड निवडणुकीस उभा राहणार आहे का नाही याच्याशी व्यक्तिश: मला काहीही कर्तव्य नाही. पण तो काय करेल ही एक सनसनाटी बातमी होऊ शकले. आणि त्याच्याशी मला कर्तव्य आहे. या कुठल्यातरी क्षुद्र लाम्पांगविषयीच्या बातमीशी नाही.''

''ठीक आहे. मी माझ्याकडून जास्तीत जास्त प्रयत्न करीन,'' हास्कन कळकळीने म्हणाला.

''पण मिळव मात्र जुरूर,'' व्हिटलॉ म्हणाला.

''मी तुला आजपासून एक नवीन काम देतोय. तू आता हाय हास्कन– व्हाईट हाऊसचा बातमीदार नाहीस. आता, या क्षणापासून तू हाय हास्कन– प्रेसिडेंटचा बातमीदार आहेस. काय जमेल तुला ?''

''निदान प्रयत्न करायला माझी हरकत नाही.''

''उद्यापासून त्या प्रेसिडेंटच्या सावलीसारखा मागावर राहा. एखाद्याची सदसद्विवेकबुद्धी

जसा त्याचा पाठलाग करते तसा प्रेसिडेंटचा रात्रंदिवस पाठलाग कर.''

ते दोघं व्हाईट हाऊसच्या दुसऱ्या मजल्यावर वेगवेगळया बेडरूम्समधे झोपायचे. आता या गोष्टीला निदान एक वर्ष तरी झालं असेल.

आता या नवराबायकोंनी असं वेगवेगळं झोपण्याची दुहेरी कारणं होती. एक तर ॲलिस अंडरवुडला निद्रानाशाचा विकार होता. तिची झोपमोडही फार चटकन् व्हायची. शिवाय एकदा झोप मोडली की परत लागायची पंचाईत. त्याचमुळे ती झोपायच्या सुमारे वीस मिनिटं आधी झोपेच्या गोळ्यांचा एक छोटासा डोस घ्यायची, आणि नंतर थोड्या वेळाने मॅट खोलीत आला की त्याच्या आवाजाने तिची हमखास झोपमोड व्हायची. मग ती आणखीच चिडचिड करायची. त्याला वेडंवाकडं बोलायची आणि दुसरं म्हणजे मॅटला झोपण्यापूर्वी दोन तीन तरी ड्रिंक्स लागायचीच. ॲलिसला त्याच्या त्या आवाजाने जाग आली की त्याच्या श्वासाला येणारी दुर्गंधी, ड्रिंक्सची ती विशिष्ट दुर्गंधी, तिला अगदीच असह्य व्हायची. मग याच कारणावरूंन त्यांच्यात वारंवार खटके उडायला सुरुवात झाली.

''काय रे हे,'' ती चिडून म्हणायची, ''एकदा तरी, कधी तरी आयुष्यात ड्रिंक्स न घेता झोप की. मला फार असह्य होतो तो वास.''

आपल्या अंगावर चादर ओढून घेत तो म्हणायचा, ''अजिबात चालणार नाही. ते माझं झोपेचं औषध आहे. तू झोपेच्या गोळ्या घेतेस ते? मी घेतोच ना चालवून? बोलतो का एका तरी शब्दाने? मग तूही हे चालवून घे.''

आणि मग हे खटके वाढतच गेले. एकमेकांची उणीदुणी काढणं, एकमेकांना टाकून बोलणं आरोप–प्रत्यारोप. याचा शेवट हा असाच होणार होता. अखेर दोघांनाही रात्री एक मिनिटही झोप लागेनाशी झाली.

यातून मार्ग ॲलिसनेच काढला. फॅमिली बेडरूममधून बाहेर पडून तिने आपला मुक्काम खाली हॉलमधे असलेल्या क्वीन्स बेडरूममधे हलवला.

आज सकाळी सात वाजता प्रेसिडेंटचा खास नोकर होरेस दरवाज्यावर अनेकदा खटखट केल्यानंतर दार ढकलून प्रेसिडेंटच्या खोलीत आला. अर्थात मॅट अंडरवुड जागाच होता. ड्रिंक्सची नशा थोडी थोडी उतरत चालली होती.

''मी तुमचा फिकट निळा सूट बाहेर काढून ठेवतोय, सूर,'' होरेस म्हणाला आणि ड्रेसिंगरुमकडे जायला लागला. मग थांबून म्हणाला, ''सर, आज तुम्हाला कुणीतरी परदेशी पाहुणे भेटायला यायचे आहेत ना?''

''ह्यात्तिच्या! ''म्हणून मॅटने तोंडातल्या तोंडात एक शिवी हासडली आणि तो गुरगुरला, ''ऑल राईट. जे काय असेल ते.''

मग मॅट आपल्या प्रशस्त बेडवरून खाली उतरला आणि सरळ बाथरूममधे शिरला.

तिथे झटपट आघोळ, दात घासणं इ. उरकून टॉवेलला केस पुसत बाहेर आला. केस विंचरून त्याने जरासं कोलन वॉटर अंगावर उडवलं.

नंतर तो परत बेडरूममधे आला तर तिथे पलंगावर इस्त्रीचे कपडे, सूट, शर्ट, टाय इ. नीटनेटके पसरून ठेवलेलेच होते.

हळूहळू शीळ घालत कपडे करता करता त्याचा गेलेला मूड परत आला. त्याला ही दुसऱ्या मजल्यावरची बेडरूम खूप आवडायची. चांगली प्रशस्त आणि हवेशीर होती. सर्व भिंतींवर चिनी देखावे असलेला उंची वॉल पेपर होता. तो मंद रंग त्याचा आवडता होता. खिडक्यांच्या मधोमध त्याचं आवडतं विल्यम मेटकाफ लँडस्केप होतं.

टाय वगैरे व्यवस्थित बांधून झाल्यावर अंडरवुडने सूटवरचं जॅकेट चढवलं आणि तो आलेल्या दिवसाला सामोरा जायला सज्ज झाला.

जिना उतरून खाली आल्यावर समेटाचा एक अखेरचा प्रयत्न करायचा असं मनाशी ठरवून तो आपल्या बायकोच्या बेडरूमपाशी आला. तिच्याबरोबर सकाळचा ब्रेकफास्ट घेऊन कित्येक आठवडे लोटले होते. आज तरी निदान ब्रेकफास्ट तिच्या सोबतीने करायचा असं त्याने ठरवलं.

हॉलमधून बेडरूमपर्यंत चालता चालता तो मनाशी विचार करत होता. आपल्यातला आणि ॲलिसमधला हा दुरावा का आणि कसा बरं वाढत गेला.

ॲलिस अगदी सगळ्यात प्रथम त्याच्या नजरेत भरली ती त्या मिस अमेरिका स्पर्धेत निवडून आल्यानंतरच. खरं तर त्याने त्याआधीच तिला पाहिली होती. पण प्रत्यक्ष नव्हे. नुसती टेलिव्हिजनवर. स्पर्धेत यशस्वी झालेल्या पहिल्या तीन क्रमांकांच्या सुंदऱ्या स्टेजवर परेड करताना टी. व्ही. वर दाखवल्या होत्या. त्यांच्यातून प्रथम क्रमांकासाठी मनोमन मॅटने तिचीच निवड केली होती. परीक्षकांनीही तिचीच निवड केली आणि तिला तो झगमगता मुकुट घालण्यात आला तेव्हा तो मनापासून खूष झाला. टी. व्ही. वर तंग स्वीमिंगसूटमधे झळकलेलं ते लावण्य तो अजून विसरला नव्हता. ते सौंदर्य अक्षरशः निखालस होतं. कुठे दोष म्हणून काढायला जागाच नव्हती. सुंदर चित्रातल्यासारखा चेहरा आणि त्या जोडीचा शिल्पासारखा घाटदार देह.

नंतर तिची टी. एन. टी. एन.मधे नेमणूक झाली आणि तिची आणि अंडरवुडची प्रत्यक्ष अशी पहिलीच भेट झाली.

फिकट गुलाबी स्कर्ट व ब्लाऊझ घातलेली ॲलिस दवात न्हाहलेल्या गुलाबाच्या फुलासारखी टवटवीत आणि सतेज दिसत होती. ती या क्षणी तरी चांगलीच प्रसिद्धीच्या झोतातली व्यक्ती होती, आणि अंडरवुड स्वतः तर टी. व्ही. स्टारच होता. त्याचे चाहते तर अगणित होते. अर्थातच ॲलिसने त्याच्याकडे पुरेपूर लक्ष दिलं आणि त्याचं मन या पहिल्या भेटीतच काबीज केलं. तिच्या त्या असामान्य

सौंदर्याकडे बघून तर त्याला वेडच लागायची पाळी आली.

नंतर मग डेटिंग, एकत्र जेवणं एखाद्या आडबाजूच्या अंधाऱ्या रेस्टॉरंटमधे, कुजबुजत हातात हात घालून लांब हिंडायला जात जात दोघं एकमेकांच्या जवळ कधी आली ते त्यांचं त्यांनाच कळलं नाही.

एकमेकांमधली सगळी बंधनं तर केव्हाच दूर झाली होती. परकेपणा संपला होता. मात्र प्रेमाच्या या खेळात ॲलिस अबोध नव्हती. उलट चांगली कसलेली होती. पुरुषाला आपल्या बोटाच्या तालावर कसं नाचवावं याचं तिला चांगलं ज्ञान होतं. आणि ती कल्पनातीत सुंदर होती.

या वादळात मॅट एखाद्या भोवऱ्यासारखा गुरफटला. तिच्याशिवाय जगणं त्याला अशक्य होऊन बसलं.

तिच्याशी लग्न झाल्यावर तो स्वतःला जगातला सर्वांत भाग्यवान पुरुष समजू लागला.

लग्नाला दोन वर्षे झाली आणि त्यांच्या संसारात चिमुकल्या पावलांनी डायना आली. नंतरची काही वर्षे अमेरिकन लोकांचा सर्वांत आवडता वृत्तनिवेदक म्हणून अंडरवुड समाधानी होता. पण ॲलिस मात्र नव्हती. नुसता चूलमूल आणि संसार करण्याचा आणि जमेल तसा टी. व्ही. वर पार्टटाईम जॉब करण्याचा तिला आता कंटाळा येऊ लागला होता. आणि हे तिच्या वागण्याबोलण्यातून अंडरवुडला जाणवायला लागलं.

पण मग तेवढ्यात अंडरवुडला ती संधी आली. त्या सिनेटरच्या मृत्यूनंतर खाली झालेली खुर्ची अनपेक्षितपणे त्याला मिळाली आणि त्याच्या आणि ॲलिसच्या संसाराची डगमगणारी नौका जराशी स्थिरावली. नाराजीचे सूर लोपले. हसरे वारे परत एकदा वाहू लागले. चांगली संधी आहे आणि शिवाय आपल्या लाडक्या ॲलिसच्या म्हणण्याचाही मान राखायचा एवढ्याच मर्यादित उद्देशाने त्याने हे पद स्वीकारलं.

नंतर मग राजकारण आणि राजकारण. एव्हाना ते वॉशिंग्टनला येऊन स्थायिक झाले. आपल्या या नव्या भूमिकेत अंडरवुडच्या लोकप्रियतेला अधिकच बहर आला. ॲलिसकडे परत एकदा लोकांचं लक्ष जाऊ लागलं.

आणि मग प्रेसिडेंटच्या पदासाठी त्याच्या नावाची चर्चा सुरू झाली.

प्रेसिडेंट म्हणून इतरही काही नावं विचारात घेतली जात होती. मॅट सोडून हे बाकीचे लोक सगळे एकजात धुरंधर राजकारणी, चांगले मुरलेले नेते होते. पण त्या सगळ्यांमधे सर्वाधिक लोकप्रिय कोण होता, तर मॅट अंडरवुड!

सुरुवातीला खरं तर याने ही गोष्ट तशी हसण्यावारीच नेली होती. त्याचा फारसा विचारही केला नव्हता. आपण प्रेसिडेंट म्हणून निवडले जाऊ या गोष्टीवर त्याचा कणभरही विश्वास नव्हता. पण त्याचं मनमोकळं आपुलकीचं बोलणं, ते प्रसन्न

व्यक्तिमत्त्व आणि सगळ्यात मुख्य म्हणजे तो रोजच्या पाहण्यातला अतिशय ओळखीचा चेहरा, या सर्वांच्या जोरावर विजयश्रीने त्याच्या गळ्यात माळ घातली.

पण त्याचबरोबर एकीकडे निवडणुकीच्या काळातले ते झंजावाती प्रचारदौरे, तीच तीच भाषणे, ती आश्वासने, ते खोटं खोटं हसणं या सगळ्याचाच त्याला अगदी उबग आला होता. पण नाटकीपणा रक्तातच मुरलेला असल्यामुळे सेक्रेटरीने तयार केलेली ती भाषणं त्याने उत्स्फूर्तपणे, स्वत:चीच असल्यासारखी लोकांपुढे सादर केली होती. लोकांनी ती ऐकून त्याला डोक्यावर घेतलं होतं. लोकांनीच नव्हे तर ॲलिसनेही. आपण अमेरिकेची फर्स्ट लेडी होणार, चक्क फर्स्ट लेडी हीच कल्पना रोमांचित करणारी होती.

निवडणुका म्हणजे तर अवघा एका दिवसाचा खेळ होता. दिवसाच्या अखेरीला मॅट अंडरवुड अमेरिकेचा प्रेसिडेंट होता आणि ॲलिस, त्याची पत्नी, फर्स्ट लेडी!

व्हाईट हाऊसच्या भिंतींनी जॉन केनेडी आणि जॅकेलिन केनेडी नंतर इतकं ग्लॅमरस जोडपं प्रथमच पाहिलं होतं.

ॲलिसला तर अस्मान ठेगणं झालं होतं. ते वैभव, ते नटणं, मुरडणं, त्या पार्ट्या, तो चकचकाट हे सगळं चांगलं मानवत चाललं होतं. देशी विदेशी महत्त्वपूर्ण व्यक्तींना भेटणं आणि नवऱ्याच्या बरोबरीने सर्वच समारंभाचा केंद्रबिंदू असणं आता हळूहळू अंगवळणी पडत चाललं होतं.

पण मॅट अंडरवुड मात्र थोड्याच दिवसांत या सगळ्याला कंटाळला होता. उजाडलेला दिवस कधी लवकर मावळतच नसे. काम, काम आणि फक्त काम. त्या भेटीगाठी, मीटिंग्ज, महत्त्वाचे निर्णय, अवघड जबाबदारी, कॉन्फरन्सेस, धोरणं, तत्त्वं... एक ना दोन. समोरच्या माणसामधे काडीइतकाही रस नसताना खोटं खोटं दिखाऊ बोलायचं, नाटकी हसायचं, याला काही अंतच नव्हता. त्याच्यातला सीधासाधा माणूस गुदमरत चालला होता.

सगळ्यात महत्त्वाचं म्हणजे प्रत्येकच बाबतीत रोज बायकोशी होणारे मतभेद. प्रत्येक बाबतीत. ज्या ज्या म्हणून गोष्टीसाठी ती जीव टाकायची त्याचा त्याला मनस्वी वीट आलेला असायचा. तो त्याला टाळायला बघायचा. अर्थात कधी कधी देशातलं हे सर्वोच्च पद भूषवण्याचे फायदेही असायचे, काही आनंदाचे क्षणही असायचे. जगाच्या कानाकोपऱ्यातून तऱ्हेतऱ्हेची माहिती त्याच्या टेबलावर चालत यायची, आणि सर्वांत महत्त्वाचं म्हणजे हातातली अनिर्बंध सत्ता. पण त्या सगळयाच्या मोबदल्यात त्याला फार मोठीच किंमत द्यावी लागत होती, आणि ती म्हणजे एकान्त. आयुष्यात माणसाला रोज निदान चार क्षण तरी स्वत:पुरते हवे असतात. एकट्यापुरते. पण या चार क्षणांना प्रेसिडेंट अंडरवुड महाग झाला होता. एखादं आवडतं पुस्तक शांतपणे बसून वाचायलासुद्धा त्याच्याजवळ वेळ नव्हता.

आणि मग एक दिवस त्याने ॲलिसपाशी आपलं मन मोकळं केलं. चार वर्षं प्रेसिडेंट म्हणून वावरलो ते पुष्कळ झालं, पण आता मात्र आपण पुढची निवडणूक लढवणार नाही असं नुसतं त्याने तोंडातून काढलं मात्र... झालं. त्याच्या संसारातल्या संघर्षाची खरी ठिणगी पडली ती नेमकी याच क्षणी.

आता या गोष्टीलाही वर्ष होऊन गेलं होतं. पण त्या वेळचा तो प्रसंग, ती वादावादी, सगळं काही त्याला अजूनही जसंच्या तसं आठवत होतं. अगदी काल घडावं इतकं स्पष्ट.

...तो एक टी. व्ही. प्रोग्रॅम बघत होता तेव्हा अचानक ॲलिस तिथे आली होती आणि तिने टी. व्ही. बंद केला होता.

"मला जरा तुझ्याशी काही महत्त्वाचं बोलायचंय," ती म्हणाली होती.

जरासा त्रासूनच तो तिचं म्हणणं तरी काय आहे हे ऐकण्यासाठी थांबला होता.

"मी आजवर कितीकदा तुझ्याजवळ हा विषय काढून बघितला. पण तू मुळी धड कधी काही उत्तरच देत नाहीस. मला आत्ताच्या आत्ता तुझ्याकडून उत्तर हवंय. आणि हे शेवटचंच."

"बोल काय म्हणणं आहे तुझं?" तो म्हणाला होता. पण तिला कशाविषयी बोलायचंय याची त्याला पूर्ण कल्पना होती.

"तुझ्या आणि माझ्या भविष्यकाळाबद्दलच बोलायचंय मला." ती म्हणाली होती. "तू येत्या निवडणुकीस उभा राहणार आहे की नाही हे एकदाच स्पष्ट सांगून टाक."

"वेल्, खरं सांगायचं तर... मी... अजून त्यावर नीटसा विचारच केलेला नाहीये."

"कुणाला धापा मारतोस? तू व्यवस्थित सगळा विचार केलायस," ती म्हणाली होती. "तू काय करायचं ते अगदी नक्की ठरवलेलं आहेस. तेव्हा ते आता मला विश्वासात घेऊन सांगायला काय हरकत आहे? तू उभा राहणार आहेस की नाही?"

"अजिबात नाही," तो एकदमच म्हणाला. अखेर एकदाचं तोंडातून सत्य बाहेर पडलं आणि त्याचं त्यालाच हायसं वाटलं. "मुळीच नाही" तो परत ठासून म्हणाला, "झालं तेवढं पुष्कळ झालं."

ॲलिस त्यानंतर आश्चर्याने थक्क होऊन तिथेच उभी राहिली होती. "माझा तर विश्वासच बसत नाहीये. तू शुद्धीत आहेस ना मॅट? तुला काय वेडबीड तर नाही लागलं? मॅट... अरे मग तू काय करायचं ठरवलंयस?"

"काय म्हणजे? या जगात मी करू शकेन अशा आणखी कितीतरी गोष्टी आहेत की. शिवाय मी चालू केलेला 'पीपल्स नॉनन्युक्लीयर पीस प्लॅन' आहेच की. त्याला मी माझा जेवढा वेळ देईन तेवढा कमीच आहे. मी आत्तापर्यंत काही कमी वेळा तुझ्यापाशी याबद्दल बोललो नसेन"

"नऊ बलाढ्य राष्ट्रांना अण्वस्त्रांचा त्याग करायला सांगायचा– हे काम मला वाटतं मॅट, तू प्रेसिडेंट असतानाच जास्त प्रभावीपणे करू शकशील."

"अजिबात नाही. उलट मी स्वत: अमेरिकेचा प्रेसिडेंट असताना जगाला त्यांनी अण्वस्त्रे टाकून द्यावी असं सांगायला लागलो तर त्याला राजकारणाचा वास येईल. पण एकदा मी प्रेसिडेंट नाही म्हटल्यावर लोकांना हे माझं म्हणणं स्वार्थीपणाचं वाटायचं नाही."

पण हे तो ॲलिसच्या गळी उतरवू शकला नव्हता. तेव्हा नाही. नंतरही कधीच नाही.

अंडरवुडने आपल्या बायकोची भूमिका समजावून घेण्याचा खूप प्रयत्न केला. ॲलिसच्या दृष्टीने चार वर्षं पुरेशी नव्हती. तिला आठ वर्षं हवी होती. हे म्हणजे परत एकदा मिस अमेरिका म्हणून निवडून येण्यासारखं होतं. अर्थात त्याहूनही कितीतरी मोठ्या प्रमाणावर. तो चकचकाट तिला मनापासून आवडायला लागला होता. तो तिला तसाच कायमचा मिळाला असता तरी हवाच होता.

शिवाय आपल्या आधी ज्या ज्या फर्स्ट लेडीज होऊन गेल्या त्या सगळ्यांच्यात प्रत्येक बाबतीत आपण वरचढ ठरावं अशी तिची इच्छा होती. आणि हे अंडरवुडला पुरेपूर ठाऊक होतं. जॅकेलिन केनेडी आणि लेडी बर्ड जॉनसन या दोघींच्या दिमतीला चाळीस लोकांचा ताफा होता हे तर सर्वश्रुतच होतं. मग ॲलिसला त्याहून जास्त स्वत:साठी हवा होता. पॅट निक्सनने आपल्या आठ वर्षांच्या फर्स्ट लेडीच्या कारकीर्दीत एकूण चौसष्ट स्टेट डिनर्सचं यजमानीणपद भूषवलं होतं, मग आपणही तेवढी किंवा जमलं तर जास्तच डिनर्स का देऊ नयेत? व्हाईट हाऊसच्या १३२ खोल्यांसाठी आपल्या हाताखाली पंचाहत्तर सेवकांची फौज का असू नये? सगळ्या जगाला आपण दिपवून टाकलं पाहिजे...

अशा प्रकारे मॅटने परत एकदा प्रेसिडेंट व्हायचं की नाही हा त्यांच्यातल्या संघर्षाचा अतिशय मोठा मुद्दा होता. पुढचे वाद टाळण्यासाठी मॅटने तिच्याशी जास्त बोलणंच बंद केलं. तो जास्ती जास्ती एकलकोंडा होत गेला. पण ॲलिसला मात्र हे मंजूर नव्हतं. ती पहिल्यासारखीच आग्रही मतांची होती आणि तिने अजून हार मानली नव्हती. जेव्हा म्हणून संधी मिळेल तेव्हा आपल्या नवऱ्याला या मुद्दयावरून टोकायला ती कमी करत नसे.

आता क्वीन्स बेडरूमच्या दारात उभा राहून मॅट परत एकदा ॲलिसशी समझोता करण्याचाच विचार करत होता.

त्याने दारावर टकटक वगैरे न करताच एकदम ढकलून दार उघडलं.

ॲलिस अजूनही रात्री झोपताना घातलेल्या झिरझिरीत नाईटीतच होती. ती खोलीतल्या प्रचंड पलंगावर ऐसपैस रेलून बसली होती.

''सकाळ झाली ॲलिस,'' अंडरवुड मोठ्यांदा हसत ओरडला. ''मी म्हटलं आज जरा तुझ्याबरोबर बसून ब्रेकफास्ट घ्यावा.''

असं म्हणता म्हणताच त्याच्या लक्षात आलं की, ॲलिसच्या मांडीवर ब्रेकफास्टचा भरलेला ट्रे होता आणि ती चहाचा कप हातात घेऊन बसली होती.

''फार उशिरा आलास,'' ती हसून म्हणाली. ''पुढच्या वेळी निदान आधी तरी कळवून ब्रेकफास्टला ये. आता मी जरा कामात आहे. मोनिकाशी महत्त्वाची चर्चा चाललीय.''

त्याने बाजूला नजर टाकली आणि त्याच्या लक्षात आलं की, ॲलिसची सोशल सेक्रेटरी मोनिका ग्लासही तिथे होती. तो खिडकीशी हातातले कागदपत्र चाळत उभी होती. तिने त्याच्याकडे एक खुनशी कटाक्ष टाकला.

अंडरवुडने अर्थातच तिच्याकडे दुर्लक्ष केलं. ती दिसायला इतकी कुरूप होती की, अंडरवुडच्या मते ती एक कटाक्ष टाकण्याच्याही लायकीची नव्हती. आता ती हुशार आणि कर्तबगार होती ही गोष्ट वेगळी. पण तरीही त्याला तिच्याकडे बघवायचं नाही.

''अरे अरे!'' अंडरवुड वैतागून म्हणाला.

''आज काय तू दिवसभर बराच बिझी आहेस?'' ॲलिस उगीचच खोटी खोटी आपुलकी दाखवत म्हणाली.

''ठीक. नेहमीसारखाच.'' तो म्हणाला, ''बरंय. नंतर भेटूच!''

अंडरवुडने दार आदळलं आणि तो निघाला.

हॉलमधे तिरकं चालत गेल्यावर प्रेसिडेंटची डायनिंगरूम लागली. छोटीशीच खोली होती. उत्तम जुन्या नक्षीकामाच्या लाकडी सामानाने भारदस्त वाटायची. इथे येताच मॅटची तबियत नेहमीच खूष होऊन जायची.

भव्य डायनिंग टेबलापाशी मॅटचा अपॉइंटमेंट्स सेक्रेटरी, जॉन झाड्रिक, केव्हाचा येऊन बसला होता. तो हातातले कागदच उलटत होता. प्रेसिडेंट येताच त्यांच्या नेहमीच्या वेटरने गरम गरम कॉफी ओतली आणि तो ब्रेकफास्टची तयारी करू लागला.

वेटर निघून गेला आणि ग्लासातला ऑरेंज ज्यूसचा घोट घेत घेत प्रेसिडेंट मॅट आपल्या अपॉइंटमेंट्स सेक्रेटरीकडे वळला.

''काय, आजच्या दिवसाचा काय कार्यक्रम आहे?''

झाड्रिक म्हणाला, ''सकाळी तशी फार गडबड नाहीये. रोजच्यासारखी सकाळी नऊ वाजता तुमची चीफ ऑफ स्टाफ पॉल ब्लेक याच्याबरोबर चर्चा आहे. शिवाय सेक्रेटरी ऑफ स्टेट मॉरिसनही येणार आहे.''

अंडरवुडला आश्चर्याचा धक्काच बसला. ''मॉरिसन? एझ्रा मॉरिसनचं तिथे काय काम?''

''माझ्या माहितीप्रमाणे आज तुम्ही जे लंच घेणार आहात त्याबद्दलच बोलायला

सेक्रेटरी ऑफ स्टेट म्हणून मि. मॉरिसन येणार आहेत.''

''माझं लंच?'' मग त्याला अंधुक काही तरी आठवलं. ''ओ येस. आता आठवलं. कोणीतरी राजकीय पुढारी...''

''राजकीय पुढारी म्हणता नाही येणार,'' झाड्रिक मधेच म्हणाला. ''तुमचे पाहुणे आहेत. खास पाहुणे. हे आजचे पाहुणे एका राष्ट्राचे प्रेसिडेंट आहेत.''

''कुठलं राष्ट्र?''

''लाम्पांग, मि. प्रेसिडेंट.''

''लाम्प– काय?''

''फिलिपाईन्सपासून फार लांब नसलेलं हे एक आयलंड आहे सर, लाम्पांग. आणि आज तुम्ही दुपारचं जेवण त्याच्याच प्रेसिडेंट मादाम नॉय सँग यांच्याबरोबर घेणार आहात.''

अंडरवुडने एव्हाना आपला ज्यूस संपवला होता व तो बाऊलमधलं सीरियल ढवळत होता. ''नॉय सँग? काय चमत्कारिक नाव आहे.''

''ते तिथलं नाव आहे सर. मादाम सँग त्यांच्या पतीच्या आकस्मिक निधनानंतर गेलं वर्षभर लाम्पांगच्या प्रेसिडेंट आहेत. त्यांच्याबरोबर तुमची दोन तास मीटिंग आहे. तुमच्याबरोबर मि. ब्लेक आणि सेक्रेटरी ऑफ स्टेट मि. मॉरिसन हेही लंचला आहेत. त्यामुळे ते तसंच महत्त्वाचं असणार असं मला वाटतं.''

अंडरवुडने सीरियल कसंबसं संपवलं आणि तो कॉफीकडे वळला. ''लाम्पांगबद्दल असं काय महत्त्वाचं बोलणं असणार?''

''वेल्, सर...''

''जाऊदे, जाऊदे,'' प्रेसिडेंट मॅट म्हणाला, ''आता आठवलं खरं. लाम्पांग आणि ती बाई काय तिचं नाव? हं नॉय सँग. बरं ते जाऊ दे. आणखी काय काय कार्यक्रम आहेत?''

दोन

सकाळच्या रहदारीमुळे सेक्रेटरी ऑफ स्टेट एझ्रा मॉरिसन याला पोचायला आठ मिनिटं उशीर होणार होता.

खरं तर स्टेट डिपार्टमेंटपासून सी. आय. ए.चे लँगले येथील हेडक्वार्टर्स काही फार लांब नव्हते. खरं तर वॉशिंग्टन डी. सी. च्या मध्यापासून व्हर्जिनियामधे असलेलं लँगले जेमतेम दहा मैल लांब होतं.

त्याच्या ड्रायव्हरने प्रयत्नांची शर्थ केली. पण रस्त्यावर वाहनांची गर्दीच इतकी प्रचंड होती.

अखेर एकदाची ड्रायव्हरने मॉरिसनची लायमोसिन गाडी लँगलेच्या मेन गेटातून आत आणली. गेटापाशी एका गार्डने नेहमीसारखी रजिस्टरमधे मॉरिसनच्या नावाची नोंद केली.

एकदा समोरच्या भव्य इमारतीत शिरल्यावर एझ्रा मॉरिसनने आपल्या सूटला पडलेल्या काही सुरकुत्या झटकून साफ केल्या. तो प्रचंड देहधारी होता पण कायम झकपक असायचा. रुमालाने आपल्या जाडजूड भुवया आणि बटाट्यासारख्या ओबडधोबड नाकावरचा घाम पुसत तो आत गेला. सगळ्या भिंती आणि खांब संगमरवराचे होते. भीतिदायकच दिसायचे.

पॅसेजच्या दुसऱ्या टोकापर्यंत चालत गेल्यावर एक जिना लागला. चार पायऱ्या चढून गेल्यावर लँडिंग होतं. तिथे बसलेल्या दोघा गार्ड्सनी मॉरिसनचं ओळखपत्र नेहमीप्रमाणे बघायला मागितलं. याच गोष्टीचा त्याला फार संताप येई. गेले किती वर्षं आपण इथे येतोय, पण दर वेळी या ओळखपरेडीतून काही सुटका नाही.

पुढे गेल्यावर शेजारी शेजारी पाच लिफ्ट्स होत्या. त्यांपैकी पहिली लिफ्ट सरळ फक्त सी. आय. ए. डायरेक्टर ॲलन रॅमेज याच्या ऑफिसकडे जायची. ही लिफ्ट घेऊन मॉरिसन वर गेला.

तो डायरेक्टरच्या ऑफिसात शिरला तर बाकीचे अगोदरच येऊन बसले होते. सी. आय. ए. डायरेक्टर ॲलन रॅमेजच्या समोरच्या खुर्चीत प्रेसिडेंटचा चीफ ऑफ

स्टाफ पॉल ब्लेक आरामात बसला होता. डायरेक्टरच्या शेजारच्या खुर्चीत सी. आय. ए. डेप्युटी डायरेक्टर फॉर ऑपरेशन्स मेरी जेन ओन्नेल ही बसली होती. मॉरिसनने तिच्याकडे पाहून औपचारिक हास्य केलं. ती इतक्या वरच्या अधिकाराच्या जागेवर न शोभण्याइतकी तरुण व सुंदर होती आणि गेलं वर्षभर तिचं आणि मॉरिसनचं लफडं चालू होतं. मॉरिसनला अर्थात बायका मुले वगैरे होती, पण सेक्रेटरी ऑफ स्टेट असलेल्या मॉरिसनला कामानिमित्त वेळी अवेळी घराबाहेर राहावे लागते, अशी त्यांची समजूत होती. त्यामुळे तोही अडसर नव्हता. त्यामुळे या साहेबांचे हे चौर्यकर्म बाहेरच्या बाहेर सुरळीत चालू होते. तशी त्यांची ओळख मात्र फार जुनी नव्हती. साधारण एखादंच वर्ष झालं असेल त्यांची गाठ पडून पण मेरी जेनसारख्या तरुण, सुंदर व शिवाय पुढारलेल्या विचाराच्या स्त्रीशी या थोड्याशाच ओळखीचं घट्ट मैत्रीत रूपांतर व्हायला फारसा वेळ लागला नाही. आणि अवघ्या दोन आठवड्यांत त्यांच्यातले सगळेच अडसर दूर झाले होते.

"उशीर झाला त्याबद्दल सॉरी हं," मॉरिसन सी. आय. ए. डायरेक्टला म्हणाला. त्याने आपली हॅट व ब्रीफकेस बाजूला ठेवली. "रस्त्यावर इतकी भयंकर गर्दी आहे गाड्यांची की, त्यातून वाट काढणं मुश्कील आहे."

"तू तसा वेळेत आहेस." रॅमेज म्हणाला आणि त्याने आपले शिल्लक राहिलेले तुरळक केस नीट चापून चोपून बसवत आपलं टक्कल झाकायचा फोल प्रयत्न केला.

रॅमेज खुर्चीत नेहमी करारी मुद्रेने आणि ताठ बसायचा. त्यामुळे भेटायला आलेल्या लोकांना त्याचा चांगलाच दरारा वाटायचा. शिवाय डोळ्याला सोनेरी फ्रेमचा चष्मा लावल्याने त्याचं व्यक्तिमत्त्व चांगलंच भारदस्त दिसायचं. कुणावरही छाप पडायची.

रॅमेजने कुठेतरी शून्यात बघत समोरचे कागदपत्र सारखे केले. "लाम्पांग" तो मोठ्यांदा म्हणाला आणि मग आजच्या मीटिंगला सुरुवात झाली. "एझ्रां, माझ्या आठवणीप्रमाणे आज तू आणि पॉल आपल्या प्रेसिडेंटना या आजच्या लंच आणि मीटिंगविषयी नीट माहिती देणार आहात नाही का?" - त्याने आपल्या घड्याळाकडे पाहिलं– "अजून बरोबर एक तासाने. आजची ही त्या लाम्पांगच्या प्रेसिडेंटबरोबरची मीटिंग किती महत्त्वाची आहे याची अंडरवुडला थोडी तरी कल्पना आहे का?"

"कल्पना तर आहेच," ब्लेक म्हणाला, "पण त्याला त्यात फारसा रस मात्र नाहीये."

"पण त्याला रस घ्यावाच लागेल." डायरेक्टर ॲलन रॅमेज म्हणाला, "त्याला नीट काय ते समजावून सांगावं लागेल."

मॉरिसनने डायरेक्टरची काळजी दूर करण्याचा प्रयत्न केला. "काळजी करू

नको ॲलन. आता थोड्या वेळाने कॅबिनेट मीटिंग आहेच. त्यानंतर मगच त्याची आणि मादाम नॉय सँगची भेट व्हायची आहे. त्यापूर्वी आम्ही त्याच्या डोक्यात सगळं काही नीट शिरवूच.''

''प्रेसिडेंट सगळं नीट लक्षात ठेवेल,'' पॉल ब्लेक म्हणाला, ''तो जरा तऱ्हेवाईकपणा करतो हल्ली. पण तरी हे तो लक्षात ठेवील. टी.व्ही.वर नाही का किती व्यवस्थित निभावून न्यायचा सगळं, व्हाईट हाऊसमध्ये आल्यावरसुद्धा त्याची ही खासियत टिकून आहे.''

''निदान आपण अशी आशा करूया.'' डायरेक्टर म्हणाला.

''तुम्ही लोक काही चिंताच करू नका.'' ब्लेक परत एकदा म्हणाला.

''ठीक आहे मग,'' डायरेक्टर म्हणाला, ''मग जरा तत्पूर्वी आपण एकदा सगळ्याची नीट उजळणी करू आणि त्या अंडरवुडच्या डोक्यात काय काय भरायचं ते नीट ठरवून टाकू.''

डायरेक्टर रॅमेज आता शेजारी वळून म्हणाला, ''मेरी जेन आपली लाम्पांगवरची फाईल तुझ्याकडे आहे ना? जरा आण बघू.''

मेरी जेन ओन्नेल उठली. ती पाच फूट दोन इंचच असेल जेमतेम. पण काय बांधा होता; जबरदस्त. मॉरिसनने नुसत्या आठवणीनेच आवंढा गिळला.

तिने फाईल काढली आणि त्यातले कागद एकेकाला वाचायला देऊ लागली. डायरेक्टर रॅमेजच्या हातात आधी कागद देऊन नंतर ती ब्लेक आणि मॉरिसनच्या बाजूला आली. मॉरिसनला कागद देताना तिने त्याच्या डोळ्यात डोळे घालून बघत सहेतुक निसटता स्पर्श केला.

तेवढ्यानेही मॉरिसन शहारला. तिने गालात जीभ घोळवत हास्य केलं.

मग अंगाला बारीकसे हेलकावे देत ती आपल्या जागेवर परत जायला लागली तेव्हा तर मॉरिसन वेडाच झाला. हिच्या नुसत्या दर्शनाने ज्या भावना मनात जाग्या व्हायच्या, एखाद्या शाळकरी पोरासारख्या... त्याच्यापुढे आपली बायको किती शुष्क... नीरस. इतक्यात सी. आय. ए. डायरेक्टरच्या आवाजाने त्याच्या दिवास्वप्नाचा भंग झाला.

''लाम्पांग,'' डायरेक्टर रॅमेज म्हणाला, ''आपण काय ते चटकन ठरवून टाकू.''

''ठीक आहे,'' मॉरिसन म्हणाला.

रॅमेज खुर्चीत जरा रेलून बसला. ''प्रेसिडेंटला याबद्दल एक कणभर तरी माहिती आहे का?''

चीफ ऑफ स्टाफ पॉल ब्लेक पुढे झुकून म्हणाला, ''किंचितच. नाही तरी त्याला प्रत्येकच बाबतीत किंचितच ठाऊक असतं.''

रॅमेजने होकार दिला. ''मग त्याची तुम्ही अगदी पूर्ण तयारी करून घ्या. चांगली

घोकंपट्टीच करून घ्या.''

''आपल्याला तसं करायची संधी दोनदा मिळणार आहे,'' पॉल ब्लेक म्हणाला. ''मी थोड्याच वेळात त्याला व्हाईट हाऊसमधे भेटणार आहे, ओव्हल ऑफिसमधे, आणि नंतर परत कॅबिनेट मीटिंगला मी आहेच.''

''आणि या मादाम सँगची आणि त्याची मीटिंग दुपारी बाराला आहे ना?''

''साडेबारा,'' पॉल ब्लेक म्हणाला, ''आधी लंच आणि मग चर्चा, अर्थातच मी आणि सेक्रेटरी ऑफ स्टेट असे दोघेही त्या वेळी हजर असूच.''

''मग तर फारच छान.'' रॅमेज म्हणाला, ''त्याला महत्त्वाच्या मुद्दयांवर भर देऊन समजावून सांगा. लाम्पांगचे कंबोडिया आणि व्हिएटनामशी असलेले संबंध आणि त्या पार्श्वभूमीवर आपल्या संरक्षणाच्या फळीतील लाम्पांगचे महत्त्वपूर्ण स्थान या दोन्हीही गोष्टी त्याच्या नीट डोक्यात शिरायला हव्यात.''

''ते मी बघतो.'' सेक्रेटरी मॉरिसनने वचन दिलं.

पण रॅमेजला तेवढी खात्री नव्हती. ''मादाम सँगच्या आणि प्रेसिडेंटच्या चर्चेतून जे काही निष्पन्न होणार आहे ते आपल्या देशाच्या दृष्टीने फार महत्त्वाचं आहे.'' रॅमेजने आपल्या टेबलावरचे पेपर्स चाळायला सुरुवात केली. ''त्याच वेळी मादाम नॉय सँगकडून काय प्रकारचा विरोध आपल्या प्रस्तावाला होणार आहे याचीही जाणीव त्याला करून द्यायला हवी.''

''तुम्हाला काय वाटतं, बराच विरोध होईल?'' ब्लेकने विचारलं.

''तसं काही सांगता यायचं नाही.'' तेवढ्यात रॅमेजला हवा तो कागद मिळाला. ''आपला लाम्पांगमधल्या सी. आय. ए.च्या शाखेचा प्रमुख पर्सी सीबर्ट याने मला मादाम नॉय सँगबद्दल थोडी माहिती पुरवली आहे. मी त्याने काय लिहलंय ते तुम्हाला थोडक्यात सांगतो.'' रॅमेजने त्या कागदात एकवार डोकं खुपसलं आणि तो बोलू लागला. ''ती चांगल्या प्रतिष्ठित घराण्यातली आहे. त्यांची स्वत:ची बरीच भातशेती आहे आणि ते चांगलेच श्रीमंत लोक आहेत. त्यांनी तिला महाविद्यालयीन शिक्षणासाठी अमेरिकेला पाठवलं होतं. त्यामुळेच आपल्या देशाची काही विशिष्ट प्रतिमा तिच्या मनात असणारच. तिने जराशा डाव्या विचारसरणीच्या व सुधारक अशा प्रेम सँगशी विवाह केला. तो बेचाळीस वर्षांचा आणि उच्चविद्याविभूषित होता. तिच्याहून दहा वर्षांनी मोठा. त्यांना एक मुलगा पण झाला. तो आता सहा वर्षांचा आहे. त्याचं नाव डेन. आपल्या शेतकी सुधारणा करण्याचा घोषवाक्यावर प्रेम सँग निवडून आला. त्याने आपल्या पत्नीचीच व्हाईस प्रेसिडेंट म्हणून नियुक्ती केली. हे जरा आपल्याला विचित्र वाटतं. पण त्या काहीशा मागास लोकांमधे असाच रिवाज आहे. आता या प्रेम सँगला अमेरिकेबद्दल काही फारशी आस्था किंवा आपुलकी नव्हती. पण आपला शत्रूही नव्हता. तो खरं तर एक प्रखर राष्ट्रवादी होता. त्याला

लाम्पांग कुठल्याच बड्या शक्तीच्या आधीन न होता पूर्णपणे स्वतंत्र व सार्वभौम राहावं असं वाटे.

“आणि त्याची पत्नी? तिची काय मतं आहेत?” ब्लेकने विचारलं.

“खरं तर मलाच त्याची नीटशी कल्पना नाही.” रॅमेजने कबूल केलं. “पण सीबर्ट जे काय सांगतो त्याप्रमाणे तिच्या आणि तिच्या नवऱ्याच्या ध्येयधोरणांमधे काही फारसा फरक नाहीये. पण अर्थात गेलं वर्षभर ऑफिसात बसून प्रत्यक्ष राजकारण केल्यानंतर तिच्या मनात अमेरिकेबद्दल जरा जास्त जवळीक निर्माण झालीही असेल. दोन गोष्टी मात्र नक्की. त्या लाम्पांग आयलंडवरचा अमेरिकेचा अगदी सगळ्यात जवळचा आणि विश्वासपात्र मित्र म्हणजे जनरल नाकॉर्न, त्याच्या लष्कराचा प्रमुख. तसंच त्याचा डेप्युटी, कर्नल पिअरी शाव्हालिट. आणि त्या आयलंडवरचा अमेरिकेचा सगळ्यात मोठा शत्रू म्हणजे कॅप्टन अेपास ल्यूनाकूल. लाम्पांगच्या दोन छोट्या द्वीपांवरील कम्युनिस्ट चळवळींचा नेता. आणि मादाम नॉय सँग ही खरं तर नक्की कोण– शत्रू की मित्र– ते कळायला काही मार्ग नाही.”

“ पण तिची स्वत:ची अशी काही तरी ठाम भूमिका असेलच ना.” ब्लेक म्हणाला.

“आहे ना.” रॅमेज म्हणाला, “आमच्या हाती आलेल्या माहितीनुसार तिला ती तिच्या नवऱ्याची शेतकी सुधारणेची चळवळ चालू ठेवण्यासाठी अमेरिकेची मदत लागेल. पण त्याचबरोबर कम्युनिस्टांनी अशी ओरड केलेली पण तिला चालणार नाही की, तिने लाम्पांग एका भांडवलशाही राष्ट्राला विकलं असून ते राष्ट्र लाम्पांगची पिळवणूक करतंय. मादाम सँगला लोकांचा भरपूर पाठिंबा आहे– जास्त करून शेतकरी वर्गाचा. आणि या शेतकरी वर्गाला जर जमिनीचं न्याय्य वाटप करून मिळणार असेल आणि त्यांची आर्थिक स्थिती जर सुधारणार असेल तर, त्यांची अमेरिकन पद्धतीच्या लोकशाही शासनयंत्रणेला काहीच हरकत नाहीये.”

“होय.” ब्लेक म्हणाला, “तसं झालं तर ते आपल्या दृष्टीने फारच चागलं. फक्त प्रश्न असा आहे की, हे कसं जमवून आणायचं?” त्याने सेक्रेटरी ऑफ स्टेट मॉरिसनकडे कटाक्ष टाकला. “ही तुझ्या अखत्यारीतली बाब आहे एझ्रा.”

मॉरिसनने मान हलवली. त्याने आपली ब्रीफकेस उघडली आणि एक लिफाफा बाहेर काढला. मग त्याने तो उघडून काही कागदपत्र बाहेर काढून तपासली.

अखेर त्याला हवं ते सापडलं आणि त्याने तो कागद सुटा करून बाहेर काढला. कागदावर नीट नजर फिरवून त्याने डोकं वर केलं.

“खरं तर हा शुद्ध व्यवहार आहे.” मॉरिसन म्हणाला, “खरं आणि स्पष्ट शब्दात बोलायचं तर फक्त व्यवहार. मादाम नॉय सँगला जे हवंय ते आपण द्यायचं आणि त्या मोबदल्यात आपल्याला हवंय ते तिच्याकडून वसूल करायचं.”

"तिला कर्ज हवंय." पॉल ब्लेक म्हणाला, "कित्येक लाख डॉलर्सचं कर्ज."

"तेच तर." मॉरिसन म्हणाला. "आणि त्या मोबदल्यात आपल्याला लाम्पांगवर मोठा लष्करी विमानतळ हवाय."

रॅमेज आता सरसावला. "तिच्या दृष्टीने हा निर्णय घेणं खूपच कठीण काम असणार." तो म्हणाला. तिचं सध्याचं राजकीय स्थान लक्षात घेता अमेरिकेसारख्या एका बलाढ्य राष्ट्राला एक प्रचंड लष्करी विमानतळ उभारू द्यायचा, ज्याच्यावर मोठाली जेट्स, बॉम्बर्स सतत येजा करणार, आपले हजारो कर्मचारी त्या भूमीवर वावरणार, या गोष्टीला फक्त कम्युनिस्टच नव्हे तर खुद्द तिच्या पीपल्स पार्टीचे लोकसुद्धा आक्षेप घेतील. त्यामुळे ती जर यदाकदाचित अशा गोष्टीला तयार झालीच तर त्यासाठी तिला आपण फार मोठं कर्ज द्यावं लागेल. "

" होय. पण त्याचबरोबर ती जर या गोष्टीला तयार झाली नाही तर?" मॉरिसन म्हणाला. "तर तिला आपल्याकडून एक दिडकीसुद्धा मिळणार नाही."

"मला नाही वाटत एवढी वेळ येईल." पॉल ब्लेक म्हणाला, "तिला आपली गरज आहे."

"हो. पण तशीच आपल्यालाही तिची गरज आहे." मॉरिसन म्हणाला. "म्हणूनच मी म्हणतो, हा शुद्ध व्यवहार आहे."

"ठीक आहे. मग आपण आपली बाजू काय ती ठरवू." ब्लेक म्हणाला. "प्रेसिडेंटने तिला जास्तीत जास्त किती डॉलर्स देऊ करायचे हे आधी निश्चित केलं पाहिजे."

"आपण आधी कमीत कमी कर्ज देऊ करायचं आणि मग हळूहळू वाढवत जायचं. पण सुरुवात अगदी कमीत कमी करायची." मॉरिसन म्हणाला. "ती आपल्याला काय देऊ करते त्यावर ते अवलंबून राहील. आता मधे मला जो वेळ मिळेल त्याच्यात मी सेक्रेटरी ऑफ डिफेन्स कॅनॉनपाशी याबाबतीत सल्लामसलत करीनच. जास्तीत जास्त किती डॉलर्स द्यायचे ते त्याच्या सूचनेवर ठरवून मी ते प्रेसिडेंटला कॅबिनेट मीटिंगमधे लेखीच देईन." आता तो ब्लेककडे वळला. "तू त्या प्रेसिडेंटला कॅबिनेट मीटिंगपूर्वीच सगळं नीट समजावून देऊ शकशील ना? अर्थात त्याला फक्त वस्तुस्थिती नीट स्पष्ट करून सांग. कर्जाचा आकडा किती ते नको. मी दरम्यानच्या काळात डिफेन्सच्या कॅनॉनशी सल्लामसलत करतो."

"मला वाटतं, मला जमेल ते." पॉल ब्लेक म्हणाला.

"हो. पण एक लक्षात ठेव. कॅबिनेट मीटिंगपूर्वी त्याला कर्जाचा आकडा अजिबात सांगू नको. लंचच्या अगदी थोडाच वेळ आधी आपण तो आकडा त्याला सांगू म्हणजे तो ते नीट लक्षात ठेवेल. अर्थात मी त्याच्यासाठी खास टिपणे लिहून त्याच्यासमोरच्या टेबलावर ठेवणारच आहे. शिवाय तो एखादी गोष्ट विसरलाच तर

मी आहेच की.'' मॉरिसनने जमलेल्या सर्वांकडे एक दृष्टिक्षेप टाकला. '' मला वाटतं एवढी चर्चा पुरे झाली.'' तो म्हणाला, ''आता आपण त्या नॉय सँगच्या स्वागताला सिद्ध आहोत.''

''मी अशी आशा करतो,'' पॉल ब्लेक जरा नर्व्हसपणे म्हणाला.

''फक्त एकच. तेवढं आपल्या प्रेसिडेंटला नीट तयार करून ठेवा.'' मॉरिसन म्हणाला.

''हा लंच फार महत्त्वाचा आहे. अंडरवुडने आपल्याला हवं ते साध्य केलंच पाहिजे. त्या नॉय सँगवर आपली मोहिनी टाकायलाच हवी.''

ब्लेकने खांदे उडवले. ''प्रश्न इतकाच आहे– कोण कुणावर मोहिनी घालतंय देव जाणे. तो तिच्यावर की ती त्याच्यावर!'' सी. आय. ए. बिल्डिंगमधून बाहेर पडून आपल्या काळ्या लायमोसिनमधून व्हाईट हाऊसकडे निघाल्यावर पॉल ब्लेक हाच विचार करत होता. व्हाईट हाऊसमधे पोहोचल्यावर तो वाटेत भेटलेल्या लोकांकडे बघून औपचारिक स्मित करीत आपल्या ऑफिसात पाहोचला.

ऑफिसमधे ब्लेकचे तीन मदतनीस प्रेसिडेंटचं भाषण तयार करत होते. त्यांची त्यातल्या निरनिराळ्या मुद्द्यांवर आपापसात चर्चा चालू होती. ब्लेकने त्यांच्याशी दोन मिनिटं बोलून नंतर त्यांना पाठवून दिलं.

आता लगेचच त्याला प्रेसिडेंटच्या ओव्हल ऑफिसमधे जाऊन प्रेसिडेंटला या दुपारच्या लंचनंतरच्या चर्चेबद्दल माहिती द्यायची हाती.

प्रेसिडेंटच्या ऑफिसात गेल्यावर त्याच्या समोरच्या खुर्चीत बसून पॉलला अवघडल्यासारखं वाटत होतं. त्यांचा परिचय तसा पुष्कळ जुना होता. हॉर्वर्ड लॉ स्कूलमधून पदवी घेतल्यानंतर ब्लेक न्यूयॉर्कच्या एका सुप्रसिद्ध लॉ फर्ममधे भागीदार झाला होता, व या फर्मच्या अनेक प्रथितयश क्लाएंट्सपैकी अंडरवुड एक होता. अगदी सुरुवातीपासूनच अंडरवुडच्या सर्व भानगडींची जबाबदारी पॉल ब्लेककडे सोपवण्यात आली होती. तो स्वत: जरा बुटकासा व गरगरीत होता. कायम घोटून गुळगुळीत दाढी केलेली आणि शांत सौम्य चेहरा. त्यामुळे तो अंडरवुडच्या पसंतीला उतरला, आणि त्याची बुद्धिमत्ता, त्याचं कामातलं नैपुण्य हेही!

आत्ता या घटकेला ब्लेकने प्रेसिडेंट अंडरवुडला लाम्पांगमधल्या एकंदर परिस्थितीबद्दल माहिती द्यायला सुरुवात केली. प्रश्न असा होता, की प्रेसिडेंटचं त्याच्याकडे पुरं लक्ष होतं का? त्याच्या चेहऱ्यावरून तर काही तसं वाटत नव्हतं. प्रेसिडेंटने हळूहळू विषय बदलून आज दुपारी लासवेगासमधे होणाऱ्या हेवीवेट बॉक्सिग चँपियनशिपबद्दल बोलणं सुरू केलं. ब्लेकला काय वाटतं, कोण जिंकेल?

ब्लेकला काय बोलावं कळेना. त्याने घुटमळत काहीतरी गुळमुळीत उत्तर दिलं. आपण जर या प्रेसिडेंटची नीट तयारी करून घेतली नाही तर त्या लाम्पांगच्या

बाबतीत कोण हरणार आहे एवढं फक्त त्याला ठाऊक होतं.

प्रेसिडेंट आता उतावीळ झाला होता. ''हे बघ पॉल, ते लाम्पांग वगैरे राहू दे ना जरा बाजूला. मला तेच तेच परत दोनदा ऐकावं लागणार आहे का? आपण असं करू, आता जी कॅबिनेट मीटिंग होईल ना त्यातच सगळी चर्चा करू ना, म्हणजे कोण त्या मादाम सँग बरोबर लंच घ्यायच्या वेळी माझ्या डोक्यात सगळं नीट राहील.''

''जशी तुमची इच्छा, मि. प्रेसिडेंट.''

''माझी हीच इच्छा आहे, पॉल..''

दहा मिनिटांच्या एकांगी चर्चेनंतर (या वेळी फक्त प्रेसिडेंटच बोलत होता व पॉल बिचारा ऐकत होता) लासवेगासच्या बॉक्सिंग चँपियनशिपमधे कोणाचा विजय होणार याबद्दल त्यांचं एकमत झालं. आता प्रेसिडेंटच्या चर्येवर उल्हास स्पष्ट दिसत होता.

पॉल हताशपणे आपल्या ऑफिसात परतला. या भेटीतून तर काहीच निष्पन्न झालं नव्हतं. मग त्याने आपल्या मदतनिसांना परत त्या प्रेसिडेंटच्या भाषणावर चर्चा करायला बोलवायचं ठरवलं. पण तेवढ्यात त्याच्या लक्षात आलं, की आपण अजून प्रेसिडेंटच्या राहिलेल्या दिवसाच्या कार्यक्रमाची आखणीच केलेली नाही.

समोर कागद आणि पेन घेऊन त्याने टिपणं काढायला सुरुवात केली.

१०-०० कॅबिनेट मीटिंग.

११-३० कागदपत्रांवर स्वाक्षऱ्या.

१२-३० ते २-३० प्रेसिडेंटच्या डायनिंगरूममधे प्रेसिडेंट नॉय सँग यांच्याबरोबर, सेक्रेटरी ऑफ स्टेट मॉरिसन आणि चीफ ऑफ स्टाफ पॉल ब्लेक यांच्यासमवेत लंच. त्यानंतर यलो ओव्हल रुममधे चर्चा.

३-१५ रोझ गार्डनमधे फोटो सेशन. बॉय स्काऊट्स ऑफ अमेरिकाचे पारितोषिक वितरण.

५-०० तिसऱ्या मजल्यावरील रेड सीटिंगरूममधे लासवेगासची हेवी वेट बॉक्सिंग चँपियन टी. व्ही.वर बघणे.

पॉलने हातातली यादी एकवार परत नीट नजरेखालून घातली व काही लिहायचं राहिले नाही अशी एकदा खातरी पटल्यावरच आपल्या सेक्रेटरीला बोलावून घेतलं. कागद तिच्या हाती ठेवून तिला त्याच्या आणखी टाईप केलेल्या प्रती काढायला दिल्या व त्या लगेच वाटायला सांगितल्या.

सेक्रेटरी हातात तो कागद घेऊन गेली इतक्यात त्याच्या टेबलावरचा निळा इंटरकॉम वाजला. नक्कीच प्रेसिडेंटचा असणार म्हणून त्याने तो उचलला.

पण तो प्रेसिडेंटचा नव्हता तर फर्स्ट लेडीचा होता.

“गुड मॉर्निंग पॉल! मी तुझ्या फार घाईच्या वेळेच्या वेळेला फोन केला का?”

पॉल आपल्या आवाजात शक्य तितकं मार्दव आणून म्हणाला, “तुझ्याकरता दिवसाच्या कुठल्याही क्षणी मला वेळ असतो, ॲलिस!”

“हाऊ नाईस ऑफ यू. पॉल, मला जरा तुझ्याशी बोलायचंय. आज प्रेसिडेंटच्या कार्यक्रमाची तू आखणी केली आहेस का?”

“हो. जवळ जवळ झालीच आहे करून. आताच मी ते कागद टायपिंगला दिले. ”

“मला जरा ते कागद नजरेखालून घालायचे आहेत, पॉल.”

“ते थोड्या वेळाने टाईप होऊन आपोआपच सगळ्यांबरोबर तुझ्याकडेही पाठवले जातीलच की.”

आता आपला आवाज शक्य तितका मधाळ करत ती म्हणाली, “पॉल, पण जर शक्य असलं तर ते मला सगळ्यात आधी जरा बघायला मिळतील?”

तिचा आवाज ऐकून ब्लेक खूष झाला. तिला प्रत्यक्ष भेटायची एकही संधी तो सोडत नसे. “ हो, मिळतील ना. का नाही? मी लगेचच तुझ्याकडे ते घेऊन येतो.”

“उगीच तुला त्रास!”

“छे, छे! त्यात कसला त्रास? मला फक्त मोजून पाच मिनिटं दे. बरं, तू कुठे असशील? ”

“फर्स्ट लेडीच्या ऑफिसमधे.”

“मी लगेचच येतो तिथे.”

फोनवर क्षणभर शांतता पसरली. “पॉल, प्रेसिडेंटचा आजचा कार्यक्रम अजून बाकीच्यांना कळवला गेलेला नाही ना?”

“नाही. का? एवढ्यात बाकीच्यांना कळवला जाऊ नये अशी काही कारणांनी तुझी इच्छा असेल तर...”

“जर शक्य झालं तर. आपण बघू. आधी तो मी नीट नजरेखालून घालते.”

त्यानंतर व्यवस्थित भांग वगैरे पाडून, टायची गाठ चाचपत सुमारे दहा मिनिटांनी पॉल ब्लेक फर्स्ट लेडीच्या ऑफिसात शिरला.

ती आपल्या चकचकीत पॉलिशच्या टेबलाच्या मागच्या झुलत्या खुर्चीत बसली होती. ती खिडकीतून बाहेर बघत होती.

तो आल्याचं कळताच ती उठली आणि सावकाश चालत भिंतीलगतच्या सोफ्यावर जाऊन बसली. जाता जाता तिने सोफ्याच्या शेजारच्या खुर्चीकडे बोट दाखवून पॉलला बसायची खूण केली. तो जरा चाचरला. काय बांधा, काय डौल, काय चाल. अशी गज गामिनी त्याने आयुष्यात कधीच पाहिली नव्हती. ॲलिसच्या अंगात झिरझिरीत उंची पांढरा ब्लाऊझ होता. तिकडे लक्ष जाताच त्याने आवंढा

गिळला. हिच्या स्कर्टची उंची जरा याहून जास्त असती तर काही बिघडलं असतं? -त्या तोकड्या स्कर्टकडे पाहून त्याच्या मनात आलं. खरं तर पॉलची स्वत:ची पत्नीही काही कमी आकर्षक नव्हती. पण हा रुबाब, ही समोरच्याला वेडं करण्याची ताकद काही तिच्यात नव्हती.

ॲलिस पायावर पाय ठेवून सोफ्यावर शांतपणे बसली होती. तिला पुरुषांच्या असल्या पाघळण्याची सवय होती. पॉलला मात्र आपण इथे नक्की कशासाठी आलोय हे तिच्या इतक्या निकट सान्निध्यात बसल्यावर क्षणभर विसरायला झालं होतं. पण मग मनावर खूप संयम ठेवून त्याने प्रश्नार्थक मुद्रेने तिच्याकडे पाहिलं.

"पॉल." ती म्हणाली, "तू प्रेसिडेंटच्या कार्यक्रमाचा प्लॅन आणलास?"

त्याने जाकिटाच्या खिशात हात घालून तो बाहेर कागद काढला.

तिने अधिरतेने हात पुढे केला, "मला बघू,"

त्याच्या हातातून कागद घेऊन तो तिने घाईने नजरेखालून घातला.

"मला एवढंच बघायचं होतं." ती सावकाश म्हणाली, "की आज प्रेसिडेंट लंच कुणाबरोबर घेणार आहेत. आणि यावरून तर असं दिसतंय की लाम्पांगच्या कुठल्या तरी बाईबरोबर."

"होय. मादाम नॉय सँग."

"काय विचित्र नाव आहे." ॲलिस सहजपणे म्हणाली, "हा काय सोशल लंच वगैरे आहे? म्हणजे काही सदिच्छा भेट वगैरे प्रकार की काय?"

तिला नक्की काय म्हणायचंय हे काही ब्लेकला कळेना, पण त्याने तिला सरळ सरळ काय ते स्पष्ट सांगून टाकायचं ठरवलं. "खरं तर ते त्याहून बरचं महत्वाचं आहे. त्याचमुळे मी आणि एझ्रा मॉरिसनही तिथे असणार आहोत."

"पण इथे तू त्यासाठी दोन तास ठेवले आहेस. "ती म्हणाली, "दोन तास! लंच काय एवढा वेळ चालतं का!"

"च्. तो सगळा वेळ काही लंचसाठी नाहीये," ब्लेक म्हणाला, "आधी जरा इकडच्या तिकडच्या औपचारिक गप्पा, एकमेकांच्या ओळखी करून देणं वगैरे. आणि मीटिंगचं महत्त्वाचं कामकाज तर जेवणानंतर होणार आहे. त्यासाठी आम्ही मुद्दाम यलो ओव्हल रूममधे जाऊ."

"पण तरी दोन तास? एवढे खरंच आवश्यक आहेत का? "

"वेल्. अगदी खरं सांगायचं तर नाही," ब्लेक सावधगिरीने म्हणाला, "तसं सगळं मिळून दीड तासात बसवत येईल."

ॲलिस आता त्याच्या बाजूला झुकली. तिच्या अंगाच्या मंद सुगंधाने ब्लेक अस्वस्थ झाला. ॲलिस म्हणाली, "मग तू खरंच दीड तासात बसवू शकशील?"

"तसं आताच मला नक्की सांगता येणं कठीण आहे, ॲलिस. पण तुझ्या

मनात तरी काय आहे?''

ॲलिस आवाजात खूप कळकळ आणून बोलू लागली, '' तुला आठवतं, आम्ही दोघं व्हाईट हाऊसमधे नव्यानेच आलो होतो आणि मी काहीतरी समाजकार्य करावं असं तूच तर सुचवलं होतंस. आपण असंही म्हटलं होतं की मादक द्रव्ये, मद्याचे दुष्परिणाम, बालसुधार केन्द्रे वगैरे बाबतीत माझ्या आधीच्या फर्स्ट लेडीजनी बरंच कार्य केलेलं आहे तेव्हा मी जरा वेगळं कार्यक्षेत्र निवडावं. कला आणि शिक्षणक्षेत्र तर तूच माझ्यासाठी निवडलं होतंस.''

''माझं अजूनही तेच मत आहे. या दोन्ही क्षेत्रांत पुष्कळच करण्यासारखं आहे.'' ब्लेक म्हणाला.

''ओ. के. मग बाकीच्या इतर कामाबरोबरच मी अलीकडे न्यू कॉन्टेम्पो म्युझियमच्या कामात बरीच गुंतले आहे. वेल्. आज तिथे निधी गोळा करण्याच्या दृष्टीने आम्ही आमच्या मदतीला उत्सुक असणाऱ्यांकरता खास चहापानाचा कार्यक्रम आयोजित केला आहे. त्यात मला भाषण करायचं आहे. ते मी अर्थातच करेनच. पण माझं वक्तृत्व काही मॅट इतकं चांगलं नाहीये हे तुला मला माहितीच आहे. त्यामुळे तिथे येऊन माझ्या जोडीला तोही चार शब्द बोलला, तर ते निश्चितच फायद्याचं ठरेल. तेही तुमच्या त्या लाम्पांगइतकंच महत्वाचं आहे. मी काय म्हणते, की त्याने त्या बाईशी खुशाल काय हवी ती चर्चा करावी पण नंतर थोडी सवड काढून माझ्याबरोबर तो म्युझियममधे आला म्हणजे झालं. हे काही अशक्य मुळीच नाही. नाही का?''

पॉल ब्लेक जरा घुटमळला. त्याने ॲलिसकरता कला व शिक्षणक्षेत्र निवडलं होतं ते समाजातल्या गरीब आणि पददलित लोकांची काही मदत केली जावी म्हणून. हे कॉन्टेम्पो म्युझियम आणि त्याचे पाठीराखे व संयोजक निश्चितच या वर्गात मोडणारे नव्हते. त्यांचा उल्लेख काही गरजू म्हणून करणं शक्य नव्हतं. त्यामुळे हा चहापानाचा कार्यक्रम आणि त्यावर प्रेसिडेंटचं भाषण म्हणजे आधीच अजीर्ण झालेल्या माणसाला आणखी जेवायचा आग्रह करण्यासारखं झालं असतं.

''मी– मी नक्की काही सांगू शकत नाही ॲलिस.''

ॲलिस लगेचच उठून उभी राहिली. आता यानंतर हरण्याची तिची तयारी नव्हती. या बेट्या पॉलला जरा घोळात घ्यायला हवा!

''पॉल असं रे काय? तुला काय अशक्य आहे? माझं मन राखण्यासाठी ही इतकी साधी छोटी गोष्ट तू करणार नाहीस? प्लीज.'' ती त्याच्या आता इतकी जवळ उभी राहिली होती की त्याचे हातपायच गळून गेले. त्यात भर म्हणून तिने त्याचा हातही हातात घेऊन कुस्करला.

पॉल जरा घाबरून मागे सरकला. '' वेल्–''

"ए, असं काय?" ॲलिस जोरजोरात हसू लागली. ती आणखी जवळ आली.

"माझ्यासाठी. माझ्या समाजकार्याला मदत म्हणून."

आता यावर काही प्रतिकार करणं ही पॉलच्या हाताबाहेरची, कुवतीबाहेरची गोष्ट होती. त्यामुळे कसं तरी करून हे मान्य करावं झालं आणि सुटावं म्हणून तो म्हणाला,

"वेल्. मला वाटतं ते जमू शकेल."

"तू कित्ती कित्ती चांगला आहेस." म्हणत तिने त्याचा चक्क गालगुच्चाच घेतला. " थँक यू "

"मी... मी कार्यक्रमाची परत नीट मांडणी करतो."

"ते काही फारसं अवघड नाही." ॲलिस म्हणाली, "मॅटने नाहीतरी अजून हा कागद बघितलेलाच नाहीये. तेव्हा त्या लाम्पांगच्या बाईसाठी साडेबारा ते दोन वेळ ठेव. नंतर अडीच वाजता मॅटला माझ्याबरोबर म्युझियममधे जायचंय असं सांग." तिने तो कागद परत त्याच्या हाती ठेवला. "तू लगेच हा बदल करशील ना?"

"लगेचच." तो म्हणाला आणि धडपडत कसाबसा उठला.

ॲलिसने त्याचा हात हाती घेतला व त्याला दारापाशी नेऊन सोडलं.

"मॅट आणि मी गाडीने बरोबर जाणार आहोत हे त्याच्या कानावर घाल."

तो बाहेर पडला आणि पॅसेजमधे आला. ॲलिसने दार बंद करून घेतलं.

तिने आपल्याला उल्लू बनवलंय हे ब्लेकला चांगलंच ठाऊक होतं. तो देह, तो गंध, ते आव्हानात्मक हास्य. पण फारसं काही बिघडलं नव्हतं. त्या पाच मिनिटांच्या मोबदल्यात..

जाता जाता ब्लेक विचार करत होता, नाहीतरी अर्धा तास अलीकडे नाहीतर पलीकडे, काय फरक पडणार आहे विशेष? कोण कुठली बाई. लाम्पांगची प्रेसिडेंट. उलट मॅट तर आपल्यावर खूषच होईल अर्धा तास लवकर सुटका केल्याबद्दल.

चाळीस मिनिटांपूर्वी पॉल ब्लेकने प्रेसिडेंटच्या दिवसाच्या कार्यक्रमात आणखी एक महत्त्वाचा बदल केला आणि मग कार्यक्रम पत्रिका सगळ्या महत्त्वाच्या लोकांकडे पाठवून दिल्या.

त्याने आजची कॅबिनेट मीटिंग रद्द केली होती.

आपल्याला प्रेसिडेंटची लाम्पांगच्या संदर्भात नीट पूर्वतयारी करून घेता आलेली नाहीये याची त्याला पूर्णपणे जाणीव होती. त्याचमुळे कॅबिनेटरूममधे सर्व वेळ प्रेसिडेंटशी फक्त याच विषयावर बोलणं व्हावं अशी त्याची इच्छा होती. त्यामुळे या विषयाशी संबंधित नसलेल्या इतर मंत्र्यांना उगीच कशाला त्रास द्यायचा असं त्यानं ठरवलं.

कॅबिनेट रूममधे ठरल्यावेळी प्रवेश केल्यावर ब्लेकला असं दिसलं की या

प्रकरणाशी संबंधित असलेले सर्व लोक तिथे आधीच उपस्थित आहेत. मग ब्लेकने सेक्रेटरी ऑफ स्टेट, सी. आय. ए. डायरेक्टर, सेक्रेटरी ऑफ डिफेन्य व नॅशनल सेक्युरिटी कौन्सिलच्या तीन अधिकाऱ्यांशी हस्तांदोलन केलं आणि तो प्रेसिडेंटच्या रिकाम्या खुर्चीच्या शेजारच्या काळ्या लेदरच्या खुर्चीत स्थानापन्न झाला.

"तुझं आणि प्रेसिडेंटच मघाशी लाम्पांगच्या संदर्भात व्यवस्थित सगळं ठरल्यासारखं बोलणं झालं ना?" मॉरिसनने विचारलं.

ब्लेकने दात विचकले. "व्यवस्थित, माझं कपाळ!"

"म्हणजे काय? काय झालं?" मॉरिसनने काळजीने विचारलं.

"प्रेसिडेंटने लाम्पांगविषयी काही ऐकूनच घेतलं नाही. लाम्पांगचं महत्त्वच त्याच्या अजून लक्षात आलेलं नाही आणि तो काही पटवून घ्यायलाच तयार नाही. त्याने माझ्याशी फक्त लास वेगासमधे आज होणाऱ्या हेवीवेट बॉक्सिंगबद्दल गप्पा मारल्या, बस्." ब्लेक म्हणाला.

"मग आता पहिलं काम आपल्याला तेच करायला हवं." सी. आय. ए. डायरेक्टर रॅमेज म्हणाला.

"खरंय तुमचं म्हणणं," ब्लेक म्हणाला, "आत्ता या मीटिंगला फक्त लाम्पांग एके लाम्पांग. म्हणूनच मी बाकी सगळं रद्द केलं. प्रेसिडेंटची लंचच्या वेळी जी महत्त्वपूर्ण चर्चा होणार आहे त्याचबद्दल फक्त आपण इथे बोलणार आहोत."

मग प्रेसिडेंटला काय काय आणि कसं कसं समजावून सांगायचं याची ते चर्चा करत असतानाच दार उघडून प्रेसिडेंट अंडरवूड प्रसन्न चेहऱ्याने आत आला.

उंचापुरा आणि देखणा अंडरवुड चांगलाच खुशीत दिसत होता. आपले कपाळावर आलेले केस हाताने मागे ढकलून त्याने सगळ्यांकडे बघून एकवार दिलखुलास हास्य केलं. आणि तो असाच सहजपणे म्हणाला, "काय मंडळी? इथे माझ्या पाठीमागे कसली चर्चा चालली होती माझ्याबद्दल?"

मग टेबलामागच्या आपल्या खुर्चीत जाऊन बसण्यापूर्वी त्याने प्रत्येकाची वैयक्तिक विचारपूस केली व हस्तांदोलन केलं.

प्रेसिडेंट नीट बसताक्षणी ब्लेक म्हणाला, "मि. प्रेसिडेंट, आम्ही तुमच्या आजच्या मादाम नॉय सँगबरोबरच्या लंचविषयीच बोलत होतो."

"हे लंच वगैरे प्रकरण साधारण किती वेळ चालणार आहे?" प्रेसिडेंटने विचारलं.

"फार वेळ चालायला हवं असं नाही." मॉरिसन म्हणाला, "थोड्या औपचारिक गप्पा. एकमेकांच्या ओळखी वगैरे झाल्या की, आपण झटपट लंच घेऊन आपल्या यलो ओव्हल रूममधे जाऊन कामाची बोलणी सुरू करायला हरकत नाही."

"मी एवढ्यासाठीच विचारलं की, आज संध्याकाळी टी. व्ही. वरची बॉक्सिंगची

फाईट मला चुकवायची नाहीये.'' प्रेसिडेंटने स्पष्ट केलं.

''त्यासाठी तुम्हाला पाहिजे तेवढा वेळ मिळेल.'' ब्लेकने आश्वासन दिलं. ''हा लंच व नंतरची मादाम नॉय सँगबरोबरची मीटिंग केवळ दीडच तास चालणार आहे. नंतर तुम्ही कॉन्टेम्पो म्युझियमच्या उद्घाटनाला यावं अशी बाईसाहेबांची इच्छा आहे. तिथे तुम्हाला फार तर पाच-सात मिनिटाचं छोटसं भाषण करावं लागेल. कारण त्यांना निधी गोळा करायला त्याने मदत होईल. मग तुम्हाला मधे पुष्कळ रिकामा वेळ मिळेल व तुम्ही टी. व्ही. बघायला वेळेत परत याल. ''

प्रेसिडेंटने एकदा खोलीभर सर्वत्र नजर फिरवली. ''अरे, मी हे काय पाहतोय? या महत्त्वाच्या मीटिंगला आपले बरेचसे लोक हजरच नाहीयेत? ''

''मुद्दामच,'' ब्लेक म्हणाला. ''आज तुमची आणि मादाम सँगची इतक्या महत्त्वपूर्ण बाबींवर बोलणी व्हायची आहेत, की तुमच्यात व मादाम सँगच्यात होणाऱ्या कराराविषयी ठरवण्याकरता जेवढी आवश्यक तेवढीच माणसं मी बोलावली. आपण आत्ता सर्व वेळ फक्त याचविषयी बोलणार आहोत.''

''मग ठीक आहे.'' प्रेसिडेंट म्हणाला. ''बरं, ही बाई, मी आज जिच्याबरोबर लंच घेणार आहे, ती साधारण कशी आहे, कुणाला काही सांगता येईल? ''

आता सेक्रेटरी ऑफ स्टेट मॉरिसन जरा पुढे झुकला. ''खरं तर आम्हाला कुणालाच काही कल्पना नाही. इथे असल्यापैकी कुणीच तिला प्रत्यक्ष भेटलेलं नाही. तुमच्या लक्षात असेल, की तिचा पती लाम्पांगचा प्रेसिडेंट होता व ती स्वत: व्हाईस प्रेसिडेंट. मग त्याचा खून झाला व ती प्रेसिडेंट झाली. त्या भागात तसा रिवाजच आहे. तेव्हा हे प्रेसिडेंटचं पद वारसाहक्काने तिला मिळालंय.''

अंडरवुडने मान डोलावली. ''हो, आता आठवलं. मी वर्तमानपत्रात तिचा फोटो पाहिलाय. तशी दिसायला काही वाईट नाहीये.''

आता रॅमजने तोंड उघडलं. ''वाईट? मि. प्रेसिडेंट, आपला लाम्पांगमधला सी. आय. ए. स्टेशन हेड पर्सी सीबर्ट याच्या मते ती नाजूकशी, लहानशी स्त्री आहे. आपल्या पतीच्या निधनाच्या दुखवट्यामुळे एक वर्षभर ती कुठेही बाहेर पडली नव्हती. त्या काळात तिने ऑफिसमधे बसून देशाच्या परिस्थितीचा नीट आढावा घेतलाय.''

''आणि आता दुखवटा संपला आहे.'' मॉरिसन म्हणाला. ''त्यामुळे ती जरा घराबाहेर पडू पाहते आहे. पतिनिधनानंतर अमेरिकेचा दौरा हा खरं तर तिचा पहिलाच परदेशप्रवास आहे. माझ्या मते, याचं कारण तिला आपली गरज आहे.''

''पैशाची गरज असणार, नक्कीच.'' प्रेसिडेंट म्हणाला.

''नुसतं तेवढंच नाही. आणखीही काही.'' ब्लेक म्हणाला. ''आणि हे थोडंसं भावनिकही म्हणता येईल. नॉय सँग महाविद्यालयीन शिक्षणासाठी काही वर्षे अमेरिकेत होती. वेलस्ले येथे.''

प्रेसिडेंटची कळी जरा खुलली. ''तिथेच तर डायना शिकते आहे.'' तो अभिमानाने म्हणाला, ''ती आता सीनियरला आहे.''

डायना अंडरवुड ही त्याची एकवीस वर्षांची मुलगी वेलस्ले येथे सीनियरला आहे ही गोष्ट जमलेल्या प्रत्येकालाच ठाऊक होती.

''वा! तर मग तुमच्या दोघांमधे संभाषणाला तो एक कॉमन मुद्दा झाला.'' ब्लेक म्हणाला, ''नाही तरी मूळ चर्चेला सुरुवात करण्याआधी काहीतरी हवापाण्याचं बोलावंच लागेल ना.''

प्रेसिडेंटने मान डोलावली. ''ऑल राईट. आणि मूळ चर्चेचा विषय कोणता?''

मॉरिसन एका कोऱ्या कागदावर पेन्सिलने एक नकाशा काढण्यात गर्क होता. नकाशा काढून झाल्यावर तो उठून प्रेसिडेंटच्या खुर्चीपाशी येऊन उभा राहिला. डिफेन्स सेक्रेटरी कुर्टिस कॅनॉन याला उद्देशून तो म्हणाला, ''कुर्टिस आपण जरा काही वेळाकरता जागांची अदलाबदल करू. मी इथे बसतो. म्हणजे प्रेसिडेंटना साऊथ पॅसिफिक व त्यामधील प्रदेशाचा हा नकाशा नीट समजावून सांगायला बरं पडेल.''

जागांची अदलाबदल झाल्यानंतर मॉरिसनने नकाशा प्रेसिडेंटसमोरच्या टेबलावर पसरला.

''हे काय?'' प्रेसिडेंटने विचारलं.

''अतिपूर्वेकडील देशांचा हा मी ढोबळ मानाने नकाशा काढलाय. हे इथे आपले महत्त्वपूर्ण लष्करी विमानतळ आहेत. नॉर्थ कोरिया, चीन, व्हिएटनाम व कंबोडिया यांनी काही गडबड केलीच तर असावी म्हणून ही आपण एक संरक्षक पळी उभारलेली आहे.'' आपल्या पेन्सिलीने नकाशावर ती ती ठिकाणे दाखवत मॉरिसन बोलत होता. ''तुम्हाला दिसलं असेलच मि. प्रेसिडेंट की, पॅसिफिक महासागरात आपले तीन मोठे व अतिमहत्त्वाचे लष्करी विमानतळ आहेत. मी त्यामधे हवाईचा विमानतळ तर धरलेलाच नाही. हं, आता आपला हा इथला जपानमधला विमानतळ आणि हा साऊथ कोरियामधला. नंतर हा इथे दिसतोय हा फिलिपाईन्समधला. बरं, आता माझ्या या नकाशात तुम्हाला एक गोष्ट खटकली नाही?'' प्रेसिडेंटने मान हलवली, ''नाहीं बुवा.''

''वेल्. हे इथे खाली बघा जरा. काय दिसतं?''

प्रेसिडेंटने नकाशाकडे नीट निरखून पाहिलं, ''हं. दिसतंय खरं काहीतरी. बेटच आहे ना? दोन लहान व एक मोठ्या द्वीपाचा समूह दिसतोय.''

''हेच लाम्पांग.'' मॉरिसन म्हणाला. ''आणि इथे आपला लष्करी विमानतळ नाहीये.''

''आणि तुमच्या मते तिथे तो असणं आवश्यक आहे.''

मॉरिसनने मान वर करून एकदा प्रेसिडेंटच्या नजरेला नजर देऊन पाहिलं.

''आपल्याला नुसता विमानतळ तिथे हवाय असं नाही तर अगदी कुठल्याही परिस्थितीत, कुठल्याही किमतीला तो हवाय. त्यामुळे कंबोडिया, चीन आणि व्हिएटनाम ही तिन्ही कम्युनिस्ट राष्ट्रे आपल्या पल्ल्यात येतील– ''

''आय सी आणि तो आपण कसा मिळवायचा?''

''तुम्ही आपल्या मोहिनी अस्त्राचा प्रयोग आणि आपल्या नजरेच्या जादूने त्या लाम्पांगच्या मादामला आपल्या ताटाखालचं मांजर करून सोडायचं.'' मॉरिसन म्हणाला, '' आता आपण तिला काय देऊ करायचं व त्या मोबदल्यात तिच्याकडून काय काय मिळवायचं याचा व्यवस्थित आराखडा आम्ही तुमच्यापुढे ठेवतो.''

''ठीक आहे. पुढे बोला.'' प्रेसिडेंट म्हणाला.

मॉरिसनने डिफेन्स सेक्रेटरीला खूण केली. ''कुर्टिस, आता परत जागांची अदलाबदल करूं.''

त्यांनी तस केलं.

प्रेसिडेंटच्या शेजारी परत एकदा स्थानापन्न झाल्यानंतर कुर्टिस कॅनॉन, डिफेन्स सेक्रेटरी म्हणाला, ''मि. प्रेसिडेंट, आता आपल्याला मादाम सँगकडून नक्की काय काय हवंय ते मी सांगतो. अर्थात ते तुम्ही काही अगदी शब्दशः लक्षात ठेवायचं कारण नाही. तुमच्या सोयीसाठी मी आपल्या मागण्या वेगवेगळ्या कार्डांवर आधीच टाईप करून घेतल्या आहेत. तुम्ही व मादाम सँग जेव्हा प्रत्यक्ष चर्चेला प्रारंभ कराल, तेव्हा तुम्ही त्या कार्डांची मदत घ्यायला हरकत नाही.''

असं म्हणून त्याने खिशातून बरीच छोटी छोटी कार्डं काढली व ती प्रेसिडेंटच्या हातात ठेवली. ती प्रेसिडेंटने लगेच स्वतःच्या खिशात घातली.

''ठीक आहे. पुढे सांगा,'' प्रेसिडेंट म्हणाला.

''आपल्याला साधारणपणे १३०,००० एकराचा लष्करी विमानतळ लाम्पांगमधे हवा आहे. त्यापैकी सुमारे १०,००० एकरामधे वेगवेगळ्या बिल्डिंग्ज व इतर सुविधा येतील. त्यानंतर सुमारे १०,००० कर्मचाऱ्यांची राहण्याची व्यवस्था करावी लागेल. त्याशिवाय १५,००० लाम्पांगच्या रहिवाशांनासुद्धा वेगवेगळ्या कामांसाठी नोकरीवर ठेवावं लागेल.

''आणि धावपट्टीचं काय? '' प्रेसिडेंटने विचारलं.

''यामधे दोन प्रचंड मोठ्या धावपट्ट्या असतील,'' सेक्रेटरी ऑफ डिफेन्स म्हणाला, ''त्यातली जी जास्त लांबीची असेल ती आपल्या पन्नास फायटर विमानांसाठी व दुसरी जरा लहान धावपट्टी बारा छोट्या विमानांसाठी असेल.''

''ही सगळी भूमी आपल्याला लाम्पांगकडून विकत घ्यावी लागेल? ''

''असं म्हणण्याचं धाडस मी तरी करणार नाही, जरी ते आर्थिक दृष्ट्या आपल्याला शक्य असलं तरी,'' डिफेन्सचा कॅनॉन म्हणाला. ''आपली विमानं आणि

बिल्डिंग वगळता विमानतळाची भूमी लाम्पांगच्याच मालकीची राहू दिलेली बरी. माझा अंदाज असा आहे, मादाम लाम्पांगचं नक्कीच असं म्हणणं पडेल की, या बाबतीत उभय देशांमधे लिखित करार व्हावा. बहुधा आपल्याला ही भूमी काही वर्षांच्या, तुम्हाला शक्य झालंच तर नव्याण्णव वर्षांच्या कराराने दिली जाईल, व त्या मोबदल्यात आपल्याला लाम्पांगला बरीच मोठी आर्थिक मदत अमेरिकन डॉलर्समधे करावी लागेल.''

''मोठी म्हणजे किती मोठी?'' प्रेसिडेंट म्हणाले.

कॅनॉनने मॉरिसनकडे पाहिलं. ''एझ्रा, तू नक्की आकडा सांगू शकशील? ''

''हो. या मी इथे दोन संख्या लिहून आणल्या आहेत.'' मॉरिसन म्हणाला. ''अतिपूर्वेच्या देशांच्या बाबत जे तज्ज्ञ आहेत त्यांनीच मला हे आकडे सुचवले आहेत. शिवाय सी. आय. ए.च्या ॲलन रॅमेजशीही मी या बाबतीत सल्लामसलत केली आहे. पहिला आकडा मी जो सांगणार आहे तो कमीत कमी रकमेचा आहे. कदाचित त्यातच नॉय सँग कबूल होईलही, कारण तिला या मदतीची फारच निकड आहे. तेव्हा शक्यतो या रकमेच्यावर जाऊच नका, मि. प्रेसिडेंट.''

''ही रक्कम किती आहे? ''अंडरवुडने विचारलं.

''१२५,०००,००० डॉलर्स.''

''ही रक्कम तर प्रचंडच आहे की. ''प्रेसिडेंट म्हणाला.

''असं तुम्हाला वाटतं मि. प्रेसिडेंट. पण लाम्पांगच्या प्रेसिडेंटला तसं वाटायला हवं ना?'' मॉरिसन म्हणाला, ''मादाम नॉय राजकारणात तशी नवीच असली तरी गेलं वर्षभर ती ऑफिसचं कामकाज संभाळते आहे. आपल्या दृष्टीने हा तळ पदरात पडणं किती महत्त्वाचं आहे याची तिला नक्कीच कल्पना असणार. आपल्या हातात हुकमाचा एक्का आहे याची तिला नक्कीच जाणीव असणार. त्यामुळे ती सुरुवातीला चांगलंच ताणून धरेल.'' आता पुढचं प्रेसिडेंटला नीट कसं समजावून सांगायचं याचा मॉरिसनने नीट विचार केला. ''खरं सांगायचं, तर तिने फारच ताणून धरलं तर नुम्हाला आपला हात थोडा सैल सोडायला हरकत नाही. आपण फार उपकार करतोय असं दाखवत कर्जाचा आकडा याहून थोडा वाढवायला हरकत नाही.''

''आणि तो म्हणजे? ''

'' हे बघा, आपण लाम्पांगला जास्तीत जास्त १५०,०००,००० डॉलर्स कर्ज देऊ शकू. पण तेवढंच. त्याहून एक कपर्दिही जास्त नाही. आधीच आपण आतापर्यंत इतक्या गरीब राष्ट्रांना मदत करून बसलो आहोत की, त्याहून जास्त मदत करणं आपल्याला शक्यच नाही. हं. अर्थात ही मादाम सँग अजून जास्त मागेलच. सगळे नेहमीच मागतात. या छोट्या राष्ट्रांना वाटतं अमेरिकेकडे पैशाचं झाडच आहे. पण वस्तुस्थिती अशी की, याहून जास्त आपल्याला परवडणार नाही

लाम्पांगसारखा य:कश्चित राष्ट्राला द्यायला तर नाहीच नाही. तुम्ही अगदी उदारतेची परिसीमा दाखवून १५०,०००,००० डॉलर्सला तयार व्हा. पण त्याहून जास्त मात्र कदापि नाही.''

''आणि तिला ते मान्य झालं नाही तर?''

''तर मग तिला रामराम ठोकायचा. आपण दुसरीकडे कुठेतरी विमानतळासाठी जागा शोधायची. आपल्या अटी ज्याला मान्य होतील असंच गिऱ्हाईक बघायचं.''

प्रेसिडेंटच्या कपाळावर आठी पडली. ''पण तुम्ही तर आरडाओरडा चालवलाय, की हा विमानतळ मिळणं आपल्या दृष्टीने अत्यंत आवश्यक आहे, कुठल्याही परिस्थितीत तो मिळवायलाच हवा म्हणून.''

''हवा तर आहेच. कुठल्याही परिस्थितीत हवाय. त्यात काही प्रश्नच नाही.'' मॉरिसन म्हणाला, ''पण त्या मोबदल्यात आपण किती देणार यालाही काही मर्यादा आहेतच ना. उगाच मऊ लागलं म्हणून कुणी कोपरानं खणू पाहिलं तर ते कसं आपण चालवून घेऊ?'' तो अंडरवुडकडे बघून हसला. ''तुम्हाला ते सहज जमेल मि. प्रेसिडेंट. तुमचं नेहमीचं मोहिनी अस्त्र काढा. एका परीने लाम्पांगची प्रेसिडेंट एक स्त्री आहे, हे आपलं नशीबच म्हणायचं. तुमच्या तोंडचे काही थोडेसे शब्द. एक खास ठेवणीतलं प्रसन्न हास्य आणि कशी पाघळते पाहाच. शेवटी राजकारणातसुद्धा या गोष्टी मदतीला येतातच.''

पण अंडरवुडला स्वत:लाच इतकी खातरी नव्हती. ''मी अशी आशा करतो.''

''होईल हो. तुमच्या शब्दाने सगळं काही होईल.'' मॉरिसन म्हणाला, ''मला त्याबद्दल काडीचीही शंका नाही. आपल्याला पाहिजे तसंच होईल.''

''मी माझ्याकडून शक्य तेवढे प्रयत्न करीन.'' प्रेसिडेंट म्हणाला आणि मीटिंग समाप्त झाली.

लाम्पांग द्वीपाची राजधानी विसाका. चामाडिन पॅलेसमधल्या आपल्या पतीच्या अलिशान ऑफिसात टेबलापाशी नॉय सँग बसली होती. तिचं अमेरिकेच्या दौऱ्यावर निघण्यापूर्वी काही महत्त्वाच्या कागदपत्रांवर सह्या करण्याचं काम चाललं होत.

पतीच्या निधनाला एक वर्ष लोटलं तरीही तिची अजून आपण त्याच्या ऑफिसमधे, त्याच्या टेबलापाशी बसलो आहोत ही भावना कायम होती. इथे, याच ठिकाणी वर्षापूर्वी त्याची निर्घृण हत्या झाली होती आणि आता तो धरतीच्या कुशीत चिरनिद्रा घेत पहुडला होता, पण नॉय सँगला मात्र तसं वाटत नव्हतं. तिचं मन त्याच्या निधनाचं सत्य मानायलाच तयार नव्हतं. तिच्या लेखी तो एका खूप दूरच्या, दूरच्या प्रवासाला गेला होता फक्त. मात्र जाताना अलविदा म्हणायचं राहून गेलं होतं. काही आठवणी पुसट, अंधुक झाल्या होत्या. तपशील विसरत चालले होते. गेले काही महिने ती कामात इतकी व्यस्त होती की पूर्वीचा तो जीवघेण्या एकटेपणा आता

तितकासा जाणवत नसे.

पण हे ऑफिस आणि टेबल दोन्ही प्रेमचंच होतं. त्याच्याशी प्रतारणा करणं तिला शक्य नव्हतं. तिच्यापाशी जे काही ज्ञान होतं, ते सगळं त्यानेच तिला तर दिलं होतं. तिच्या प्रेमने. तोच तिचा गुरू होता. मार्गदर्शक, आधारस्तंभ, पती, प्रियकर सगळा काही तोच तर होता. त्याच्याशिवाय जगणं, हे कसलं जगणं? तिला आपलं अस्तित्व कुठेतरी अपुरं आहे असं वाटायचं.

हे सगळे विचार आज मनात यायचं कारण म्हणजे आज एक प्रकारे तिच्या नवीन आयुष्याला सुरुवात होणार होती. प्रेमच्या दुखवट्याचा काळ संपून एका नवीन पर्वाला सुरुवात झाली होती. आणि हे त्याच्याशिवाय एकटीने जगणं, हा अनुभव नवा होता. याची अजून सवय झाली नव्हती. आणि आज प्रथमच, त्याच्याशिवाय, ती एकटी या लाम्पांग बाहेर पाऊल टाकणार होती. लाम्पांगच्या नव्या प्रेसिडेंटचा पहिला विदेशदौरा...

ती...लाम्पांगची प्रेसिडेंट... प्रेसिडेंट नॉय सँग...

नॉयने भानावर येऊन घड्याळाकडे एक नजर टाकली. डेनची शाळेची वेळ झाली होती. आत्ता कुठे खेळत बसलाय देव जाणे. आणि मग अचानक तिच्या लक्षात आलं. खरंच विमानतळावर जायला अवघा अर्धा तास राहिला. आता थोड्याच वेळात आपला चीफ ऑफ फॉरीनं अफेअर्स मार्सोप पान्यवान येईल, त्यापूर्वी या कागदांवर सह्या करून व्हायला हव्या.

तिने परत एकेका कागदावर स्वाक्षरी करायला सुरुवात केली. जेमतेम शेवटची सही होत होती तेवढ्यातच बाहेर पावलं वाजली. तिच्या वरच्या अपार्टमेंटमधून कुणीतरी जिना उतरून खाली येत होतं. तिने मान वर केली.

इतक्यात डेन जिन्यावरून धावत धावत तिच्या ऑफिसात घुसला. तो आपल्या मावशीच्या हातातून निसटून खाली आला होता. काळ्याभोर केसांचा रेखीव आणि चिमुकला डेन. पण त्याने आपल्या मावशीला चांगलंच हैराण करून सोडलं होतं. नॉयची बहीण थिडा तिच्याहून तीन वर्षांनी लहान होती. तिच्याहूनही सडपातळ अंगकाठीची. तिच्याहून अधिक रेखीव नाक डोळे पण चेहरा जरा जास्त करारी होता. ती लाम्पांगची नवी व्हाईस प्रेसिडेंट हेती. राजकारणात ती नॉयपेक्षा कुठेच कमी नव्हती, आणि गोरगरिबांसाठीची तिची तळमळही नॉय इतकीच तीव्र होती.

नॉयने पेन खाली ठेवलं व ती उठली. तिने खाली वाकून डेनच्या गालाचा पापा घेतला.

"डेन, शहाणा ना तू? जा बरं. जाऊन गाडीत बस. आधीच उशीर झालाय शाळेला," नॉय त्याची समजूत काढत होती. "हे बघ, मी काही जास्त दिवस नाही चालले. तीन ते चार दिवस फक्त. मग मी लगेच परत येणार. आज थिडा तुला

पोहोचवायला येईल हं शालेत.''

आज आपली आई एकटी परदेशी चालली आहे, आपल्याला न घेता, याचं त्याला वाईट वाटू नये म्हणून तिने मुद्दामच थिडाला त्याच्याबरोबर जायला सांगितलं होतं. रोज मात्र चाली, तिचा जुना विश्वासू ड्रायव्हरच त्याला शाळेत न्यायचा आणि आणायचा. डेनला तिने मुद्दामच एका पब्लिक स्कूलमधे घातलं होते. प्रायव्हेट स्कूलमधे त्याने जाणं तिला मंजूर नव्हतं.

नॉय उठली आणि तिने आपल्या बहिणीच्या पाठीवरून हात फिरवला. ''मी गेले की इथलं सगळं तूच सांभाळायचं आहेस. घर, ऑफिस, डेन सगळं.'' आणि मग ती हलक्या आवाजात म्हणाली, ''आणि हे बघ त्याचं फार ऐकू नको हं. चांगला धाक दाखव त्याला. डेनला. आणि हो. जनरल नाकॉर्नने त्याच्या काही कम्युनिस्ट विरोधी कारवाया सुरू केल्याच, तर त्याला वेळीच पायबंद घाल. मला सगळ्या वाटा बंद करू टाकायच्या नाहीत. कम्युनिस्ट नेता ल्यूनाकूल याच्याशी वाटाघाटी करून समझोता करायची इच्छा आहे माझी.''

थिडा हसली आणि तिने बहिणीचा हात प्रेमभराने दाबला. ''काळजी नको करू नॉय. तू लाम्पांग माझ्या हवाली करून निर्धास्तपणे जा. मी लाम्पांगकडे तुझ्याइतकं नीटपणे पाहू शकणार नाही कदाचित, पण तुझ्यासारखं वागण्याचा प्रयत्न तर करीन. तीन चार तर दिवस आहेत. आणि जनरल नाकॉर्नची चिंता तू करू नको. मी त्याला क्षणभरही नजरेआड करणार नाही.''

''थँक्स, थिडा... गुडबाय, डेन. आय लव्ह यू. तीन चार दिवसांत भेटूच.''

डेनचा हात धरून थिडा गेली त्या दिशेला नॉय बघत राहिली.

ती परत आपल्या पतीच्या टेबलाकडे वळणार तोच मार्सोप पान्यावान आत आला. तो कृक्ष अंगयष्टीचा, गंभीर प्रकृतीचा होता.

मार्सोप गेले बरेच वर्षे नुसता लाम्पांगच चीफ ऑफ फॉरीन अफेअर्सच नव्हता तर तो प्रेम सँगचा जिवलग मित्र होता. आणि तिची तर त्याच्यावर एखाद्या भावावर बहिणीची असावी तशी श्रद्धा होती.

मार्सोप लाम्पांगच्या सर्वसाधारण व्यक्तींपेक्षा जरा उंचच, पाच फूट सात इंच होता. केस भुरकट रंगाचे, चापून चोपून बसवलेले. डोळे जरा खोलच. गालाची हाडे वर आलेली. नॉयकडे बघून स्मितहास्य करून तो टेबलापाशी आला आणि तिच्यासमोर बसला.

''वेल्. आता लवकरच आपण वॉशिंग्टनच्या दिशेने कूच करू,'' नोय म्हणाली.

''आपल्या दृष्टीने ही भेट अत्यंत महत्वपूर्ण असेल,'' मार्सोप म्हणाला. ''तू प्रेसिडेंट अंडरवुडबरोवर लंच घेणार आहेस. ही तर फारच चांगली गोष्ट आहे.''

''पण हे काही नुसतं सहभोजन नाहीये अर्थातच,'' नॉय म्हणाली.

“तसं तर मी म्हणतच नाहीये. आपल्याला त्यांच्याकडून कर्ज हवयं ही वस्तुस्थिती आपण दोघं जाणतोच. त्या बदल्यात त्यांना आपल्याकडून काय हवंय त्याविषयी थोडंसं अलीकडे माझ्या कानावर आलंय. जास्त तपशील नाहीत. पण साधारण.”

“आपल्याला कर्ज मिळेल.” नॉय सहजपणे म्हणाली. “आणि आपण त्या मोबदल्यात त्यांना लष्करी विमानतळाची परवानगी देऊ.”

“अशीच काहीतरी तडजोडीची भाषा निघेल अशी माझी खातरीच आहे. ”

नॉय विचारात पडली. “प्रश्न असा की हे कर्ज... आपली अमेरिकेकडून कितीची अपेक्षा आहे? ”

मार्सोपने निःश्वास सोडला. “किती म्हणजे काय, नॉय? जास्तीत जास्त जेवढं मिळेल तेवढं. ”

“पण जरा व्यवहाराचं बोल ना. नक्की आकडा किती? तू जर इथल्या अमेरिकन अँबॅसेडरची चाचपणी केली आहेसच. त्या लोकांचा साधारण काय विचार आहे?”

मार्सोपने मान हलवली. “मला काही तशी नीटशी कल्पना नाही. आपल्याला किती पैशाची गरज आहे याची मलासुद्धा नीट माहिती नव्हती म्हणून मी कॅबिनेट मीटिंग बोलवून त्यांच्याशी चर्चा केली. आणि आता मला साधारण अंदाज आलाय म्हणायला हरकत नाही. ”

“मग कितीची गरज आहे आपली? ”

मार्सोपने एक सिगारेट काढून पेटवली. तो बोलण्याआधी क्षणभर थांबला. “आपल्याला खरं तर २००,०००,००० डॉलर्स हवे आहेत.” तो अखेर म्हणाला.

“इतके? तुला काय वाटतं, ते तयार होतील? ”

“ ते देऊ शकतील. पण द्यायला तयार मात्र होणार नाहीत,” मार्सोप म्हणाला.

“त्यांना ही मागणी अवास्तव वाटेल? ”

“एकाच दृष्टीने की, आधीच त्यांचं छोट्या छोट्या मेक्सिको, ब्राझील, अर्जेंटिना आणि डझनावारी इतर देशांकडून कित्येक कोटी डॉलर्सनं येणं आहे. आधीच काँग्रेस त्यांच्या प्रेसिडेंटवर दबाव आणून हा पैशाचा ओघ थांबवायला बघतंय.”

नॉयच्या चेहऱ्यावर काळजी पसरली. “ठीक आहे. मी २००,०००,००० डॉलर्सची मागणी करीन. पण ते नाही म्हटले तर?”

“तर मग आपल्या या ढासळत्या अर्थव्यवस्थेची घडी नीट बसवणं आपल्याला चागलंच जड जाणार आहे.”

नॉय आता दुसराच विचारच करत होती. “पण जर समजा ते नाही म्हणाले व मी त्यांना आम्ही सोव्हिएत युनियनकहून मदत मिळवू असं सांगितलं तर काय होईल?”

"छे, छे. अजिबात नाही. असला विचारही मनात आणू नको नॉय. घासाघीस करणं वेगळं. पण ही तर शुद्ध धमकी देणं झालं. आणि याचा परिणाम काय होईल ठाऊक आहे? आज जे अमेरिकेचं आपल्याबद्दल चांगलं मत आहे ना, ते राहणार नाही. आपण त्यांच्या मनातून उतरू. पॅसिफिक महासागरात एवढी भक्कम संरक्षणाची फळी ते का उभारतायत असं तुला वाटलं? रशियापासून संरक्षण म्हणूनच ना? आणि तू त्यांनाच जाऊन आम्ही मिळू असं सांगणार?

"पण मग त्यांनी आपल्याला हवं तेवढं कर्ज मंजूर नाहीच केलं, तर मी करू तरी काय?"

मार्सोपने याचं उत्तर लगेचच दिलं. "हे बघ नॉय, कुठल्याही परिस्थितीत तू त्यांना कर्ज मंजूर करायला भाग पाडायला हवंस. समजलं ना? कुठल्याही परिस्थितीत आपल्याला २००,०००,००० डॉलर्सची गरज आहे व तू ते त्यांच्याकडून मिळवणार आहेस."

"मार्सोप, तू मला घाबरवतोयस. मला कसं जमेल हे?"

तुला घाबरण्यासारखं यात काही नाही नॉय," तो हसला. "प्रेसिडेंट अंडरवुडला ही या विमानतळाची तितकीच निकड आहे, जितकी आपल्या या कर्जाची."

"पण ते तर आपण त्याला देणारच आहोत. तसं तर आपलंच ठरलंच आहे."

"हं, थांब, थांब," मार्सोप म्हणाला, "माझं बोलणं ऐक जरा. त्याला एक अतिशय प्रचंड मोठा असा लष्करी विमानतळ लाम्पांगवर उभारायचाय. आणि तुला ज्या लोकांनी निवडून दिलंय ते या कल्पनेने खूष तर नक्कीच होणार नाहीयेत. त्यामुळे जनमानसात तुझी प्रतिमा नाही म्हटलं तरी जरा डागाळणारच आहे. त्यामुळे हा विमानतळ मान्य करण्याच्या बाबतीत तुला फारच आखडून धरावं लागणार आहे. त्याबद्दल आपण विमानप्रवासात सविस्तर बोलूच. खरं सागू? हा व्यवहार आपल्याला पाहिजे तसा वळवून घ्यायचा एक सोपा उपाय आपल्याकडे आहे. त्यांना नामोहरम करण्याचा उपाय."

"तो कोणता?"

"तूच."

"मी?"

तुझं बोलणं, तुझं रूप, तुझं मार्दव. जगातल्या कुठल्याही पुरुषाला आपल्यासमोर गोंडा घोळायला लावण्याचं सामर्थ्य तुझ्यात आहे नॉय."

"काही तरीच मार्सोप तुझं. अरे तो प्रेसिडेंट अमेरिकन आहे हे तू विसरतोस. स्त्रीसौंदर्याच्या त्यांच्या कल्पना वेगळ्या, आपल्या वेगळ्या. मी त्यांना कसं जिंकू शकणार?"

"जिंकायची गरजच नाही," मार्सोप म्हणाला. "तू नेहमीसारखंच साधं, गोड

बोल. सहजपणे वाग. खास प्रयत्नांची जरूरच पडणार नाही. माझ्यावर विश्वास ठेव. तुझ्या या साधेपणाची त्याच्यावर छाप पडल्यावाचून राहणार नाही.''

''तुझं म्हणणं खरं असतं तर किती बरं झालं असतं. तो कसा असेल याची मला फार उत्सुकता आहे.''

''तो अच्छा, प्रेसिडेंट अंडरवूडच ना? त्याच्याविषयी आवश्यक ती सर्व माहिती माझ्याकडे आहे. विमानप्रवासात मी तुला सगळं सविस्तर सांगीनच, पण आता मात्र आपल्याला निघायला हवं.''

तीन

लाम्पांगचं प्रेसिडेंन्शियल विमान पॅसिफिक महासागरावरून चाललं होतं. विमानातल्या शाही मखमली सोफ्यावर बसून नॉय सँग व मिनिस्टर मार्सोप पान्यावान यांचं रात्रीचं जेवण चाललं होतं. जेवण आटोपलं. एअरहोस्टेसने येऊन सर्व सरंजाम उचलून नेला. नॉयने आपल्या डावीकडे असलेल्या खिडकीतून बाहेर एक कटाक्ष टाकला.

"ती पाहा. खाली कॅलिफोर्नियाचीच किनारपट्टी दिसतेय मला वाटतं. "

"छे. इतक्यात नाही. आपल्याला अमेरिकेला पोहोचायला अजून किमान तासभर अवकाश आहे."

"तिथून वॉशिंग्टन डी. सी. ला पोहोचायला? "

"सगळे मिळून पाच तास लागतील."

नॉयच्या अंगावर काटा आला. ती खिडकीपासून वळली. "बापरे, एवढा वेळ. मग मला वाटंला मी थोडीशी झोप काढते."

"जरूर. विश्रांतीने तेवढंच जरा बरं वाटेल."

"मार्सोप, मला फक्त विश्रांतीच नकोय. मला कुणीतरी गुंगीचं औषध दिलं तर जास्त बरं होईल. मला कसली तरी हुरहूर वाटते आहे. आणि भीतीसुद्धा. मला वाटतं या पहिल्याच विदेशभेटीला मी अजून मनाने नीटशी तयार नाहीये."

"तू कसली काळजी करतेस? सारं काही ठीकच होईल."

"तुझ्या निम्म्यानेही मला आत्मविश्वास वाटत असता, तरी खूपच बरं झालं असतं."

तिने पर्सचा खटका उघडला, पण परत घाईने बंद केला. "ओ गॉड! नेमकी याच वेळी मला सिगारेट सोडायची बुद्धी कुठून झाली. मार्सोप तुझ्याकडे एखादी सिगारेट आहे?"

मासोंपने पाकीट उघडून तिच्या हातात एक सिगारेट ठेवली. तिने ही ओठात ठेवल्यावर त्याने आपल्या लायटरने ती पेटवली.

तिने एकदा दीर्घ श्वास घेतला आणि नंतर सिगारेट हातात घेऊन धुराच्या

वलयातून आपल्या फॉरिन अफेअर्स मिनिस्टरकडे बघत राहिली.

"हे बघ, प्रेसिडंट अंडरवुडशी बोलणी करायला मी घाबरते आहे अशातला भाग नाही. मी घाबरते आहे ती त्याच्या सहवासात दोन तास काढायला. समोरासमोर. नजरेला नजर देत मी काय करू? कसा आहे माणूस? अब्राहम लिंकन? थिओडोर रूझवेल्ट? रिचर्ड? निक्सन?"

मार्सोप ते ऐकून जोरात हसला. "यापैकी कुणीच नाही. आणि हे तुलाही व्यवस्थित ठाऊक आहे. काल रात्री मी तुझ्यासाठी ती व्हिडिओ टेप लावली होती तेव्हा तू पाहिलंस ना? तुला त्याचा चेहरा थोडा तरी उग्र वाटला का?"

"पण त्या टेपवरून काय अंदाज येणार? जनतेसमोर केलेली भाषणं. इन्टरव्ह्यूज. पण ते सगळे मुखवटे होते. त्या पाठीमागचा खरा माणूस कसा आहे हे कुठे मला कळलंय? खरंच, मी सारखा विचार करते, तो माणूस म्हणून कसा असेल? माझ्याशी कसा वागेल? कसा बोलेल? "

"तो तुझ्यासारखाच रक्तामांसाचा माणूस आहे. स्वतःची स्वप्नं, ध्येयं, काही कमजोरी, काही चांगुलपणे असलेला. असं समज की तू एकटी नाहीयेस. तू प्रेमच्या सोबतीने चालली आहेस. अगदी आरामात राहा. घाबरू नको."

पण तिने मान जोरजोरात हलवली. "कुठाय माझा प्रेम? तो तर मला सोडून गेला केव्हाच. एकटीला इथे सोडलंय, आणि आपण गेला निघून. मी किती दिवस माझ्या मनाला फसवत राहू? तो गेलाय. खरंच गेलाय. मी आता एकटी आहे या जगात. अगदी एकाकी." तिने पुढे होऊन मार्सोपचे दोन्ही हात आवेगाने पकडले आणि सोडले.

"अर्थात माझ्या सोबत सर्व वेळ तू असशीलच."

"मी तर असेनच. पण खरं तर तू एकटीच आहेस. सगळी जबाबदारी तुझी एकटीची आहे. जसा प्रेसिडेंट अंडरवुडबरोबर त्याचा चीफ ऑफ स्टाफ आणि सेक्रेटरी ऑफ स्टेट असेल तसंच. पण अखेर तुम्ही दोघं एकटेच आहात."

"तो कसा आहे, मार्सोप? खरंच सांग ना, तो कसा आहे?" ती अचानक म्हणाली.

"त्याच्याबद्दल आपल्या हेरखात्याने बरीच माहिती जमा केली आहे," मार्सोप म्हणाला, "तुला खरंच ऐकायचंय? थांब मी माझी फाईलच तुला वाचून दाखवतो." त्याने शेजारची ब्रीफकेस उघडली आणि आतून एक निळ्या रंगाची फाईल बाहेर काढली. "थांब, तुला प्रेसिडेंट मॅथ्यूविषयी आणखी काही माहिती वाचून दाखवतो. एक– त्याला सगळे मॅट म्हणतात. मॅट अंडरवुड. मला वाटतं आता तुला जरा तो आपल्यातला वाटायला लागेल."

"तू जे काय सांगशील त्याने जरा बरंच वाटेल."

मार्सोपने आता फाईल उघडली. ''फक्त एकच आशा करू या, की यात दिलेली सगळी माहिती खरी खरी निघावी.''

''मला सगळं काही सांग, मार्सोप,'' नॉय अधिरतेने म्हणाली.

मार्सोपने भराभर पहिल्या काही ओळींवरून नजर फिरवली व मान वर उचलली. ''मॅट अंडरवुड बावन्न वर्षांचा आहे.''

''अच्छा? मला वाटलं होतं तो बराच मोठा आहे.''

मार्सोपने स्मितहास्य केलं. ''त्याला कारण त्याचं वागणं, बोलणं. तो टी. व्ही वर निवेदक होता तेव्हापासूनची त्याची ही खास स्टाईल आहे. भारदस्तपणा. लोकांना पाहताक्षणी आपल्याबद्दल आपुलकी वाटावी म्हणून त्यांच्याशी वडिलकीच्या नात्याने बोलणं.''

''काय रे? पण तो खरंच टी. व्ही. स्टार होता?''

''खरोखरच होता. त्याच्या वेळचा तो सगळ्यात लोकप्रिय टी. व्ही. स्टार होता. लोक अक्षरश: वेडे होत असत त्याच्यासाठी.''

''पण मला तर कल्पनाच नाही करवत. एक टी. व्ही. स्टार आणि अमेरिकेचा प्रेसिडेंट चक्क?''

''का? कुणीतरी शेवटी प्रेसिडेंट होतोच ना? मग टी. व्ही. स्टार का नको? या आधी तर एक हॉलिवूडचा नट होता त्यांचा प्रेसिडेंट. त्या आधी एक सीधा साधा शेतकरी. आणि त्याच्याही आधी खूप पूर्वी एक फॅशन मॉडेल. नाहीतरी कुणी प्रेसिडेंट म्हणून काही जन्माला येत नाही.''

''पुढे बोल.''

मार्सोपने हातातली टिपणे परत चाळली.

''आपल्या गुप्तहेर खात्याच्या माहितीनुसार मॅट अंडरवुड कोलंबिया युनिव्हर्सिटीचा विद्यार्थी–''

''मला आठवलं. ती न्यू यॉर्कमधे आहे.''

''बरोबर. तो जेव्हा तरुण होता तेव्हाही आपल्या उमद्या व्यक्तिमत्त्वाने आणि धीरगंभीर आवाजामुळे सगळ्यांचा लाडका होता. त्याने वक्तृत्व आणि वृत्तपत्रविद्येत नैपुण्य मिळवलं व तो युनिव्हर्सिटीच्या वादसभेचा कॅप्टन झाला. त्या काळी कोलंबिया सर्वच क्षेत्रात आघाडीवर असायची. मॅट अंडरवुडवर त्याचे एक प्राध्यापक इतके खूष झाले की, त्यांनी त्याला पदवी घेतल्यानंतर आपल्या एका जिवलग मित्राकडे पाठवलं. हा मित्र तेव्हा द नॅशनल टेलिव्हिजन नेटवर्क– म्हणजेच अमेरिकेतल्या सर्वांत मोठ्या नेटवर्कचा वरिष्ठ अधिकारी होता. अंडरवुडने त्याच्यावर चांगलीच छाप पाडली व त्याला लगेचच कामावर ठेवलं. काही हाताच्या बोटांवर मोजण्याइतक्या निवेदकांना देशातला एकूण एक प्रेक्षक डोक्यावर घेतो व त्यापैकी एक मॅट होता.

दोनच वर्षांत अंडरखुडला रात्रीच्या बातम्या देण्याचं काम सोपवण्यात आलं. घराघरातल्या टी. व्ही. सेट्वर झळकून बातम्या देताना तो प्रत्येक प्रेक्षकाच्या हृदयावर राज्य करू लागला. त्याचे लाखो चाहते निर्माण झाले. त्याला अभूतपूर्व यश मिळालं. लोक त्याची पूजा करू लागले. त्याच्या तोंडातून बाहेर पडलेला प्रत्येक शब्द शिरोधार्य मानू लागले. त्याने जे काही सांगितलं त्यावर लोकांनी विश्वास ठेवला. लोकप्रिय व्यक्तींच्या यादीत त्याचं नाव अग्रभागी झळकू लागलं.

"अमेरिकन्स अशा पद्धतीने आपले नेते निवडतात?" नॉयने आश्चर्य व्यक्त केलं.

"देशातल्या विविध क्षेत्रांतल्या– राजकारण, सिने, नाट्य, खेळ इ. – थोरा मोठ्यांसमोर मॅटचं नाव ठेवलं तरी त्याचाच नंबर वरचा लागायचा इतका तो लोकप्रिय होता. त्याचं नाव माहिती नाही असा उभ्या अमेरिकेत माणूसच नव्हता. लोकांची त्याच्यावर गाढ श्रद्धा होती, आणि यामुळेच तो राजकारणात अक्षरश: ओढला गेला, तुला आठवत असेल तर अमेरिकेतल्या प्रत्येक राज्यातून दोन दोन सिनेटर्स निवडले जातात."

"होय. तू विसरलास वाटतं? राज्यशास्त्र हा माझा विषय होता. मी अमेरिकन राज्यपद्धतीचा नीट अभ्यास केलेला आहे."

"हं, तर प्रत्येक सिनेटरची मुदत सहा वर्षांची असते. पण न्यू यॉर्क राज्याच्या दोघा सिनेटर्सपैकी एकजण अर्ध्यातच वारला, त्याच्या जागी उरलेल्या कालावधीसाठी दुसऱ्या सिनेटरची नेमणूक करण्याचा अधिकार राज्यपालांना असतो."

नॉयने मान डोलावली. "आलं लक्षात. तर त्या वेळच्या राज्यपालाने मॅट अंडरखुडची नेमणूक केली."

"होय. तो टी.व्ही.ची नोकरी सोडून वॉशिंग्टनमधे सिनेटवर जाऊन बसला. या नव्या क्षेत्रातही तो तक्षणीच लोकप्रिय झाला. एक राजकीय नेता म्हणून लोकांना त्याच्याविषयी आपुलकी वाटू लागली. आपल्या अडचणी त्याच्यापुढे मांडणं, त्याला पत्र लिहिणं छान वाटायचं. आणि त्याची पत्नी तर त्याच्याइतकीच लोकप्रिय होती."

"ॲलिस अंडरखुड," नॉय म्हणाली, "ती मिस् अमेरिका झाल्यावर तो तिच्याशी विवाहबद्ध झाला."

"तुला माहिती आहे हे?" मार्सोपने आश्चर्याने विचारलं.

"मी वृत्तपत्रात वाचलंय," नॉय म्हणाली, "तेव्हा ते प्रकरण फारच गाजलं होतं. मी फोटो पाहिले आहेत तिचे. ती खरोखरच स्वप्नसुंदरी आहे. पण काय रे? अमेरिकेच्या प्रेसिडेंटनी एका स्वप्नसुंदरीची पत्नी म्हणून निवड करावी... हे थोडं... विचित्रच नाही का?"

"हं, चुकते आहेस तू. ते दोघं प्रेमात पडले आणि त्यांचा विवाह झाला तेव्हा मॅट अंडरखुड प्रेसिडेंट नव्हता काही. तो नुसता टी.व्ही.वर वृत्तनिवेदक होता, आणि

ॲलिसही तिथेच नोकरीस लागली. अर्थातच तिच्या रुपाने तो प्रभावित झाला यात शंकाच नाही. पण–'' मार्सोपने परत कागदात डोकं खुपसलं. ''ॲलिस अंडरवुड नुसतीच सुंदर नाही. ती तितकीच बुद्धिमान आहे. आणि ती अत्यंत महत्त्वाकांक्षी आहे. जबरदस्त महत्त्वाकांक्षी. तिची प्रसिद्धीच आहे त्याबद्दल. स्वत:विषयी स्वत:च्या नवऱ्याच्या करियरविषयी.''

''पण मार्सोप, ही इतकी खासगी गोष्ट तुला कुठून कळली?''

''आपल्या हेरखात्याच्या कामगिरीला कमी लेखू नकोस. आपलं राष्ट्र छोटं असेलही. पण आपले हेर जगातल्या कुठल्याही गुप्तहेरांना मागे टाकतील इतके आपल्या कामात वाकबगार आहेत.''

''तर मग,'' नॉय म्हणाली, ''एकूण काय? फर्स्ट लेडी महत्त्वाकांक्षी आहे. पण याहून आणखी आयुष्यात काय हवंय तिला? ती तर फर्स्ट लेडी आहेच की?''

मार्सोप म्हणाला, ''पण तिला कायमच त्या स्थानी राहयचंय. आपला पती अजून कितीतरी वर्षं प्रेसिडेंट असावा व आपण फर्स्ट लेडी राहावं ही तिची इच्छा आहे. थोडक्यात काय, येत्या निवडणुकांमधे मॅटने पुन्हा उभं राहावं, पुन्हा निवडून यावं यासाठी तिची धडपड चालू आहे.''

''आणि त्याचं मत काय आहे?''

''त्याला त्या गोष्टीत रस नाही.''

''आश्चर्यच आहे,'' नॉय म्हणाली, ''त्याला असं का वाटत असावं? जगातलं सगळ्यात महत्त्वपूर्ण, सर्वोच्च पद भूषवणं कुणाला नकोसं वाटेल?''

''हो, पण त्याचबरोबर ते जगातलं सगळ्यात आनंदाचं काम आहे असं मात्र समजू नको. निदान मॅट अंडरवुडचं तरी असं मत नाही असं आपले गुप्तहेर सांगतात. अंडरवुड स्वत: एक अतिशय बुद्धिमान माणूस आहे. त्याच्या साध्या, सामान्य माणसासारख्या वागण्याबोलण्यावर जाऊ नको. आणि तुम्हाला जर काही बुद्धीला खाद्य पुरवणारं, काही मेंदूला आनंद देणारंच काम हवं असेल तर ते अमेरिकेचाच प्रेसिडेंट या नात्याने राज्यकारभार करणं हे तर नक्कीच नाही. लोकांचे सल्ले घेणं, वेगवेगळ्या सल्ल्यांमधला योग्य सल्ला कोणता ती निवड करणं, आणि निर्णय देणं. माझ्या तर असं ऐकिवात आहे की, अंडरवुड या सगळ्याला आता विटून गेलाय.''

''पण मग मुळात तो प्रेसिडेंट म्हणून निवडून आलाच का?'' नॉय म्हणाली, ''आता माझं म्हणशील तर हे प्रेसिडेंट होणं माझ्यावर लादलंच गेलं. पण अंडरवुडवर तर तशी काही सक्ती नव्हती ना?''

''अर्थातच नव्हती,'' मार्सोप म्हणाला, ''पण एक सिनेटर म्हणून तो चढत्यावाढत्या श्रेणीने लोकप्रिय होत चालला होता व त्याच्या पक्षाला प्रेसिडेंटपदासाठी नाव

सुचवायचं होतं. पक्षश्रेष्ठींचं म्हणणं डावलणं सोपं नव्हतं. आणि शिवाय त्याची ती महत्त्वाकांक्षी पत्नी, ॲलिस.''

''त्याने प्रेसिडेंट व्हावं अशी तिची इच्छा होती?''

मार्सोप गालातल्या गालात हसला, ''तिला फर्स्ट लेडी व्हायचं होतं.''

''आणि तिचा विजय झाला.''

''विजय तर दोघांचा झाला. अभूतपूर्व विजय झाला,'' मार्सोप म्हणाला. ''आणि अजूनही परत तो येत्या निवडणुकीत प्रेसिडेंट म्हणून निवडून येईलच. अगदी शंभर टक्के.''

''तो कम्युनिझमचा अगदी कट्टर विरोधक आहे असं मी ऐकलंय. खरंय का ते?''

''तसं तर प्रत्येकच अमेरिकन प्रेसिडेंट कम्युनिझमच्या विरोधात असतो. भांडवलशाही अर्थव्यवस्था व लोकशाही जे नष्ट करायला टपले आहेत अशा कम्युनिस्टांचा प्रत्येक जण विरोध करतोच. म्हणून तर तुला मुद्दाम व्हाईट हाऊसमधे बोलावणं आलंय. त्याची तुला आणि पर्यायाने लाम्पांगला या आशियाखंडातील कम्युनिझमविरुद्धच्या संरक्षक कड्यात सहभागी करून घ्यायची इच्छा आहे.''

''मला असं वाटायला लागलंय की आपल्याला कुणीतरी वापरतंय.''

''तसं वाटायचं खरं तर कारण नाहीये,'' मार्सोप म्हणाला, ''आपल्या देशांतर्गत कम्युनिस्ट चळवळींचा तुला काय कमी का त्रास होतोय?''

''तेही खरंच म्हणा. ठीक आहे. मी तडजोडीची बोलणी करायला तयार आहे.''

''पण अमेरिकेने आपल्यावर पूर्णपणे विश्वास तर टाकायला हवा ना त्यासाठी!''

''का बरं! तो नाही माझ्यावर विश्वास ठेवणार? मी कम्युनिस्टांशी फार मऊपणे वागते आहे असं त्याला वाटेल?''

''तू या कम्युनिस्टांपासून या जगाचं रक्षण करण्यात त्याची साथ देशील का नाही एवढंच त्याला हवं असेल.''

''पण माझी तर तयारी आहे.'' नॉय ठामपणे म्हणाली.

''हो, ना? मग त्याला सांग तसं. पटवून दे.''

''पण त्याला माझ्याबद्दल विश्वास वाटेल?''

''का नाही वाटणार? तू सहजपणे, स्वाभाविकपणे आणि मुख्य म्हणजे प्रामाणिकपणे आपले विचार मांड. कुठलाही आडपडदा न ठेवता. अंडरवुड व त्याच्या सहकाऱ्यांचं काही का मत असेना, केवळ त्यांना खूष करण्यासाठी तू आपल्या तत्त्वांशी तडजोड मात्र करू नको.'' मार्सोप क्षणभर थांबला. ''तू जशी आहेस तशीच राहा. प्रेसिडेंट अंडरवुडबरोबर पहिल्या मिनिटापासून सुरुवातीच्या क्षणापर्यंत सच्चेपणे वाग.''

प्रेसिडेंट अंडरवुड आणि चीफ ऑफ स्टाफ हे दोघंही प्रेसिडेंटच्या डायनिंगरुममधे प्रचंड मोठ्या महोगनी डायनिंग टेबलापाशी बसलेले होते. इतक्यात दार उघडलं आणि सेक्रेटरी ऑफ स्टेट मॉरिसनने नॉय सँग समवेत प्रवेश केला.

त्यासरशी अंडरवुडने हातातला स्कॉचचा ग्लास टेबलावर ठेवला आणि आपल्याकडे चालत येणाऱ्या नॉय सँगकडे तो पाहातच राहिला.

तिच्यात असं काहीतरी होतं, की त्याने तो भारावून गेला होता. ते शब्दात सांगणं कठीण होतं. ती आकर्षक तर होतीच. त्यात वादच नाही. आणि येस्. तीची चाल फार डौलदार होती. अंडरवुडने आजतागायत सुंदर स्त्रिया काही कमी पाहिल्या नव्हत्या. त्याची स्वत:ची पत्नीच तर एकेकाळची मिस् अमेरिका नव्हती का? पण ॲलिस एखाद्या चित्रासारखी सुंदर होती. निखालस, परफेक्ट. आणि ही... लाम्पांगची ही बाई, काही वेगळीच होती.

अंडरवुडची नजर खिळूनच राहिली. ती लहानसर बांध्याची, त्या प्रदेशातल्या स्त्रियांसारखीच असेल अशी त्याने मनाची तयारी केलेली होती. लहानशी तर ती होतीच. कमालीची नाजूक. तो ताबूस गौरवर्ण. सोन्यासारखी लख्ख कांती. काळेभोर लांब केस मानेपाशी बांधलेले होते. विशाल भालप्रदेश. आणि चेहऱ्यावर रंगरंगोटी तर काडीचीही नव्हती. निळसर हिरवट रंगाचे बदामी आकाराचे डोळे समोरच्याच्या नजरेचा ठाव घेणारे. धारदार आणि थोडंसं एका बाजूला वाकलेलं नाक. दळदार रसरशीत ओठ, हसताना विलग झालेले. ती शांतपणे त्याच्याचकडे येत होती.

तिने फिकट पिवळसर रंगाचा तलम गाऊन परिधान केला होता. बहुधा उकाड्यासाठीच असणार. पण त्याच गाऊनमुळे क्षणभर त्याचं लक्ष मात्र विचलित झालं. तो बेटा योग्य ठिकाणी व्यवस्थित चिकटून बसला होता. मॅटने नजर दुसरीकडे वळवली.

ही... ही स्त्री... माझ्यातल्या खोलवर दडी मारून बसलेल्या पुरुषालाच आव्हान देते आहे. छे! हे योग्य नाही.

हे असं आपल्याला का वाटतंय हे काही त्याला समजत नव्हतं. पण वाटत होत खरं.

नॉय त्याच्यासमोर येऊन उभी राहिली. बाजूलाच सेक्रेटरी ऑफ स्टेट मॉरिसन.

"ऑनरेबल मॅथ्यू अंडरवुड अमेरिकेचे प्रेसिडेंट," मॉरिसनने घोषणा केली. "हर एक्सलन्सी नॉय सँग, रिपब्लिक ऑफ लाम्पांगच्या प्रेसिडेंट."

तिला आश्चर्याचा धक्का देत, आणि खरं तर स्वत:चा स्वत:लासुद्धा, अंडरवुडने तिचा हात हातात घेतला आणि तिच्या पालथ्या पंज्यावर अलगद ओठ टेकवले.

"आपल्याला भेटून मला आनंद झाला मि. प्रेसिडेंट," नॉय म्हणाली.

"मलाही, मादाम प्रेसिडेंट," अंडरवुड म्हणाला आणि मग मोठ्यांदा गडगडाट

करून हसला, "अरे बापरे, हे एकमेकांना असे प्रेसिडेंट, प्रेसिडेंट म्हणत राहिलो तर जीवच जायची पाळी येईल. याला दुसरा काहीच मार्ग नाही का?"

आता हसण्याची पाळी नॉयची होती. "सगळे मला नॉय म्हणतात," ती म्हणाली.

"आणि मला सगळे मॅट म्हणूनच ओळखतात," अंडरवुड म्हणाला. "आणि आज आपली एकमेकांशी चांगली ओळख होईल अशी मी आशा करतो."

अंडरवुडने डोळ्याच्या कोपऱ्याततून सेक्रेटरी ऑफ स्टेट मॉरिसनच्या चेहऱ्यावरचे भाव वाचले. या भलत्या अनौपचारिकतेबद्दल तो चांगलाच वैतागलेला दिसत होता. हे रीतिरिवाजांना सोडून होतं.

अंडरवुडने अर्थातच त्याच्याकडे दुर्लक्ष केलं आणि आपली नजर नॉयकडे वळवली. "तुम्ही काल रात्री आलात ना? तुमचा प्रवास ठीक झाला?"

"तसा ठीकच म्हणायचा. फक्त मला नीटशी झोप लागली नाही. अर्थात ब्लेअर हाऊसमधे पोहोचल्यावर मी त्याची भरपाई केली," मग ती कौतुकाने म्हणाली, "काय सुरेख गेस्ट हाऊस आहे? खरं तर याआधी मी असलं काही बघितलेलंच नाही."

"खरं तर सिव्हिल वॉरच्याही पूर्वीची दोन जुनी घरं एकत्र जोडून ते तयार केलंय. इ. स. १९४२ मधे प्रेसिडेंट रुझवेल्ट यांनी ते सरकारतर्फे विकत घेतलं."

"मी दुसऱ्या मजल्यावरच्या गेस्ट बेडरूममधे झोपले होते. केवढा भव्य मंचक आहे तिथला. मला तर जसं काही ढगातच गुरफटून झोपल्यासारखं वाटत होतं. मला ठाऊक आहे, आजच्या मीटिंगपूर्वी मला अर्धं अधिक गारद करण्यासाठीच ही सगळी योजना होती." असं म्हणून ती दिलखुलास हसली आणि मग तिने मागे उभ्या असलेल्या मार्सोपला पुढे येण्याची खूण केली, व तो पुढे आल्यावर तिने त्याची आपला चीफ ऑफ फॉरीन अफेअर्स म्हणून सर्वांशी ओळख करून दिली.

मग सभोवार नीट नजर फिरवून तिने प्रेसिडेंटच्या डायनिंगरूमचं नीट निरीक्षण केलं.

"किती छान, आरामशीर आहे," ती म्हणाली.

अंडरवुडने लगेच पुढे होऊन तिचा हात हातात घेतला आणि तिला सर्वत्र नेऊन एकेक गोष्ट दाखवायला सुरुवात केली. खोलीतील लाकडी सामान सगळं जुन्या फेडरल गव्हर्नमेंटच्या काळातलं आहे. डायनिंग टेबल या खुर्च्या शेरेटन आहेत इ.

ही संधी साधून सेक्रेटरी ऑफ स्टेट मॉरिसन म्हणाला, "मला वाटतं आपण सर्वांनी आता भोजनास चलावं," आणि तो टेबलाच्या दिशेने चालू लागला.

"थांबा, आधी मला मादाम नॉय यांना–"

"नॉय," ती ठामपणे म्हणाली, "नुसतं नॉय."

"येस, नॉय, जेवण्यापूर्वी एखादं ड्रिंक घेणार?"

"नो, थँक यू. मार्सोपच्या वतीनेही मीच सांगते. आम्हाला दोघांना जबरदस्त

भूक लागली आहे.''

प्रेसिडेंटने पुढे होऊन तिच्यासाठी खुर्ची बाहेर ओढली व त्याच वेळी बाजूल्या भिंतीवर जी अक्षरं कोरलेली होती त्याकडे तिचं लक्ष वेधलं. ''ते वाचलं? आम्ही शत्रूला भेटलो आहोत आणि आता तो आमचा आहे.''

नॉयने पाहिलं आणि मानेनेच होकार दिला. ''हो. तुमच्या कमोडर ऑलिव्हर पेरीचे उद्‌गार आहेत ना, लेक एरीच्या लढाईच्या वेळचे?''

अंडरवुड चांगलाच प्रभावित झाला. ''म्हणजे याआधी व्हाईट हाऊसमधे आला आहात वाटतं?''

''हो. एकदाच. वॉशिंग्टनच्या साईट सीईंग टूर बरोबर. तेव्हा मी अमेरिकेत शिकायला होते.''

आता ते सगळेच जेवायला बसले. टेबलाच्या अग्रभागी सर्वांकडे तोंड करून प्रेसिडेंट अंडरवुड, त्याच्या उजव्या हाताला नॉय, लगेच शेजारी ब्लेक. ब्लेकच्या डाव्या हाताला मार्सोप व त्याच्या शेजारी मॉरिसन. दोन वेटर्स व त्यांचा मुख्य. या तिघांनी त्यांना वाढायला सुरुवात केली.

नॉयच्या तोंडच्या शेवटच्या वाक्याने अंडरवुडची उत्सुकता चाळवली गेली. ''तुम्ही अमेरिकेत शिकायला होता?''

''हो, वेलस्ले कॉलेजात, बोस्टनच्या जवळ.''

''वेलस्ले!'' अंडरवुड मोठ्यांदा म्हणाला. ''काय योगायोग. माझी मुलगी डायना त्याच तर कॉलेजात आहे. तिचा विषय पोलिटिकल सायन्स हा आहे, तुमचा काय होता?''

नॉय खूष झाली. ''मीही पोलिटिकल सायन्स हाच विषय घेऊन पदवीधर झाले. कंपॅरिटिव्ह पॉलिटिक्स, अमेरिकन पॉलिटिक्स अ‍ॅण्ड लॉ व इंटरनॅशनल पॉलिटिक्स असे पेपर्स होते आमच्यावेळी.''

''अरे बापरे,'' अंडरवुड म्हणाला, ''म्हणजे राजकारणात तुमचं ज्ञान माझ्यापेक्षा बरंच जास्त असणार की.''

''हं, तसं मात्र नाही मि. प्रेसिमॅंट,'' ती अवघडून म्हणाली, ''तुमच्याजवळ जो अनुभव आहे, तो काही माझ्यापाशी नाही. पण इतिहास आणि विशेषतः थिअरीला मी चांगली पक्की होते. मी कार्ल मार्क्सवरही एक कोर्स केलाय.''

''कार्ल मार्क्स,'' अंडरवुड म्हणाला. जेवता जेवता सुद्धा त्याची नजर नॉयवरच खिळलेली होती. ''हा कोणे एके काळी एका न्यू यॉर्कमधल्या वृत्तपत्राचा लंडनमधला प्रतिनिधी होता हे तुम्हाला ठाऊक आहे?''

''हो, ऐकलंय मी.''

''मी जे ऐकलंय, त्याने मला तर धक्काच बसला. लोक म्हणतात की

लेनिनला मार्क्सचे विचार कधीच पटले नव्हते. एक माणूस म्हणूनही त्याला मार्क्स अजिबात आवडत नसे.''

''खरंय हे? मी तर कधी असं ऐकलं नाही.''

''माझ्या मते ते खरंच आहे. मार्क्सच्या आयुष्यात घडलेल्या कितीतरी गोष्टी कधी उजेडात आल्याच नाहीत. तुम्ही त्याच्या खासगी आयुष्याबद्दल कधी वाचलंय?''

''थोडसं.''

''लंडनमधे त्याचं म्हणे त्याच्या हाऊसकीपरशीच लफडं होतं आणि तिला त्याच्यापासून एक मूलही झालं होतं.''

''ते मात्र मला ठाऊक आहे.'' नॉय मिस्किलपणे हसली, ''मॅट, तुम्ही माझी परीक्षा घेताय. आता मी तुमची परीक्षा घेते. तुम्हाला एक माहितीय. मार्क्स आणि एंगेल्सने 'कम्युनिस्ट मॅनिफेस्टो' लिहिल्यानंतर व मार्क्सने 'दास कापिटाल' लिहिल्यानंतर आपल्या विचारांवरून जर्मनीला प्रेरणा मिळेल अशी त्याची कल्पना होती. रशिया जगातलं पहिलं कम्युनिस्ट राष्ट्र होईल असं त्याला स्वप्नात देखील वाटलं नव्हतं.''

''हे मात्र मी आजवर कधी ऐकलं नव्हतं हं,'' अंडरवुडने मान्य केलं.

सॅलडचा घास खाता खाता नॉय म्हणाली, ''एवढंच काय की त्याने मांडलेल्या कल्पनांनी निकाराग्वा आणि काही प्रमाणात साऊथ चायना सीमधे असलेल्या लाम्पांगमधे मूळ धरलं हे ऐकून सुद्धा त्याला इतकंच आश्चर्य वाटलं असतं.''

सेक्रेटरी ऑफ स्टेट मॉरिसनने मधे बोलण्यासाठी ही संधी टिपली. नॉयला उद्देशून तो म्हणाला, ''तुमच्या देशात तुम्हाला कम्युनिस्टांविरुद्ध जो काही संघर्ष करावा लागतोय, त्याची थोडी फार कल्पना आम्हाला आहे. आमच्या गुप्तहेर खात्याने या संघर्षाचं स्वरूप बरंच गंभीर असल्याची माहिती पुरवली आहे. हे खरं आहे?''

नॉयने त्याच्या म्हणण्याला होकार दिला. ''हे कम्युनिस्ट लोक अतिरेकी आहेत आणि आमची दोन छोटी द्वीपे आहेत तिथे मुक्काम ठोकून आम्हाला सतावत आहेत. त्यांना व्हिएटनामकडून लष्करी पाठिंबाही आहे. मी लवकरच देशात हरितक्रांतीची घोषणा करून आमच्या जनतेमधील त्यांचा वाढता पगडा कमी करण्याची हालचाल सुरू करणार आहे. तसंच जमिनीच्या समान वाटपाविषयीही हालचाल सुरू करणार आहे. त्यामुळे खरोखर कसणाऱ्या माणसाला जमीन मिळेल व श्रीमंताची मक्तेदारी कमी होईल. यातून माझ्या आईवडिलांचीही जमीन सुटणार नाही.''

''पण मग तुमच्या वडिलांचं त्यावर काय मत आहे.'' ब्लेकने मधेच विचारलं.

नॉय हलकेच हसली. ''त्यांना वाटतंय, कम्युनिस्ट विचारप्रणालीचा माझ्यावर चांगलाच खोल परिणाम झालाय.''

''आणि ते खरं आहे?'' अंडरवुडने लगेचच विचारलं.

नॉयने त्याच्याकडे जरा रोखूनच पाहिलं. "अर्थातच नाही," ती म्हणाली. "मी कम्युनिस्टांशी तह, तडजोडी, वाटाघाटी करण्याचा सनदशीर मार्गाने जमेल तेवढा प्रयत्न निश्चित करीन पण त्यांच्याशी शरणागती कधीच पत्करणार नाही. कम्युनिझम जर लाम्पांगमधील लोकशाहीच गिळंकृत करू पाहील तर ते मी कदापि होऊ देणार नाही. जेफरसन आणि लिंकनच्या तत्त्वांवर माझा पूर्ण विश्वास आहे."

मग मधेच थोडा वेळ कुणीच काही बोललं नाही.

मॅट अंडरवुडचे डोळे सगळा वेळ सतत नॉयवर खिळून होते. "जेफरसन आणि लिंकन," तो म्हणाला. "ते सर्वांत थोर अमेरिकन आहेत असं तुमचं मत आहे का?"

"नाही", नॉय म्हणाली.

"नाही?" अंडरवुड काहीशा आश्चर्यानेच म्हणाला, "मग तुमच्या मते सर्वांत थोर अमेरिकन होता तरी कोण?"

"थॉमस पेन," नॉय जराही न गोंधळता म्हणाली.

"जेफरसन आणि लिंकनच्याहीपेक्षा?"

"ते दोघंही थोर होते यात वादच नाही. आत्तापर्यंत तुमच्या आधी होऊन गेलेल्या सर्वच प्रेसिडेंट्समधे जेफरसन हा सर्वांतच बुद्धिमान होता. लिंकनने इतिहासातल्या फार आणीबाणीच्या वेळी देशाची एकजूट कायम ठेवली हेही खरंच आहे. पण या देशाला खरं स्वातंत्र्य मिळवून दिलं ते थॉमस पेनने–"

अंडरवुडने कपाळावर आठ्या पाडल्या. "माझं तर मत असं होतं की थॉमस पेन हा इंग्लंडमधून आलेला एक अस्थिर, बाईलवेडा व दिवाळखोर माणूस होता–"

"चुकताय तुम्ही, चुकताय. तसं नाहीये," ती म्हणाली, "थॉमस पेनने या गोष्टींचा उच्चार करण्याआधी अमेरिकन कॉलनीतील एकाही माणसाला आपण इंग्लंडपासून स्वातंत्र्य मिळवावं अशी कल्पना सुचली नव्हती. त्याने 'कॉमनसेन्स' हा ग्रंथ लिहून स्वत:च प्रसिद्ध केला. दर वीस अमेरिकनापाठीमागे प्रत्येकाने तो वाचला. या त्याच्या प्रयत्नांबद्दल पेनला त्याच्यातून एका पैचाही फायदा झाला नाही. कारण जो काय फायदा झाला त्यातला अर्धाअधिक त्याने आपलं पुस्तक छापणाऱ्या छापखान्यालाच देऊन टाकला व उरलेला भाग कॉन्टिनेंटल आर्मीच्या सैन्याला दान करून टाकला. थॉमस पेनने स्वातंत्र्याचा उच्चार केल्यानंतर अवघ्या सहाच महिन्यांत अमेरिकन स्वातंत्र्याच्या करारनाम्यावर स्वाक्षऱ्या झाल्या."

एव्हाना सर्वांचं जेवण संपवून नंतरचं आईस्क्रिम, स्वीटडिश इ. सुद्धा खाऊन झालं होतं. तेव्हा मॉरिसनने अधिरतेने घोषणा केली, "मला वाटतं आता आपण सर्वांनी यलो ओव्हल रुममधे प्रयाण करावं," असं म्हणून तो उठला. "तिथे कॉफी पिता पिता आजच्या या मीटिंगच्या महत्त्वाच्या मुद्द्याची चर्चा केलेली बरी."

मॅट अंडरवुडने नॉयची खुर्ची हलकेच मागे ओढली आणि तिच्या हाताला ओझरता स्पर्श करून तिला उठायला मदत केली. नंतर तिच्यासह तो यलो ओव्हल रूमच्या दिशेने चालू लागला.

त्या खोलीत शिरताच तिथल्या भपक्याने जरा स्तिमितच होऊन नॉय क्षणभर थबकली.

''ही खोली तर डायनिंगरूमपेक्षाही कितीतरी सुंदर आहे,'' ती म्हणाली.

अंडरवुडने तिचा हात हाती घेऊन तिला सोफ्यावर नेऊन बसवलं. नंतर तिच्यापासून अगदी काही इंचच अंतर सोडून तो बसला. मार्सोप, ब्लेक, मॉरिसन सगळे बसेपर्यंत तो बोलायचा थांबला. दोन वेटर्स ट्रॉलीवरून कॉफीचा संरजाम घेऊन आत आले.

एकेकाच्या हातात कॉफीचा वाफाळणारा कप देऊन वेटर्स निघून गेले. मॉरिसन खुर्चीत जरा पुढे झुकून सरसावून बसला आणि म्हणाला, ''मला वाटतं आपण आता मादाम नॉय यांच्या भेटीमागच्या मुख्य उद्देशाचा मुद्दा चर्चेला घेतलेला बरा.''

प्रेसिडेंट अंडरवुड शांतपणे कॉफीचे घुटके घेत बसून होता. त्याने हातातला कप खाली ठेवला. ''एवढी घाई नको, एझ्रा,'' तो आपल्या सेक्रेटरी ऑफ स्टेटला म्हणाला, ''आपल्याकडे भरपूर वेळ आहे. आपल्या इतिहासाबद्दल आणि लोकशाहीबद्दल नॉयला अजून काय काय ठाऊक आहे ते तर ऐकू दे मला.''

''तुमच्या घटनेविषयी मला नितांत आदर आहे.'' नॉय म्हणाली, ''ही घटना जगात अद्वितीय आहे. यावरूनच प्रेरणा घेऊन लाम्पांगच्या घटनेमधे काही सुधारणा करण्यासाठी मी व माझ्या दिवंगत पतीने खूप मेहनत केली. अर्थात तुमची घटना हा काही शंभर टक्के निर्दोष आहे असं नाही. त्यातही काही गोष्टी सुधारण्यासारख्या आहेत असं माझं मत आहे.''

''अच्छा?'' अंडरवुडने भुवई उंचावली, ''काही सांगू शकाल?''

यानंतर नॉयने अमेरिकन राज्यघटनेबद्दलची तिची मतं मोकळेपणे व निर्भीडपणे मांडली. ''आम्ही जेव्हा तुमच्या राज्यघटनेवरून आमची घटना घेतली तेव्हा आम्ही त्यात काही बदल केले, जे तुम्ही फार पूर्वीच करायला हवे होते. उदाहरणार्थ, तुमच्या घटनेतली इलेक्टोरल कॉलेजची कल्पना आम्हाला अर्थहीन वाटली. त्यामुळे ती आम्ही वगळली. तुम्ही जी समान हक्क कायद्याची दुरुस्ती तुमच्या घटनेत करण्याचं टाळलं ती आम्ही केली. आधी आमची असेंब्ली तुमच्याकडच्या हाऊस ऑफ रिप्रेझेंटेटिव्हजच्याच धरतीवर आखली होती. त्याचे सदस्य तुमच्याप्रमाणेच दर दोन वर्षांनी निवडून यायचे. पण त्यातील चूक आमच्या लक्षात आली व ते आम्ही बदललं. दोन वर्षं हा कालावधी निवडून आलेल्या उमेदवाराला ऑफिसमधे कामकाजाला जेमतेम सुरुवात करून परिस्थितीचा पुरा आवाका येण्याआधीच संपतो. हा कालावधी

आम्ही चार वर्षं केलाय. आणि सर्वांत महत्त्वाचं– तुमच्या घटनेतील सगळ्यात मोठा दोष म्हणजे हे प्रेसिडेंटच पद–'' नॉय हसली– ''हे तर सगळ्यात आधी काढून टाकायला हवं, जसं लवकरच आम्ही लाम्पांगमधे करणार आहोत.''

अंडरवुड जोरात हसला, ''माझ्याखालची खुर्ची तुम्ही काढून घेणार काय?''

''तसंच काही नाही. मला प्रायमरीज आणि पब्लिक इलेक्शन्सची कल्पना मान्य नाही. मी कुठेतरी अस वाचलंय की, प्रेसिडेंटची निवड काँग्रेसच्या दोन्ही सभागृहांतील सर्व सदस्यांच्या इच्छेनुसार व्हायला हवी. म्हणजे ते सगळ्यात उत्तम. आणि व्हाईस प्रेसिडेंटची तर आवश्यकताच नाही. तुमचं काय मत आहे?''

अंडरवुड हसला. ''तुम्ही मला अगदी अस्वस्थ करून सोडलंय. तुमचे विचार फारच क्रांतिकारी आहेत.''

''मी फक्त लोकशाहीत सुधारणा करू बघते आहे,'' नॉय म्हणाली.

अंडरवुडने तिला आणखी बोलकं करायचा प्रयत्न केला. नवे नवे विषय काढले. आपले विचार मांडले. तिची मतं विचारली. तिचं प्रत्येक विषयाचं सखोल ज्ञान, आपला मुद्दा समजावून सांगण्याची हातोटी, चातुर्य व विनोबुद्धी यामुळे तो भारून गेला. तिचा प्रत्येक शब्द न् शब्द त्याने आतुरतेने ऐकला.

अखेर एकदा संधी मिळताच पॉल ब्लेकने हात उंच करून सगळ्यांचं लक्ष रिस्टवॉचकडे वेधलं. ''अं... मि. प्रेसिडेंट... मी आपल्याला आपल्या आजच्या दिवसाच्या कार्यक्रमांची आठवण करू देऊ इच्छितो... अजून फक्त दहाच मिनिटांत आपल्याला बाईसाहेबांबरोबर कॉन्टेम्पो म्युझियमच्या उद्‌घाटनाला जायचं आहे. तुम्ही तिथे चार शब्द बोलणार आहात.''

सेक्रेटरी ऑफ स्टेट मॉरिसन अस्वस्थपणे खुर्चीत चुळबुळत होता. ''मि. प्रेसिडेंट मग मला वाटतं तुम्ही निघावं. मी मागे थांबून बाकीच्यांच्या मदतीने आज आपण मादाम सँग यांच्याशी जे बोलायचं ठरवलंय ते बोलतो.''

प्रेसिडेंट अंडरवुडच्या कपाळाला आठी पडली. ''त्याची काही गरज नाही, एझ्रा. परराष्ट्र धोरणाबद्दलची काही बोलणी मी स्वत:च करू इच्छितो.'' तो ब्लेककडे वळला.

''तुम्ही आता निघा. ॲलिसला घ्या आणि त्या काँटेम्पो म्युझियमकडे जा. तिला, सांगा, की मी आत्ता फार महत्त्वाच्या कामात गुंतलोय. तिच्या त्या कलेच्या रसिकांकरता माझ्याकडे वेळ नाहीये.''

नॉयने प्रेसिडेंटच्या दंडाला हलकेच स्पर्श केला. ''मॅट, तुमचा जर आधीच काही कार्यक्रम ठरलेला असेल, तर माझ्यामुळे त्यात काही व्यत्यय यायला नको. मी इथे सेक्रेटरी ऑफ स्टेट मॉरिसन यांच्याशी बोलणी करीन.''

''नाही. माझी स्वत:ची तुमच्याशी बोलणी करायची इच्छा आहे. एझ्रा मॉरिसन

हे मिस्टर मार्सोप यांच्याबरोबर आपल्या ऑफिसात जातील व आमचं लाम्पांगविषयीचं धोरण समजावून सांगतील. दरम्यानच्या काळात आपण दोघं इथे त्याचविषयी चर्चा करू. एर्झा, तू मि. मार्सोप यांना घेऊन जा व आपल्याला त्यांच्याकडून कशाकशाची अपेक्षा आहे हे नीट समजावून सांग.''

मॉरिसन कुरकुरतच उठला. ''आता खुद्द तुमचीच तशी इच्छा असेल मि. प्रेसिडेंट, तर–''

''माझीच तशी इच्छा आहे.'' अंडरवुड ठामपणे म्हणाला.

सेक्रेटरी ऑफ स्टेट मॉरिसन व मार्सोप जायला निघाले. तेव्हा प्रेसिडेंट ब्लेकला उद्देशून परत एकदा म्हणाला, ''पॉल, प्लीज, तू जा आणि ॲलिसची समजूत काढ. त्या म्युझियममधे माझ्यावतीने तूच चार शब्द बोल ना. मला नॉयशी खासगीत बोलायचंय.''

एकेक करून सगळे बाहेर पडले व अखेर ते दोघंच तिथे उरले.

नॉयकडे झुकून तो म्हणाला, ''हुश्श ! गेले एकदाचे. अखेर आपल्याला मोकळेपणे बोलता येईल. मला तुझ्याशी बोलताना मधे कुणाची लुडबुड नको होती.''

नॉय हसली. ''का मी काय स्पेशल आहे का कुणी?''

अंडरवुड काही न बोलता क्षण दोन क्षण तिच्याकडे नुसता टक लावून बसत राहिला. आपल्याशी किती सहजपणे बोलते ही! कृत्रिमपणाचा, नाटकीपणाचा कुठे लवलेशसुद्धा नाही. आणि मनातले विचार काहीही आडपडदा न ठेवता अस्खलितपणे मांडायची ती हातोटी. तिच्या सखोल व्यासंगामुळे आणि आपली काहीशी धक्कादायक मते निर्भीडपणे मांडण्याच्या पद्धतीमुळे तो भारला गेला होता.

''आपण आपल्या रुक्ष व्यावहारिक चर्चेला सुरुवात करण्यापूर्वी मला तुझ्याशी आणखी थोड्या गप्पा मारायच्या होत्या नॉय.''

''जरूर,'' ती म्हणाली.

''तुला अमेरिकन सिनेमे कसे वाटतात? आवडतात?''

''अमेरिकन सिनेमे?'' त्याचं हे विचारणंच इतकं अनेपेक्षित होतं की ती हसतच सुटली. ''तुम्ही... तू माझी चेष्टा तर नाही ना करत?''

''अजिबात नाही. समोरच्या अनोळखी असलेल्या व्यक्तीशी जवळीक करण्याचा हमखास मार्ग म्हणजे तिला आवडणारी पुस्तकं, सिनेमे याबद्दल बोलणं. यातून तिच्या आवडीनिवडी समजतात आणि तिच्या खोलीचा अंदाजही येतो. आणि मला तुझ्याशी ओळख वाढवायची आहे.''

त्याला काय म्हणाचंय ते तिच्या लक्षात आलं. ती प्रामाणिकपणे म्हणाली, ''मला अमेरिकन सिनेमे आवडतात. खरंच. खूप आवडतात. एका परीने सिनेमा ही

एक कलाच आहे. येत्या काही दिवसांत मी आमच्या टी. व्ही. वर बरेच जुने जुने अमेरिकन सिनेमे पाहिले. काही काही तर खरंच अप्रतिम होते.''

''उदाहरणार्थ–''

''काही आठवड्यांपूर्वीच मी आत्तापर्यंत होऊन गेलेल्या सिनेमांमधला सर्वोत्तम अमेरिकन सिनेमा पाहिला.''

''कोणता?''

''त्याचं नाव 'द पेट्रीफाईड फॉरेस्ट', 'लेस्ली हॉवर्ड' आणि 'हम्फ्रे बोगार्ट–' ''

''ओहो, आणि ड्युक मॅन्टी''

''–आणि 'बेटी डेव्हिस.' मला तर तो सिनेमा इतकं मंत्रमुग्ध करून गेला की कधी विसरणं शक्य होईल असं वाटत नाही.''

अंडरवुडने होकार दिला, ''मी सुद्धा तो तीनदा पाहिल्याचं आठवतंय.''

''आणि कोणकोणते सिनेमे तुला आवडले?''

''माझा सगळ्यात लाडका विनोदी सिनेमा, 'क्लॉडेट कोल्बर्ट' आणि क्लार्क गेबलचा 'इट हॅपन्ड वन नाईट'. क्लार्क गेबलला पाईप ओढताना बघून मी इतका प्रभावित झालो की मी स्वत: जाऊन एक विकत आणला होता.'' त्याने जाकिटाच्या खिशात हात घातला आणि एक पाईप काढला. ''हाच तो.''

''मला पाईपचा वास खूप आवडतो.''

''असं? मग मी आत्ताच एक ओढतो.'' त्याने पाईप भरला, पेटवला आणि ओढला. ''कसं वाटतंय?''

''गोड आणि छान.''

धूर सोडत तो म्हणाला, ''आणखी एक माझा अतिशय आवडता सिनेमा म्हणजे 'सिटिझन केन'.''

''तो मात्र पाहून खूप दिवस झाले,'' ती म्हणाली, ''तो तेवढा नीटसा कळला नव्हता, कारण त्यात जे अमेरिकन जीवन चित्रित केलेलं होतं त्याच्याशी माझा परिचय नव्हता. पण 'इट हॅपन्ड वन् नाईट' मात्र मला आवडला होता. खूपच मजेशीर होता.''

अशाच रीतीने ते कितीतरी वेळ बोलत राहिले. पुरुषांबद्दल, स्त्रियांबद्दल, वेगळ्यावेगळ्या विषयांवरून गप्पा रंगत गेल्या. तिच्या त्या खळाळत्या उत्साहाने भरलेल्या व्यक्तिमत्त्वाने मॅट अधिकाधिक मोहित होत गेला.

कितीतरी वेळ गप्पा चालूच होत्या. अखंड. आणि मग अंडरवुड दोघांच्या ग्लासात एकेक ड्रिंक ओतावं म्हणून उठला आणि त्याच्या अचानक लक्षात आलं की लंच झाल्यानंतर अडीच तास उलटले होते. गेले साडेचार तास तो नॉयबरोबर होता आणि ते त्याला दहा मिनिटांसारखे वाटले होते.

तिच्या हातात ड्रिंकचा ग्लास देता देता त्याच्या मनात आलं, आपण हिच्यावर अन्याय करतोय. ती इतक्या लांबून आपल्याशी सिनेमानाटकांवर गप्पा मारायला तर निश्चितच आलेली नाही. ती ज्या मुद्द्याच्या चर्चेसाठी आलीय तो मुद्दा तर आपण एकदाही काढला नाही.

"वेल्. तू मुद्दाम इथे आलीस ते फार बरं झालं," तो म्हणाला, "तुझ्याशी ओळख झाली, छान वाटलं."

"मलाही, मॅट," ती म्हणाली.

"अजून तुझ्याशी कितीही गप्पा मारल्या तरी त्या अपुऱ्याच आहेत, पण मी ते करणं बरोबर नाही," तो म्हणाला, "तू माझ्याकडे काही व्यवहाराचं बोलू इच्छितेस."

ती पण जराशी भानावर आली. "खरंच की. मीही विसरलेच होते."

"तूच काय. मी पण विसरलो होतो," तो तिच्या डोळ्यात रोखून बघत राहिला. "बरं मग आपण दोघांनी जे काय बोलावं असं ठरलंय, त्याला सुरुवात करायची?"

ती होकार देत म्हणाली, "मला वाटतं, आपण बोलणं आवश्यक आहे. दुपार तर सगळी गेलीच. उद्याच मी लाम्पांगला परत जाणार. तेव्हा काहीतरी इथे येऊन महत्त्वाची बोलणी केली असं मला दाखवायला तर हवं."

त्याने मान हलवली. "ठीक आहे. आपण झटपट काय ती बोलणी उरकून टाकू म्हणजे परत आपल्या आवडत्या विषयांवर गप्पा मारायला मोकळे. मला जसं मॉरिसनने सांगितलंय तसंच मार्सोपने तुलाही सांगितलंच आहे की, आपण दोन्ही देशांना सोयीचा होईल असा एक व्यवहार करायचाय व त्याचीच आत्ता बोलणी करायची आहेत."

"व्यवहार... होय."

"मी तुला काहीतरी एक देणार व त्या मोबदल्यात तू मला हवं ते द्यायचं."

"मलाही असंच सांगण्यात आलंय."

अंडरवुडचं लक्ष तिच्या गंभीर चेहऱ्यावर खिळून होतं. "तुला काय हवंय नॉय?"

"एका चांगल्या कामासाठी भरपूर आर्थिक मदत. कर्जाच्या स्वरूपात. आमची आर्थिक घडी नीट बसवण्यासाठी मला अमेरिकन डॉलर्सची मदत हवी आहे."

"मी तुला मदत द्यायचं ठरवलंच आहे. पण किती हवी आहे? काही आकडा सांगू शकशील?"

"माझ्या देशात दोन टोकाच्या विचारप्रवाहांना सांभाळून घेण्यासाठी, अति डाव्या विचारसरणीच्या कम्युनिस्ट चळवळी व अति उजव्या विचारसरणीचं लष्कर, या दोहोंचा मेळ साधण्यासाठी मला फार मोठी रक्कम हवी आहे."

"हो. पण किती?" अंडरवुडने विचारलं.

"मला असं सांगण्यात आलं की तशी तुझी याहूनही कितीतरी जास्त रक्कम देण्याची कुवत आहे, पण मी २००,०००,००० डॉलर्सला समझोता करून टाकावा."

अंडरवुड गालातल्या गालात हसला. "तू फारच स्पष्टवक्ती आहेस, नाही का?"

"हे बघ, मी काही मुरलेली राजकारणी नाही." ती म्हणाली, "मी फक्त प्रामाणिक आहे. नाहीतरी इतर काही बोलत राहणं म्हणजे उगीच वेळेचा अपव्यय. मी मागितलेली रक्कम तुला मंजूर आहे?"

"खरं तर तुझी मागणी बरीच जास्त आहे," अंडरवुड म्हणाला, "आता मीही खरं खरं सांगतो. माझ्या सल्लागारांच्या म्हणण्याप्रमाणे मी सुरुवात १२५,०००,००० डॉलर्सपासून करून अखेर हो ना करता करता १५०,०००,००० डॉलर्स द्यायला तयार व्हावं. तुला या रकमेचा काही उपयोग होईल का नॉय?"

"नाही मॅट, खरंच."

"ठीक आहे," त्याने हातातला ग्लास बाजूला ठेवला. "मग आपण चर्चा करून हा प्रश्न सुटतोय का ते बघूया. आणि मोकळेपणे, काही आडपडदा न ठेवता."

खरं तर परराष्ट्रीय धोरणामधील तह, तडजोडी, समझोते व तांत्रिक मुद्द्यांच्या चर्चेचा अंडरवुडला फार कंटाळा येई. जेव्हा शक्य असेल तेव्हा तो ते टाळत असे. पण आत्ता, त्या निमित्ताने तेवढाच जास्त वेळ नॉयच्या सहवासात काढता येईल म्हणून त्याची या शुष्क, नीरस चर्चेलासुद्धा हरकत नव्हती. तिच्याशी बोलताना, तिचं म्हणणं ऐकताना आपण एका फार असामान्य स्त्रीशी बोलतोय याची त्याला सतत जाणीव होत होती. आणि आजवर त्याला भेटलेल्या कुठल्याच स्त्रीचं अस्तित्व इतकं सुखकारक नव्हतं.

कर्जाच्या रकमेविषयी परत परत उलटसुलट चर्चा झाली. तिने लाम्पांगमधली सर्व परिस्थिती त्याला सविस्तरपणे सांगितली. आपल्या पतीच्या अकाली मृत्यूनंतर सत्तेवर आल्यावर तिला काय काय समस्यांना तोंड द्यावं लागलं ते तिने त्याला सांगितलं.

अखेरीस अंडरवुडने मनोमन निर्णय घेऊन टाकला. त्याचं बोलणं ऐकताच नॉय आनंदित झाली, इतकी की तिने पुढे होऊन उत्स्फूर्तपणे त्याचा हात हाती घेतला आणि आपली कृतज्ञता व्यक्त केली.

"पण आपला हा व्यवहार आहे नाही का?" ती म्हणाली, "मग आता तुझ्या मागण्या काय ते तरी कळू दे."

''आम्हाला एक लष्करी विमानतळ लीजने हवा आहे,'' तो म्हणाला.

''ते तर मलाही ठाऊक आहे मॅट, पण जरा तपशील तर सांगशील?''

मग त्याने काय काय हवं ते तपशीलवार तिच्या पुढे मांडलं. मधूनच आपल्या खिशातून एकेक कार्ड काढून बघत त्याने सर्व काही स्पष्ट सांगितलं. सेक्रेटरी स्टेट ऑफ मॉरिसन आणि सेक्रेटरी ऑफ डिफेन्स कॅनॉन यांनी जे काही सांगितलं होतं ते सगळं त्याने सांगितलं.

नॉय त्याचं म्हणणं लक्षपूर्वक ऐकत होती. त्याचं सगळं बोलणं तिने नीट समजून घेतलं. आणि मग त्याचं बोलून संपल्यावर तिने आपला दृष्टिकोण त्याच्यापुढे मांडला.

खरं तर तिचं म्हणणं इतकं तर्कसुसंगत होतं की, तिचा कुठलाही मुद्दा खोडून काढणं त्याच्या जिवावर येत होतं पण आपल्या कर्तव्याला स्मरून तो अमेरिकेची बाजू मांडत होता.

अखेरीस, अर्ध्या तासानंतर त्यांच्यात समझोता झाला.

''ठीक आहे तर. आपला करार आता होणार. तू खूष आहेस?'' नॉय म्हणाली.

''ज्या गोष्टीमुळे तू समाधानी आहेस त्या गोष्टीचा मला आनंदच आहे.''

तिने आपली पर्स उचलली. ''मी तुझा फारच वेळ घेतला. मी आता मार्सोपला शोधून काढते आणि ब्लेअर हाऊसकडे जाते. उद्या जाण्याची तयारी करायची आहे.''

ती उठून उभी राहिली पण त्याने तिला खाली बसवलं.

''नॉय, तुला उद्याच लाम्पांगला परत गेलं पाहिजे का?''

''तसं मी ठरवून आले होते. आता अगदी तिथे माझ्यावाचून अडलंय असं नाही. तरी पण मी जाणं हे बरं. त्यांना तिथे माझी गरज आहे.''

अंडरवुड क्षणभर घुटमळला. ''तसं पाहिलं तर, मला पण तुझी इथे गरज आहे. निदान अजून एक दिवस.''

''म्हणजे? मी नाही समजले.''

तिने त्याच्या नजरेला नजर दिली. ''का पण? मॅट... आपण आपली सगळी बोलणी पुरी केली असताना—''

''आपण फक्त आपली राजकीय बोलणी पुरी केली,'' मॅट म्हणाला, ''पण मला अजून बरंच खासगी बोलायचंय.''

तिने भुवईला नाजुकशी आठी पाडली. ''याचा काय अर्थ?''

''आज तुझ्याबरोबर इतका सुंदर वेळ गेला की हे सारं इतक्यात संपवायची इच्छाच होत नाहीये मला. एक म्हणजे, तुला मी स्वत: वॉशिंग्टनच्या सफरीवर न्यायचं ठरवलंय. निदान माझी तशी इच्छा आहे. तू पूर्वी एकदा इथे आली होतीस हे मला ठाऊक आहे. त्या वेळी तू बरंच काही पाहिलंस?''

"सहलीबरोबर आम्हाला मुख्यत्वेकरून व्हाईट हाऊस आतून बाहेरून छान बघायला मिळालं होतं. बाकी मात्र विशेष काही नाही."

"मग तर तुला सगळं नीट दाखवायलाच हवं," अंडरवुड आग्रही स्वरात म्हणाला. "मी स्वत: तुला गाडीने सगळीकडे नेऊन एकेक प्रेक्षणीय स्थळ दाखवीन. मग आपण दोघं एकत्र लंच घेऊ. फक्त दोघंच. आणि जरा एकमेकांबद्दल बोलू. खासगी स्वरूपाचं."

"एकमेकांबद्दल? खासगी?"

"तुझ्याबद्दल," प्रेसिडेंट म्हणाला. "मला तुझ्याबद्दल अगदी सगळं जाणून घ्यायचंय आणि तूही माझ्याविषयी सगळं जाणून घेतलेलं मला आवडेल. उद्या आपण भेटू ते दोन राष्ट्रांचे प्रेसिडेंट म्हणून नाही, तर फक्त माणूस म्हणून."

तिने मान कलती केली आणि एकवार खळाळून हसली. "हे तर फारच छान होईल. माझ्या तर नाही म्हणणं जिवावर येतंय."

"मग नको म्हणूस."

"पण उद्याच्या तुझ्या ठरलेल्या कार्यक्रमांचं काय? तुला वेळ आहे का?"

"माझा उद्याचा कार्यक्रम एकच. तुझ्या सहवासात दिवस घालवणं. मी उद्या सकाळी बरोबर अकरा वाजून वीस मिनिटांनी ब्लेअर हाऊसमधे तुला न्यायला येईन. मग तुला जरा प्रेक्षणीय स्थळं दाखवीन. एक वाजता आपण लंच घेऊ. दुपारी जर उशिरानेच मी तुला तुझ्या गेस्टहाऊसमधे आणून सोडीन. तुझं काय मत आहे? अशा बाबतीत अमेरिकेच्या प्रेसिडेंटचं म्हणणं डावलणं योग्य नाही."

नॉय हसली. "पण कोण म्हणतो मी तुझं म्हणणं डावलणार आहे म्हणून?" ती उठून उभी राहिली. "या विधेयकाला माझी पूर्ण मंजुरी आहे. उद्या सकाळी मी तुझी वाट पाहीन."

नॉय सँग गेल्यानंतर त्याने घड्याळात पाहिलं. अजूनही ऑफिसात जाण्याइतका वेळ होता. ऑफिसात जाऊन काही महत्त्वाचे कागदपत्र पाहावे असा त्याने विचार केला.

लिफ्टमधून ऑफिसकडे जात असताना तो फार खुशीत होता. गेल्या कित्येक महिन्यांत इतका आनंद त्याला कधी झाला नसेल. खरं तर प्रेसिडेंट झाल्यापासून एखाद्या स्त्रीचा सहवास त्याला कधीच इतका आनंददायी वाटला नव्हता. आपल्यावर तिच्या कुठल्या बरं गोष्टीची इतकी मोहिनी पडली असेल? त्याने विचार केला. नुसतं सौंदर्य तर नक्कीच नाही. त्याची स्वत:ची बायको ॲलिस नॉयपेक्षा खचितच जास्त सुंदर ठरली असती. त्याने परत नॉयचा चेहरा डोळ्यासमोर आणला. तो साधेपणा. प्रांजळपणा. तो रुबाब. ती स्टाईल. आणि सगळ्यात जास्त म्हणजे ती बुद्धिमत्ता, आणि ते ज्ञान, ती स्वाभाविकता.

तिच्यासारखी तीच.

आणि तिच्याबरोबर उद्या आख्खा दिवस आपण घालवायचा या कल्पनेनेच तो रोमांचित झाला.

उद्याचा दिवस नक्कीच अविस्मरणीय असेल.

पण मग ऑफिसात शिरता शिरता त्याच्या या आनंदावर विरजण पडलं. खरंच की! आत्ता लगेचच सेक्रेटरी ऑफ स्टेट आणि चीफ ऑफ स्टाफ यांना बोलावून घेऊन काय काय झालं त्याचा अहवाल द्यायला हवा. आणि ते हे सगळं सुखासुखी ऐकून घेणार नाहीत. आपल्याला मन घट्ट करायला हवं.

पण मग ऑफिसात पाऊल टाकलं आणि त्याला दिसलं की आपल्याला या लोकांना बोलावून घ्यायची खरं तर गरजच पडणार नाहीये. ते दोघं, ब्लेक आणि मॉरिसन तिथेच बसून होते. तो आत येताच तडक टेबलामागे आपल्या नेहमीच्या खुर्चीत बसला.

प्रेसिडेंटच्या टेबलासमोर लहानसा ध्वज फडकत होता. त्याच्याकडे लक्ष जाताच त्याने आपली मुद्रा करारी केली. प्रेसिडेंट आपण आहोत, या ऑफिसचे, या खुर्चीचे मानकरी.

त्याने टेबलावरचे कागदपत्र उगीचच चाळले. अखेर त्यानेच सुरुवात केली. "वेल्. सगळी चर्चा झाली. समझोता झाला.''

ब्लेकने आवाजातला विषाद लपवत म्हटले, "मॅट, तुमची फार वेळ चर्चा चालली होती. जवळजवळ दोन अडीच तास तुम्ही दारं बंद करून बसला होतात. तू आज एकंदर पाच तास तिच्याबरोबर घालवले आहेस. नशीब म्हणून आजच्या दिवसात तुझे काही विशेष महत्त्वाचे कार्यक्रम नव्हते. एक त्या कॉन्टेम्पो म्युझियमची भेट सोडली तर. आणि बाईसाहेब तुझ्या न जाण्यामुळे चांगल्याच नाराज झालेल्या दिसल्या. पण तरीही–''

"तुमची सगळी बोलणी आपल्या मनाप्रमाणे झाली असली तर तेही चालवून घेता येईल,'' मॉरिसन म्हणाला.

"हे सगळं पाच तास चाललं होतं?'' अंडरवुड म्हणाला. "मला तर वाटलं, असेल फार फार तर दोन तास. बोलण्यासारखं पुष्कळच होतं ना.''

"पण कशी काय झाली एकंदर चर्चा?'' मॉरिसन अधिरतेने म्हणाला. "आपल्या फायद्याचंच झालं ना सगळं?''

"हो, अर्थात. आपण दिलं आणि घेतलं.''

"तू काय दिलंस मॅट?'' सेक्रेटरी ऑफ स्टेटला घाई झाली होती.

"लाम्पांगच्या खूपच समस्या आहेत,'' अंडरवुड विषय टाळण्यासाठी म्हणाला.

"सगळ्या जगापुढेच खूपच समस्या आहेत,'' मॉरिसन म्हणाला "पण शेवटी

तू कितीला कबूल केलंस. तुला १५०,०००,००० डॉलर्सपर्यंत कबूल करावं लागलं?''

''नाही,'' अंडरवुड म्हणाला. ''त्याने तिला काहीच मदत होणार नव्हती, आणि आपल्यालाही,'' मग तो मुद्दामच अत्यंत करड्या आवाजात म्हणाला, ''मी त्यांना २५०,०००,००० डॉलर्सचं कर्ज देण्याचं मान्य केलं आहे, व त्यातील अर्धं तातडीने द्यायचं आहे.''

मॉरिसनचा विश्वासच बसेना. ''तू काय?''

''त्यांना तिथे पैशाची गरज आहे. आणि आपल्याला त्यांची गरज आहे.''

''पण २५०,०००,००० डॉलर्स. इतकं मोठं कर्ज एखाद्या बड्या राष्ट्राला वगैरे देऊ केलं तर ठीक आहे. पण एका छोट्याशा द्वीपाला?''

''पण त्याचा योग्य तोच विनियोग होणार आहे.''

''मी म्हणतो, ते कर्ज तुम्ही जर जनरल नाकॉर्नला देऊ केलं असतं, तरी मी समजू शकलो असतो,'' मॉरिसन जोरात विरोध करत म्हणाला. ''तो निदान पूर्णपणे आपल्या बाजूचा तरी आहे.''

''लोकशाहीत त्याला बिलकुलच काहीही रस नाहीये. लोकांबद्दल त्याला काडीइतकंही प्रेम नाहीये. जर तो सत्तेवर आला, तर तो कम्युनिस्टांचा पुरता बिमोड केल्याखेरीज राहणार नाही. आणि मग रक्तपातच होईल.''

''पण तो आपल्या बाजूचा आहे.'' मॉरिसन हट्टाने म्हणाला. ''तो आपल्याला हवा होता तसाच हुकूमशहा आहे. नॉय सँग त्या मानाने फारच दुबळी आहे. तिच्यावर भरवसा टाकण्यात अर्थ नाही.''

पण अंडरवुड काहीही ऐकून घेण्याच्या मन:स्थितीत नव्हता. ''माझ्या मते तिच्यावर पूर्ण भरवसा टाकायला हरकत नाही. तिच्याजवळ पुरेसा पैसा आला तर ती लाम्पांगमधे अगदी आदर्श अशी लोकशाही आणेल. आपल्याला अशा लोकशाहीचं पूर्ण सहकार्य मिळेल.''

पॉल मधेच म्हणाला, ''मॅट-''

अंडरवुड त्याच्याकडे वळून म्हणाला, ''काय, पॉल?''

ब्लेक जरा घुटमळला. आपल्या प्रश्नाचं जे काही उत्तर मिळणार आहे ते आपल्या मनासारखं नसणार आहे याची त्याला साधारण कल्पना होती. ''ठीक आहे. तू काय द्यायचं कबूल करून बसलायस, हे तर आम्ही ऐकलंच मॅट- पण आता आपल्याला त्या मोबदल्यात काय मिळणार आहे?''

''लष्करी विमानतळ. आपल्याला अगदी हवा आहे तसाच.''

''आपल्याला हवा आहे तसाच-'' ब्लेक जरा संशयानेच म्हणाला, ''म्हणजे जेवढ्या क्षेत्रफळाचा हवा आहे अगदी तेवढाच?''

शून्यात बघत अंडरवुड समोरच्या कागदावर गिरगोट्या मारत राहिला. "वेल्. अगदी तेवढाच नाही. पण जवळजवळ तेवढाच."

मॉरिसन आता पुढे झुकला. "तेवढाच म्हणजेच १३०,००० एकर. मग आता जवळजवळ तेवढाच किती हे कळू शकेल का?"

"नॉयपुढे संकटांचे डोंगर उभे आहेत, डोंगर. तेव्हा १३०,००० एकर देणं तिला शक्यच नव्हतं. मग लाम्पांगची स्वायत्तताच धोक्यात आली असती. लोकांनी निदान असा ओरडा केला असता. मला तरी जरा समजुतीनं नको का घ्यायला?"

"आणि किती समजुतीने?" मॉरिसनने विचारलं.

"आमच्यात ९०,००० एकरांच्या विमानतळाबद्दल समझोता झाला."

काही काळ मॉरिसन दिङ्मूढ होऊन बघत राहिला. त्याच्या तोंडातून शब्दच फुटेना अखेर त्याला वाचा फुटली. "हे हौशी पायलटांसाठी ठीक आहे. आपल्या हवाईदलाची जेट विमानं उतरवण्यासाठी नव्हे."

"आपण ते चालवून घेऊ. घ्यायलाच हवं," प्रेसिडेंट अंडरवुड म्हणाला. तो उठून उभा राहिला. "मी आता वर जातो. आणि ॲलिसची जरा समजूत काढतो. दुपारच्या या गोंधळामुळे ती रागातच असेल."

तो दार उघडून बाहेर पॅसेजमधे शिरला तोच मागून ब्लेकचे शब्द त्याच्या कानावर आले, "आज संध्याकाळची लास वेगासची फाईट हुकली तुझी मॅट."

"मी विसरलोच."

"तुला वाटत होतं तोच माणूस जिंकला."

"छान, छान," मॅट म्हणाला. पण त्याचं खरं तर ब्लेकच्या बोलण्याकडे फारसं लक्षच नव्हतं.

पण तो परत मागे वळून म्हणाला, "पॉल, उद्या दिवसभराचे काय काय कार्यक्रम आहेत?"

"ठरल्याप्रमाणेच," ब्लेक म्हणाला, "तुम्ही दोघं– तू व ॲलिस सर्व सिनेटरांच्या पत्नींना लंच देणार आहात. त्यानंतर एक प्रेस कॉन्फरन्स आहे. संध्याकाळी सगळे गव्हर्नर्स व त्यांच्या पत्नी यांना भोजनाचं निमंत्रण आहे."

"मग असं कर. प्रेस कॉन्फरन्स तेवढी ठेव. बाकी सर्व मात्र कटाप करून टाक. म्हणजे तू आणि ॲलिस मिळून त्या सिनेटरांच्या बायकांकडे बघा. संध्याकाळचे कार्यक्रम मात्र असू दे. ते गर्व्हनरांच्या जेवणाचं वगैरे."

"प्रेस कॉन्फरन्सच्या आधीचे तुझे सर्वच्या सर्व कार्यक्रम रद्द?" ब्लेक म्हणाला, "का बरं? तू कुठे जाणार आहेस?

"मी नॉय सँगकडून आणखी एक दिवस इथे राहण्याचं कबूल करून घेतलंय. मी स्वत: तिला इथली काही प्रेक्षणीय स्थळं दाखवायला घेऊन जाणार आहे आणि

नंतर लंचला. एखाद्या रेस्टॉरंटमधे.'' तो क्षणभर थांबला. ''आम्ही विमानतळाविषयी आणखी जास्त चर्चा करणार आहोत.''

एवढंच बोलून तो परत जायला वळला. आणि गेला.

एकदा तो गेल्यावर ते दोघंच तिथे उरले, ब्लेक आणि मॉरिसन. दोघं काही काळ गप्प बसून होते.

काही क्षणांनंतर त्यांची नजरानजर झाली. ''हे काय चाललंय तरी काय?'' मॉरिसन मोठ्यांदा म्हणाला. ''एका लाम्पांग नामक क्षुद्र राष्ट्राच्या प्रेसिडेंट समवेत एक दोन नाही चांगले पाच तास. आपण ठरवल्यापेक्षा कितीतरी जास्त कर्ज कबूल करणं. त्या मोबदल्यात कितीतरी एकर कमी क्षेत्रफळाचा विमानतळ. आणि आता, उद्या त्या बाईबरोबर अख्खा दिवस घालवणं. प्रेसिडेंट मॅट अंडरवुडला झालंय तरी काय?''

''सरळ आहे,'' ब्लेक म्हणाला. ''काय झालंय सांगू?''

''काय?''

''हेच एखाद्या सामान्य माणसाला होतं ना, तेव्हा त्याला म्हणतात म्हातारचळ लागणं. मग ते प्रेसिडेंटला का लागू नये?''

चार

दुसऱ्या दिवशीची सकाळ उजाडली तेव्हाच मॅट अंडरवुडने स्वत:च्या मनाशी ठाम ठरवलं होतं, की आजचा दिवस फक्त आपला आणि नॉयचा. बाकी कुणाकुणाचा नाही.

पण व्हाईटहाऊसमधे त्याची स्थिती पिंजऱ्यातल्या पक्ष्यासारखी झाली होती. त्यातून सुटणं हे महाकर्मकठीण काम होतं. सकाळी उठल्यापासून दिवस जो सुरू झाला होता तोच मुळी असत्य कथनाने. त्याने अगोदर पॉल ब्लेकला बोलावून त्याला बाईसाहेबांच्या कानावर घालायला सांगितलं, की आज दुपारभर प्रेसिडेंट अत्यंत महत्त्वाच्या कामात व्यग्र राहणार असून त्यांना त्या सिनेटर्सच्या पत्नींबरोबरच्या चहापानाला उपस्थित राहणं जमणार नाही. "आणि पॉल, 'सखेद' हा शब्द वापरायला विसरू नको बरं का," मॅट अंडरवुड म्हणाला, "अणि हो, ॲलिसने फारच पाठपुरावा केला तर सांग– प्रेसिडेंटना नॅशनल स्पेस एजन्सीशी फार महत्त्वाची बोलणी करायची आहेत म्हणून!" ब्लेकने मान डोलावली. प्रेसिडेंट साडेचार वाजता ठरल्याप्रमाने त्या प्रेस कॉन्फरन्सला हजर राहणारच होते. मग अंडरवुडने ब्लेकला वारंवार बजावलं, की प्रेसिडेंट कुठे अचानक गायब झाले याची त्याने कुणापाशीही वाच्यता करता कामा नये. त्यानंतर अंडरवुडने आपला प्रेस सेक्रेटरी जॅक बेरेट याला थापा मारल्या. आपल्याला फार महत्त्वाच्या धोरणाविषयी निर्णय घ्यायचे असून ते काम आपण अगदी एकान्तात करणार आहोत. आणि त्याचमुळे प्रेसवाल्यांची तोंडे बंद करण्यासाठी जॅक बेरेटने त्यांना पचेल अशी काहीतरी सबब तयारच ठेवावी.

खरं तर इतरांप्रमाणेच सीक्रेट सर्व्हिसचा डायरेक्टर फ्रँक ल्युकास यालासुद्धा काहीतरी लोणकढी लावावी व वाटेला लावावं असा सुरुवातीला मॅट अंडरवुडचा इरादा होता. पण मग त्याने परत एकदा नीट विचार केला. सीक्रेट सर्व्हिसच्या संरक्षणाशिवाय बाहेर पडण्याचा धोका स्वत:पुरता पत्करायला त्याची काही हरकत नव्हती. त्याला स्वत:च्या जिवाची फारशी पर्वा नव्हती. पण तो एकटा जाणार नव्हता. त्याच्याबरोबर नॉय पण असणारच होती. आपल्या भलत्या हट्टापायी तिचा

जीव काय म्हणून धोक्यात घालायचा?

त्याने ल्युकासला आत बोलावलं आणि त्याला काय ते खरं खरं सांगून टाकलं. त्याने सांगितलं की, आपल्याला लाम्पांगची प्रेसिडेंट नॉय सँग हिच्याशी लाम्पांगच्याच संदर्भात अत्यंत महत्त्वाचं काही बोलायचंय. पण ही भेट जरी कितीही गुप्त असली तरी नॉय सँगच्या सुरक्षिततेच्या दृष्टीने सीक्रेट सर्व्हिसला माहिती देणं आपल्याला आवश्यक वाटलं अशीही त्याने पुष्टी जोडली.

"तुम्ही योग्य तेच केलं," बलदंड देहाचा ल्युकास म्हणाला.

"पण हे पाहा, तुमची संरक्षण व्यवस्था कशी काय ठेवायची ते तुम्ही बघा. मला उगीच मोठा लवाजमा घेऊन हिंडायचं नाहीये सगळीकडे. अगदी कमीत कमी लोक बरोबर हवेत. जास्तीत जास्त दोन नाहीतर तीन सीक्रेट सर्व्हिस एजंट पुरेत. मला उगीच लोकांचं लक्ष वेधून घ्यायची इच्छा नाहीये."

"ते अगदी अशक्य आहे," ल्युकास म्हणाला. "मला किमान बारा लोकांची तुकडी तरी लागेलच. मुळात तुम्ही ज्या रेस्टॉरंटमधे जाऊन जेवायचं ठरवाल त्याचा आतून बाहेरून इंच न् इंच तपासून पाहावा लागेल. काही दगाफटका होणार नाही ना याची खातरी पटवून घ्यावी लागेल. त्यांच्या मुदपाकखान्यात जाऊन त्यांच्या स्वयंपाकावर नजर ठेवायला माणसं नेमावी लागतील. काय एक का काम आहे? हे पाहा, आजवर ज्या ज्या लोकांनी तुम्हाला जिवे मारण्याच्या धमक्या दिलेल्या आहेत त्या सर्वांची यादी आमच्या कॉम्प्युटरकडे आहे. यात किती नावं आहेत ठाऊक आहे? चाळीस हजार. आता यातले माथेफिरू, वेडे वगैरे सोडले तरी किमान ३५० लोकांच्या धमक्या खरोखरच गंभीर स्वरूपाच्या आहेत. आजवर आमची इतकी कडक सुरक्षाव्यवस्था मोडूनसुद्धा एकूण दहा प्रेसिडेंट्स व दोन नॉमिनीजना हल्लेखोरांनी जखमी केलंय किंवा ठार मारलंय. आणि त्यांचे प्राण वाचवण्यासाठी आमच्या आठ एजंटांना आपले प्राण गमवावे लागले आहेत."

"पण तरीही, माझ्यामागे मोटारींचा ताफा मात्र यायला नकोय मला. तुम्ही जर सहा लोक फक्त माझ्या संरक्षणाला ठेवले तर?"

"ते सांगणं कठीण आहे," ल्युकास म्हणाला. आपल्या कर्तव्यात काडीचीही कसूर करण्याची त्याची इच्छा नव्हती, पण प्रेसिडेंटना दुखवूनही चालण्यासारखं नव्हतं. "पण बघू तुमच्या कार्यक्रमाचा तपशील?"

"दक्षिणेकडच्या गेटपाशी बरोबर अकरा वाजून दहा मिनिटांनी एक गाडी व ड्रायव्हर थांबलेले असतील. मी ब्लेअर हाऊसकडे मादाम नॉयना घेण्यासाठी जाणार आहे. नंतर तासभर आम्ही शहरातील महत्त्वाची प्रेक्षणीय स्थळे पाहू. नंतर जॉर्जटाऊनमधे एखादं आडबाजूला लहानसं रेस्टॉरंट असलं तर ते माझ्यासाठी शोधून ठेवा. अगदी फार बडं वगैरे नको. छोटंसं. बेताच्या आकाराचं, जिथे मला कुणी ओळखण्याची

शक्यता कमी असेल असं. तिथे माझ्यासाठी व नॉयसाठी एखादं बूथ जेवणापुरतं रिझर्व करून ठेवा.''

ल्युकासने नकारार्थी मान हलवली. ''एक तर जॉर्जटाऊनमधे अशी आडबाजूला वगैरे लहानशी रेस्टॉरंट्स नाहीत. आणि तुमचा चेहरा जगाच्या पाठीवर कुठेही गेलात तरी ओळखू हा येईलच. एकच शक्यता आहे-'' तो असं म्हणाला व थांबला.

''कोणती शक्यता?''

''एखादं रेस्टॉरंट जर काही दुरुस्तीकरता काही काळ, दुपारचे दोन तीन तास बंद आहे अशी पाटी लावायला त्याचा मालक कबूल झाला तर ते सगळंच्या सगळं रेस्टॉरंट तुमच्याकरता आणि मादाम नॉयकरता मोकळं राहील.''

''पण हे शक्य आहे?''

''जर योग्य कॉन्टॅक्ट्स असतील तर सारं काही शक्य असतं,'' ल्युकास म्हणाला. ''खरं तर माझ्या डोळ्यापुढे अगदी तुम्हाला हवंय तसं रेस्टॉरंट आत्ता आलं, जॉर्जटाऊन– मधेच. त्याचं नाव 'द १७७६ क्लब.' तिथे दुपारच्या जेवणाला कधीच गर्दी नसते. जवळपास रिकामंच असतं. आणि सुरक्षाव्यवस्थेच्या दृष्टीनेही ते योग्य आहे. त्याचा मालक माझ्या परिचयाचा आहे आणि मी त्याच्याशी बोलतो. पण अर्थात त्याला बंद ठेवण्याबद्दल नुकसानभरपाई द्यावी लागेल. मी त्याला ते पटवून देऊ शकेन.''

''मग तसं लगेचच करा. एक वाजता मी तिथे जाईन. बुकिंग करून टाका तीन तासांसाठी. किंवा थोडं जास्तच.''

''मग ठरलं,'' ल्युकास म्हणाला, ''पण माझा एक एजंट तुमच्याबरोबर तुमच्याच मोटारीतून येईल हे मात्र लक्षात ठेवा.''

''हरकत नाही,'' अंडरवुड म्हणाला. ''नाही तरी आमचं खासगी बोलणं जेवतानाच होईल.''

''शिवाय दोन दोन गाड्या एजंटांनी भरून तुमच्या पुढे व मागे असतील. तुम्हाला कुणी बघणारच नाही अशी मात्र खातरी मी देऊ शकत नाही.''

''नाही, नाही. तो काही प्रश्न येणारच नाही. गाडीच्या काळ्या काचांमुळे कुणाला काही कळणार नाही.''

''पण रेस्टॉरंटमधे तर तुम्ही भर दिवसा शिरणार ना ?''

''ते ठीक आहे. तो धोका पत्करायला मी तयार आहे. फ्रँक, फक्त ती 'बंद' ची पाटी रेस्टॉरंटच्या दारावर आधीपासूनच लटकत ठेवायला विसरू नका म्हणजे झालं.''

''त्याची काळजी करू नका. ती तिथे असेल.''

''आणखी एक फ्रँक. माझ्या या भेटीबद्दल एक सेक्रेटरी ऑफ स्टेट व चीफ ऑफ स्टाफ यांनाच कल्पना आहे. बाकी कुणाला नाही. तेव्हा या कानाचं त्या

कानाला कळता कामा नये. समजलं? प्रेसवाल्यांना, माझ्या पत्नीला... कुणालाही नाही. जर कुठे काही बातमी फुटली तर माझ्याशी गाठ आहे.''

''याबद्दल मी माझा शब्द देतो सर. कुणालाही कळणार नाही,'' ल्युकास म्हणाला व उठला. दाराकडे पोहोचल्यावर मागे वळून म्हणाला, ''मग सव्वाअकराच्या आधी भेटूच.''

प्रेसिडेंटची लायमोसिन गाडी, ड्रायव्हर व फ्रँक ल्युकास सगळे वेळेवर हजर होते.

प्रेसिडेंट व्हाईटहाऊसच्या मागच्या गेटने बाहेर पडल्यामुळे कुणीच त्याला पाहिलं नाही.

अंडरवुडचा आजचा पोषाख बघण्यासारखा होता. उंची, पण मंद राखी रंगाचा सूट, त्यातीलच जरा गडद रंगछटेचा शर्ट आणि पांढऱ्या ठिपक्यांचा लालगर्द टाय.

ब्लेअर हाऊसपाशी तो गाडीतून उतरला. समोर नॉय त्याची वाटच पाहात होती. त्याच्या नजरेला ती एखाद्या परीसारखी भासली. तरुण रसरशीत. तिचे कपडे साधेच होते. गडद निळा स्वेटर आणि पांढरा स्कर्ट. तिने जवळ येताच त्याचा हात हातात घेतला. त्या ऊबदार, कोमल स्पर्शाने तो शहारला.

गाडीच्या मागच्या भागात दोघं बसल्यानंतर त्याने आजचे हे काही तास कसे घालवायचे आपण ठरवले आहेत ते तिला स्पष्ट करून सांगितलं.

प्रत्येक प्रेक्षणीय स्थळापाशी ते अगदी थोडासाच वेळ थांबत होते. अंडरवुडची जुनी टी. व्ही. निवेदकाची कला आता त्याच्या मदतीला धावून आली होती. हे निवेदन करताना त्याने आपलं कौशल्य पणाला लावलं होतं.

''ही अमेरिकेची राजधानी. पण ऐकायला विचित्र वाटेल. याचा आराखडा एका फ्रेंच माणसाने तयार केला होता. याच्या नागरिकांपैकी बरेचसे निग्रो आहेत. याच्या कामकरी वर्गापैकी दोन तृतीयांश लोक व्हर्जिनिया आणि मेरीलँडमधे राहतात... हा समोर दिसतोय ना हा शहराच्या मध्यवर्ती घुमट. खरं तर लंडनमधल्या सेंट पॉल्स कॅथेड्रलची ही प्रतिकृती आहे. मात्र हा लोखंडी आहे. घुमटाचा अंतर्भाग तंबाखूच्या पानांसारख्या दिसणाऱ्या कोरीव कामाच्या नक्षीने मढवलेला आहे. अर्थात धूम्रपान प्रकृतीस हानिकारक आहे. वगैरे सूचना कुठे दिसणार नाहीत बरं का... नंतर आता आपण वॉशिंग्टन मॉन्युमेंटपाशी आलो. हे ५५५ फूट उंच असून वजनाने ८१,१२० टन आहे. आधी सुरुवातीला हे देखील पिसाच्या मनोऱ्याप्रमाणे एका बाजूला झुकलं होतं, पण नंतर ते १८८० मधे सरळ करण्यात आलं. त्याच्या ८९८ पायऱ्या चालत चढण्याची परवानगी मात्र कोणालाही नाही. एक महाशक्तीची लिफ्ट केवळ सत्तर सेकंदात तुम्हाला वरपर्यंत घेऊन जाते. अर्थात परत येताना तुम्हाला चालत खाली येण्याची मुभा आहे. वाटेत एकूण १९० राज्यांकडून दान करण्यात आलेली एकेक काँक्रीटची स्लॅब बघता येते. त्यावर कोरलेला मजकूर वाचत खाली उतरता

येतं... आणि समोर ती पाहा चेरी फुलांनी बहरलेली झाडं. काय मनोरम दृश्य! ही झाडं इथे १९८२ मधे लावण्यात आली. त्या झाडांच्या बरोबर समोर जे स्मारक आहे ते काल आपली ज्याच्यावर चर्चा झाली त्या जेफरसनचं. हे स्मारक उभारण्याकरता सुमारे १७१ चांगल्या झाडांची तोड करायचं ठरलं तेव्हा त्याविरुद्ध बरीच ओरड झाली होती... आता आपण अब्राहम लिंकनच्या स्मारकापाशी येऊन पोहोचलो. कल्पना करा, इलिनॉयमधल्या झोपडीत लहानाचा मोठा झालेला एक गावंढळ माणूस इथे महात्मा होऊन बसला आहे. आणि ती पाहिली, जे. एड्गर हूवर बिल्डिंग? तिथेच आमचा फेडरल ब्युरो ऑफ इन्व्हेस्टिगेशन आहे. असं म्हणतात की तिथे अडीच कोटी गुन्हेगारांच्या हस्तरेषांचे नमुने संग्रहित केलेले आहेत.''

त्यांची ही प्रेक्षणीय स्थळांची सफर संपत आली तशी नॉय त्याच्याकडे वळली. ''अमेरिकेचे प्रेसिडेंट म्हणजे उत्साहाचा सळसळता झराच आहे.''

''चुकते आहेस तू. प्रेसिडेंट अजिबात उत्साहाचा झरा वगैरे नाहीये. पण मॅट अंडरवुड मात्र आहे.'' त्याने तिचा हात हाती घेतला. ''आजचा दिवस तू या मॅट अंडरवुडबरोबर घालवत आहेस.''

तेवढ्यात गाडी थांबली.

''हे पाहा 'द १७७६ क्लब,रेस्टॉरंट,'' ड्रायव्हर म्हणाला.

अंडरवुड खाली उतरला. सीक्रेट एजंटला त्याने दूर घालवलं. ''आता छोटंसं, साधंसं जेवण. अगदी फार काही खास चवीचं नसेल. पण खासगी.''

''हे सगळं खरंच कशाकरता मॅट?''

''कारण आज कर्ज आणि विमानतळ सोडून इतर जिव्हाळ्याच्या गप्पागोष्टी करत करत मला तुला समजून घ्यायचंय.''

''मला समजून घ्यायचंय ? पण का ?''

तिला गाडीतून हलकेच उतरवत तो म्हणाला, ''कारण भविष्यकाळात तुझ्याशी आणखी गाठीभेटी व्हाव्या, हा आपला परिचय वाढत जावा, आपण खूप जवळ यावं एकमेकांच्या, अशी माझी मनापासून इच्छा आहे. याला तुझी काही हरकत नॉय ?''

ती खाली उतरून हसली. ''मी तर या सगळ्याने भारावून गेले आहे. आज मी फार, फार आनंदात आहे.''

नंतर ते समोर चालत जाऊन रेस्टॉरंटमधे अदृश्य झाले.

सीक्रेट सर्व्हिसचा डायरेक्टर फ्रँक ल्युकास दारात उभा होता. तो लगेच त्यांच्या स्वागतासाठी पुढे धावला. समोरच 'दुरुस्तीसाठी बंद' अशी पाटी लटकत होती. त्याने त्यांना आतल्या भागात मागच्या बाजूला असलेल्या एका बूथकडे नेलं.

ते दोघं शेजारी शेजारी बसल्यावर मॅट म्हणाला, ''मी मार्सोपला विचारून तुला काय आवडतं त्याची माहिती काढली आहे. तो म्हणाला– 'तुला फिश आवडतात.'

त्यामुळे मी तीच ऑर्डर दिली आहे.''

''आम्ही बेटावर राहणारी माणसं. त्यावरच लहानाचे मोठे झालो. तेच आमचं रोजचं अन्न आहे.''

''बरं, आपण जेवणाआधी एखाददुसरं ड्रिंक घ्यायला तुझी काही हरकत नाही ना?''

''स्कॉच व सोडा चालेल.''

अंडरवुडने खोळंबून थांबलेल्या वेटरला खूण केली. ''दोन स्कॉच व सोडा.''

वेटर निघून गेल्यावर नॉयने आपले डोळे त्याच्यावर रोखले. ''मॅट, मला तुला एक विचारायचंय. कालची आपली मीटिंग संपल्यावर तू परत ऑफिसातच गेलास ना? मग काय झालं तिथे? बाकीचे वाट बघत बसले होते ?''

''हो. मी ऑफिसातच गेलो. माझा चीफ ऑफ स्टाफ व स्टेट सेक्रेटरी तिथे होते. वाट पाहात.''

''नॉयने वरच्या ओठावरून जीभ फिरवली. ''मला वाटतच होतं, ते तिथे असतील म्हणून. तुझ्या माझ्यात काय समझोता झाला हे त्यांना कळून घ्यायचं असणार.''

अंडरवुडने दात विचकले. ''घ्यायचंच होतं. मी त्यांना सगळं काही सांगितलंच अर्थात.'' त्यानेही तिच्या डोळ्यांत डोळे घालून पाहिलं.

''जास्त कर्ज व त्या मोबदल्यात लहान विमानतळ.''

''अर्थातच.''

''त्यांची प्रतिक्रिया काय झाली?''

अंडरवुड गालातल्या गालात हसला. ''जशी अपेक्षिली होती अगदी तशीच. त्यांनी मला चांगलंच फैलावर घेतलं.''

नॉयचा चेहरा अचानक गंभीर झाला. ''आय ॲम सॉरी.'' ती जरा चाचरली. ''जर तुला यावर परत वाटाघाटी करून काही फेरबदल करायचे असतील तर मी तयार आहे.''

अंडरवुडने जोरात मान हलवली. ''तू खूप सज्जन आहेस नॉय. साधी आहेस. पण मी एकदा शब्द दिला की तो मी मोडत नसतो.''

''अगदी स्वत:चा स्टाफ विरोधात असेल तरीही ? तुझ्या अंगात चांगलेच– तुम्ही अमेरिकन नेहमी कुठला शब्द वापरता?–गट्स आहेत. खूपच गट्स आहेत.''

''त्याहूनही जास्त. ते माझं तत्त्व आहे नॉय. मी कधीच दिलेला शब्द मोडत नाही. कुणालाच दिलेला नाही. आणि त्यात तुला दिलेला तर नाहीच नाही. ''

''मला त्याबद्दल कृतज्ञता वाटते.''

''सोड गं ते,'' अंडरवुड म्हणाला, ''आज आपण राजकारणाबद्दल अजिबात बोलायचं नाही असं ठरलंय ना ? आपण एकमेकांबद्दल बोलू. तुझ्या पतीच्या

अकाली निधनानंतर तू व तुझे कुटुंबीयच मागे उरलात नाही का ?''

''तसं फार मोठं कुटुंब नाहीये आमचं,'' नॉय म्हणाली. ''छोटंसं आणि ऊबदार घरकुल आहे माझं. माझा मुलगा डेन सहा वर्षांचा आहे. तो शाळेत जातो. मला एक लहान बहीणही आहे. थिडा. माझ्याहून फार हुशार आहे. अविवाहित आहे. डेन, थिडा आणि मी एकमेकांच्या फार जवळ आहोत. आमच्या आईवडिलांचं व आमचंही फार प्रेम आहे. ते विसाकाच्याच जवळ एका लहानशा खेड्यात राहतात. ते आख्खं गावच आमच्या वडिलांच्या मालकीचं आहे. आसपासचीही बरीचशी जमीन त्यांचीच आहे. माझ्या आईशी माझं खूप जमतं पण त्या मानाने वडिलांशी जास्त जमत नाही. मला ते खूप आवडतात. पण त्यांचा धाकही खूप वाटतो. फार कर्मठ आहेत ते. आमच्या देशात अजून ठरवून लग्ने केली जातात. प्रेमविवाह फारसे नाहीतच. आईबापांच्या पसंतीने, सगळं बघून ठरवून मगच लग्न होतं. मी मात्र या बाबतीत त्यांचं न ऐकता माझ्या पसंतीच्या माणसाशी लग्न केलं. माझ्या वडिलांना ते आवडलं नाही. शिवाय प्रेम त्यांच्या मते फारच सुधारक मतांचा होता, फारच मॉडर्न. माझ्या वडलांचं अजूनही 'जुनं ते सोनं' असंच मत आहे. शिवाय माझ्या दिवंगत पतीने लोकांना जे जमिनीच्या न्याय्य वाटपाचं वचन दिलंय, ते मी पाळायचं ठरवलंय. त्यामुळे मोठ्या मोठ्या श्रीमंत जमीनदारांच्या हातची जमीन जाऊन ती कसणाऱ्या कुळाच्या मालकीची होईल. या गोष्टीला तर माझ्या वडिलांचा फार तीव्र विरोध आहे. कारण मग त्यांचीही जमीन या कायद्याच्या कचाट्यातून सुटणार नाही याची त्यांना कल्पना आहे. त्यांच्या मते ही फारच कम्युनिस्ट विचारसरणी झाली. मी कम्युनिस्ट नाहिये हे त्यांना पुरतं ठाऊक आहे. पण मी आता अलीकडे फारच डाव्या विचारसरणीची होऊ लागले आहे अशी त्यांची समजूत झाली आहे. मी त्यांना सारखं एकच समजावून सांगण्याचा प्रयत्न करते, की आपण एकदा हा जमिनीचा प्रश्न सामोपचाराने सोडवला की मग, लोकांना कम्युनिस्टांच्या ध्येयप्रणालीबद्दल काही आकर्षणच उरणार नाही. एक प्रकारची साम्यवादी लोकशाही आपण आणू शकू. पण माझे वडील हे समजावून घ्यायलाच तयार होत नाहीत.''

इतक्यात ड्रिंक्स आली. अंडरवुडने 'चिअर्स' करण्याकरता ग्लास वर उचलला.

''साम्यवादी लोकशाहीकरता!'' तो म्हणाला.

तिनेही आपला ग्लास वर उचलला व त्याच्या ग्लासावर अलगद ठेवला. ''होय आणि दोन लोकशाही नेत्यांकरता– आपल्याकरता. जनतेवर ज्यांचा गाढ विश्वास आहे अशा आपल्याकरता.''

''वा, काय छान भाषण!'' तो म्हणाला आणि त्याने एक घोट घेतला.

नॉयनेही एक घोट घेतला. ''गावाकडे माझे दोन काका आणि एक आत्या आहे. आम्ही एकमेकांच्या अजूनही इतके जवळ आहोत. नेहमी सुट्ट्या नाहीतर सणावारांना

आम्ही एकत्र जमतो. आणखी एक कुटुंबीय आहे. त्यांच्याबद्दलही सांगायलाच हवं. अर्थात तो काही आमचा सख्खा नातेवाईक नाही. मी मार्सोपबद्दल बोलते आहे. माझ्या पतीचा तो जवळचा मित्र. माझ्या पतीसाठी त्याने आपले प्राणही अर्पण करायला मागेपुढे बघितलं नसतं. आणि आता माझ्या रक्षणासाठीही तो जिवाची सुद्धा पर्वा करणार नाही.''

''तुझ्या पतीच्या आधी तुझ्या आयुष्यात कुणी पुरुष येऊन गेले?'' अंडरवुडने अचानकच विचारलं.

''तसं लहानपणी शाळेत आणि नंतर वेलस्लेला शिकत असताना थोडं फार वाटलं होतं एकदोघांविषयी.''

''पण त्याची परिणती पुढे कशात झाली?''

नॉय जरा बुचकळ्यातच पडली. ''मी... समजले नाही.''

''तू त्यांपैकी कुणाच्या खूप... खूप जास्त जवळ गेली होतीस? तुमच्यात... काही... घडलं ?''

ती थक्क झाली. ''तू फारच स्पष्ट बोलतोस सगळं.''

''खरं तर मी इतका स्पष्टवक्ता नाहीये. पण का कोण जाणे, तुझ्याबद्दल सगळं काही ऐकायची उत्सुकता आहे मला. एकही तपशील गाळायचा नाहीये.''

नॉय क्षणभर काहीच बोलली नाही. ''ठीक आहे. माझीही काहीच हरकत नाहीये तुला सांगायला.''

अंडरवुड घाईने मधेच म्हणाला, ''नसेल सांगायचं तर राहू दे. तशी काही सक्ती नाही.''

''पण मला सांगायचंय, ''ती म्हणाली. ''आमच्या देशात आम्ही लग्नापूर्वी असलं काही करत नाही. निदान मी ज्या सामाजिक स्तरातली आहे त्यातील लोक तर नाहीतच. प्रेमशी लग्न होण्याआधी तू म्हणतोस या अर्थाने कुठलाच पुरुष माझ्या आयुष्यात आला नव्हता आणि प्रेम गेल्यानंतरही नाही. एक सुद्धा नाही.''

''मला तुझ्या खासगी आयुष्यात नाक खुपसायचं नाहीये– ''

''नाही मॅट. मला नाही तसं वाटत. परस्परांच्या नीतिमत्तेविषयक कल्पना जाणून घेण्यात काहीच गैर नाही.''

''मला आणखी पण काही गोष्टी जाणून घ्यायच्या आहेत,'' अंडरवुड म्हणाला. ''तुला लाम्पांगविषयी आपुलकी वाटते. पण तिथल्या कोणाबद्दल फारशी आपुलकी वाटत नाही?''

''माझ्या नाही लक्षात आलं. तुला काय म्हणायचंय ?''

''तुझ्या विरोधातील शक्ती, तुझे शत्रू,'' अंडरवुड म्हणाला. ''तुला सगळ्यात जिचा राग येतो अशी व्यक्ती कोण ?'' मग त्याने स्वतःच त्या प्रश्नाचं उत्तर दिलं.

"मला वाटतं ल्युनाकूलच असणार. कम्युनिस्ट चळवळींचा नेता."

"चुकतोसय तू," ती म्हणाली, "ल्युनाकूल हा तुमच्या पुस्तकात असतो तसला छापाचा भडक कम्युनिस्ट नाहीये. तो एक सौम्य प्रवृत्तीचा, विद्वान माणूस आहे. त्याचा स्वत:चा हिंसेवर विश्वास नाहीये. अर्थात लोकांमधे समता आणण्याचा जर फक्त तो एकच मार्ग शिल्लक राहिला, अखेरचा मार्ग, तर तो त्या मार्गाचा अवलंब करीलही. आणि कंबोडियाकडून व व्हिएटनामकडून आपल्या तत्त्वपूर्तीसाठी म्हणून जी काय मदत मिळेल ती घ्यायला त्याची तयारी आहे. पण मूळचा तो एक सज्जन माणूस आहे आणि मी त्याच्याशी वाटाघाटी करून समझोता घडवून आणू शकेन, पण तरीही आमचा देश कम्युनिस्ट होणार नाही एवढी मला नक्की खातरी आहे."

वेटरने रिकामे ग्लास उचलून नेले. तिला आणखी ड्रिंक नको होतं.

तेवढ्यात वाफाळणारं सूप आलं. त्याची एकदा चव घेताच नॉय खूष झाली.

अंडरवुड ते पाहूनच खूष झाला. त्याने आपलं सूप हलकेच चमच्याने ढवळलं. नंतर तो म्हणाला, "पण तू अजून माझ्या प्रश्नाचं उत्तर नाही दिलंस?"

"माझी सगळ्यात नावडती व्यक्ती कोण? खरं तर कुणीच नाही. फक्त एकच व्यक्ती अशी आहे, की तिच्यावर माझा विश्वास नाही. पण तो मुद्दाच वेगळा आहे. याचा व्यक्तिश: माझ्याशी संबंध पोहचत नाही. हा फक्त राजकारणापुरता मर्यादित अविश्वास आहे. ही व्यक्ती लाम्पांगचं भलं करणार नाही एवढं निश्चित."

"कोण आहे ही व्यक्ती ?"

"जनरल सॅमॅक नाकॉर्न," ती म्हणाली. "आमचा लष्करी प्रमुख. पण तुमच्या मंत्रिमंडळापैकी सर्वच्या सर्व लोकांचा तो आवडता आहे."

"असं? पण कारण?"

"कारण तो कम्युनिस्टांचा कट्टर शत्रू आहे. सगळ्यात चांगला कम्युनिस्ट कुठला, तर मेलेला असं त्याचं स्पष्ट मत आहे. देशातल्या प्रत्येक कम्युनिस्टाला वेचून ठार मारला की देशाचे सगळे प्रश्न सुटतील असली भडक विचारसरणी आहे या माणसाची. अमेरिकेसारखा मित्र हवा तर त्यासाठी लाम्पांग कम्युनिस्टविरहित करायला हवं असं त्याचं म्हणणं आहे."

अंडवुरडने थोडा विचार केला. "पण देशाची प्रेसिडेंट तू आहेस, नॉय. अखेर तुमचं संरक्षण खातं तुझ्याच मर्जीनुसार चालणार."

"असंच काही नाही," नॉय क्षणभर थांबली. "तुझं आणि तुझ्या संरक्षण खात्याचं प्रत्येक बाबतीत एकमत असतं मॅट?"

"असं मला वाटतं. पण खातरीने सांगू नाही शकणार."

तेवढ्यात वेटर रिकामी सूप बाऊल्स नेण्यासाठी आल्यावर ते दोघंही नीट रेलून बसले. न बोलता. वेटरने टेबल साफ करून मुख्य जेवणाची तयारी केली.

वेटर निघून गेल्यानंतर नॉयने परत बोलायला सुरुवात केली. ''तुमच्या सरकारदरबार- मधल्या कोणाविषयी तुला अगदी विश्वास, खातरी वाटते, मॅट?''

''तसं सांगणं कठीण आहे.''

''मी परत नीट स्पष्ट करून सांगते,'' नॉय म्हणाली, ''मला सगळ्यात जवळचं कोण वाटतं असं तू मला विचारलंस. तसंच मी तुला विचारते. तुला सगळ्यात जवळचा कोण वाटतो ?''

''ते तर उघडच आहे,'' अंडरवुड म्हणाला. तो एकीकडे चवीने जेवत होता. ''मला एक पत्नी आहे आणि एक मोठी मुलगी हे तर तुला ठाऊकच आहे.''

''मला तुझ्या पत्नीविषयी जरा सांग.''

''तसं फार काही सांगण्यासारखं नाहीये. ती एके काळी अमेरिकेतील सर्वांत सुंदर तरुणी म्हणून निवडली गेली होती, मिस अमेरिका– ''

''ते सगळं मला ठाऊक आहे, मॅट,'' नॉय म्हणाली. ''मला आणखी सांग.''

''आणखी आहेच काय सांगण्यासारखं?'' अंडरवुड हलकेच म्हणाला.

नॉय आता मान खाली घालून जेवू लागली. ''मी ऐकलंय... ती फार महत्त्वाकांक्षी आहे म्हणून?''

''तुला काय म्हणायचंय... मला नीट कळलं नाही. ती मुळातच फर्स्ट लेडी आहे. याहून एखाद्या स्त्रीला काय मिळणार आयुष्यात!''

''पण ते स्थान सतत आपणच भूषवत राहावं अस तिला वाटणं शक्य आहे.''

अंडरवुड क्षणभर काहीच बोलला नाही. मग म्हणाला, ''होय. खरं आहे ते. मी परत निवडणुकीला उभं राहावं अशी ॲलिसची इच्छा आहे.''

''आणि तुझी ?''

''खरं तर फारशी नाही. मला जे करायचं होतं ते मी केलं. 'गरिबी हटाव' मोहिमेची घोषणा केली व त्या दृष्टीने योजना कार्यान्वित केल्या. बेकारी, गुन्हेगारी या गोष्टींना आळा घालण्यात थोडं फार तरी यश मिळवलं. पण आणखी कितीतरी गोष्टी समाजात आहेत. नाना प्रकारचे प्रश्न आहेत– नॅशनल हेल्थ सर्व्हिससंबंधाने योजना आखायच्या आहेत, शिक्षणाचा प्रश्न सोडवायचाय, संरक्षणविषयक आणि परराष्ट्रीय धोरणांमधे सुधारणा घडवायला हव्या आहेत. आता या सगळ्या गोष्टी इतक्या थोड्या अवधीत मी कसा काय साध्य करू शकणार? अजून एकदा दोनदाच नव्हे तर बरेचदा मला त्यासाठी परत परत निवडणुका लढवाव्या लागतील. पण मी त्यासाठी काय आयुष्यभर अमेरिकेचा प्रेसिडेंट होउन राहू ?'' तो क्षणभर थांबला. ''बस् झालं हे सारं. टेलिव्हिजनला कंटाळून मी व्हाईटहाऊसमधे आलो. पण आता त्याचाही मला कंटाळा आलाय. मी थकलोय फार. दिवस उजाडला की छातीत धडकी भरते माझ्या. निर्णय द्यायचे, घ्यायचे. कुठल्याही प्रश्नाच्या दोन्ही बाजू

असतातच. कित्येकदा दोन्ही आपापल्या परीने खऱ्याच असतात. सगळ्यांना समाधानी कसं ठेवायचं ? कुणाची बाजू घ्यायची ? आणि शिवाय पुन्हा डोक्यावर काँग्रेस, माझा स्टाफ आणि ते प्रेसवाले सतत चढलेले आहेतच. तुला नाही हे सगळं असह्य होत?''

''असह्यच काय पण कधीकधी अशक्य वाटतं. माझी ही मुदत संपली ना की मी राजकारणातून निवृत्तच होणार आहे. तुझ्या-माझ्यातच म्हणून बोलते, परत एकदा मात्र निवडणुकाला उभी राहायची माझी काडीइतकीही इच्छा नाही.''

''आणि जनरल नाकॉर्न उभा राहिला तरीही ?''

''जनरल नाकॉर्न उभा राहू दे नाहीतर आणखी कुणी. नाही तरी मी माझी ध्येयधोरणं तर काही कल्पान्तापर्यंत राबवू शकणार नाहीये. कुणी तरी कधी तरी, आज नाही उद्या सत्तेवर येणारच आहे ना? मला अमान्य असलेल्या गोष्टी करणारच आहे ना?''

अंडरवुडचंही तेच मत होतं. ''मीही असाच तर विचार करतो. मला माझ्या मुदतीत जे जे शक्य होतं ते मी केलं. आता यानंतर मात्र निवृत्त होऊन मला माझी अपुरी राहिलेली वाचनाची आवड जोपासायची आहे. गोल्फ खेळायचा आहे. घराच्या बाहेर पडायचंय. जरा निसर्गसान्निध्यात वेळ घालवायचाय. ट्रेकिंगला जायचंय. स्कीईंगला जायचंय. मी जी 'पीपल्स नॉन न्युक्लीअर पीस प्लॅन' नामक योजना हाती घेतली आहे त्याच्यासाठी जीव ओतून काम करायचंय. थोडक्यात काय...मला चिरतरुण राहायचंय. राहिलेलं आयुष्य भरभरून जगायचंय, स्वत:च्या मनाप्रमाणे जगायचंय.''

''हा 'नॉन न्युक्लीअर पीस प्लॅन' वगैरे काय प्रकार आहे मॅट?''

त्याने तिला तपशीलवार सगळं समजावून सांगितलं.

''हे तर फारच छान आहे, मॅट. तू म्हणतोस त्याप्रमाणे हे जर खरंच प्रत्यक्षात उतरलं तर त्यासारखे दुसरं काहीच नाही. ''

''मी तसा प्रयत्न तर जरूर करीन. पाहिलंस? प्रेसिडेंट न राहताही करता येण्यासारख्या माझ्याकडे कितीतरी गोष्टी आहेत. शिवाय सध्या माझ्या मुलीसाठी मी काहीच वेळ देऊ शकत नाही. तोही मला देता येईल.''

''तू तुझ्या पत्नीविषयी काहीच उल्लेख केला नाहीस?''

''माझ्या पत्नीचा स्वभाव कसा आहे ते मला पूर्णपणे ठाऊक आहे. तिला मी चांगला आतून बाहेरून ओळखतो. एकदा का तिला व्हाईट हाऊस सोडायला लागलं, की तिची असमाधानी वृत्ती उसळी मारून वर येईल. मग आपण सतत प्रकाशात राहण्यासाठी काय करायला हवं याचा विचार सुरू होईल. एखादेवेळी ती परत टी. व्ही. वर नोकरी धरेल. पण तरी अजून चार वर्षं व्हाईटहाऊसमधे प्रसिद्धीच्या झोतात आपण घालवायलाच हवी, टी. व्ही. वर काय, त्यानंतरही जाता येईलच,

असं तिला सतत वाटत राहील. पण अगदी तिच्यासाठी सुद्धा परत हे प्रेसिडेंटपदाचं ओझं आणखी चार वर्ष वागवणं शक्य नाही मला. परत एका प्रेसिडेंट म्हणून आणखी एखाद्या परदेशी नेत्याशी मी वाटाघाटी करायच्या? छे! मला तर कल्पनाच नाही करवत."

नॉय हसली. "बघ एवढं सगळं तूच बोलतोस. मग माझ्याबरोबर एवढा वेळ कशाला घालवतोयस? दोन दिवस पूर्ण."

त्याने मान वर उचलली नाही. "तुझी गोष्ट वेगळी."

ती त्याच्याकडे रोखून पाहात राहिली. "वेगळी कशी ?" आणि मग त्याला मुद्दाम चिडवत म्हणाली. "मी मुळी नेता वगैरे आहे असं तुला वाटतच नसेल."

त्याने आता तिच्या नजरेला नजर दिली. "वा, अस कसं ? नेतृत्वगुण तुझ्यात आहेत यात वादच नाही. त्या कर्जासाठी कसा माझा पाठपुरावा केलास. आणि विमानतळ मात्र मला देताना हात आखडता घेतलास. राजकारणात तू कोणाला हार जाशील? पण तेही मी सहन केलं, कारण तेवढाच जास्त वेळ तुझ्या सहवासात मला काढता येणार होता. तुझ्याशी बोलायला मला आवडतंय, कारण मी ॲलिसशीही आजवर इतक्या मनमोकळेपणे कधीच बोलू शकलेलो नाही. ती स्वत:त इतकी मशगूल असते. स्वत:च्या सौंदर्यसाधनेत. तू मात्र सगळ्याच गोष्टीत रस घेतेस. शिवाय तू खुप साधी आहेस ना, म्हणून जवळची वाटतेस. स्पष्टवक्ती आहेस, तरीही संकोच नाही वाटत बोलताना."

"कदाचित हा माझा मुखवटाही असू शकेल," ती म्हणाली.

त्याने मान हलवली. "शक्य नाही. ढोंगीपणा तुझ्या रक्तातच नाही. तुला ते जमणार नाही. माझं मन मला हे सांगतंय आणि ते खरं आहे."

नॉयने आपली प्लेट बाजूला सारली. तिने विषय बदलला. "तुझ्या आवतीभोवती जे लोक आहेत, तुझ्या स्टाफवरचे लोक, त्यांच्याविषयी तुझ्या काय भावना आहेत?"

"मी स्वत:च निवडलेले ते सगळे लोक आहेत. अर्थात इतर तज्ज्ञांचा सल्ला घेऊनच."

"पण त्यांपैकीच सर्वांत विश्वासार्ह तुला कोण वाटतो ? आणि तुझा सर्वांत कुणावर अविश्वास आहे?"

अंडरवुड जरा विचारात पडला. "मला तसं नक्की सांगता येणं कठीण आहे. माझा चीफ ऑफ स्टाफ पॉल ब्लेक याच्यावर माझी पुरी भिस्त असते. तो कामात अतिशय चोख आणि वाकबगार आहे. सज्जन आहे. पण त्याच्यावर अगदी पुरा विश्वास टाकायचा म्हणशील– तर ते कठीण आहे. त्याची माझ्या बायकोकडे बघण्याची नजर ठीक नाही."

"नजर?"

''हो ना. तो जेव्हा जेव्हा ॲलिसकडे बघतो तेव्हा मी त्याचं निरीक्षण करत असतो. तिला पाहिलं की तो अस्वस्थ होतो. त्याच्या तोंडाला पाणी सुटतं. तो आवंढा गिळायला लागतो. त्याची स्वत:ची बायकोही तशी काही वाईट नाहिये खरं तर. त्यांचं तसं व्यवस्थित पटतं. पण ॲलिसच्या दर्शनाने मात्र तो वेडाच होतो. तिने एक कटाक्ष टाकला नुसता, की तो काहीही करायला तयार होईल. मग मी त्याच्यावर पुरता विश्वास कसा टाकू, तूच सांग.''

''आणि बाकीचे?''

''साधारण विश्वासार्ह आहेत. अर्थात मी प्रत्येकाबद्दल म्हणशील तर फारसा विचार केलेला नाही. सेक्रेटरी ऑफ स्टेट मॉरिसन अतिशय प्रामाणिक आहे. आमचं आता प्रत्येकच बाबतीत जुळतं असं नाही. पण तो अतिशय बुद्धिमान आहे आणि प्रामाणिकही. सेक्रेटरी ऑफ डिफेन्स कॅनॉनची मला तशी फारशी माहिती नाही. कदाचित तो नाकॉर्नचाही माणूस असेल. तो कम्युनिस्ट विरोधक आहे हे खरं, पण अमेरिकेच्या दृष्टीने ठीकच आहे. सी. आय. ए. चा डायरेक्टर ॲलन रॅमेज– आता सी. आय. ए. ची तिकडे काय काय लफडी चालतात कुणास ठाऊक! सगळं साधारपणे मला सांगितलं जातं, दाखवलं जातं म्हणे. जातही असेल. कोण जाणे. एनी वे, तो कामाला चांगला आहे.''

जेवण संपलंच होतं. मग त्यांनी स्वीट डिश व फळं मागवली. सावकाश प्रत्येक गोष्टीचा आस्वाद घेत ते गप्पा मारत होते.

अचानक भानावर येऊन अंडरवुडने हातातल्या घड्याळाकडे पाहिलं. त्या सिनेटर्सच्या बायकांबरोबरचं चहापान एव्हाना संपलंही असेल. थँक गॉड. बहुधा ॲलिसने आणि ब्लेकने जोडीने त्यांचं आदरातिथ्य केलं असेल. आपण गेलो नाही म्हणून ॲलिस जराशी वैतागली असेल. पण मग चहापानाच्या कार्यक्रमात सगळं विसरली असेल. ते तिला छान जमतं.

मग त्याला दिवसाच्या उरलेल्या कार्यक्रमाची आठवण झाली. बरेच दिवसांपासून गाजत असलेली, पूर्वी अनेकदा पुढे ढकलण्यात आलेली नॅशनल प्रेस कॉन्फरन्स नेमकी आजच उपटली होती. ती साडेचारला होती. नंतर थोडी विश्रांती आणि मग गव्हनर्स व त्यांच्या बायकांबरोबर डिनर. आता मात्र नॉयबरोबरच्या गप्पा आटोपत्या घ्यायलाच हव्यात, नाहीतर त्या प्रेस कॉन्फरन्सला उशीर व्हायचा. त्याचा खरं तर पायच निघत नव्हता.

साधारण पावणेचारच्या सुमाराला अंडरवुडने नॉयला ब्लेअर हाऊसमधे नेऊन सोडलं.

आत्ता कितीही घाईत असलो तरी तिचा निरोप मात्र अगदी व्यवस्थित घ्यायचा असं त्याने मनाशी ठरवलं होतं. न जाणो परत कधी भेट होईल! त्याने ड्रायव्हरला

गाडी फुटपाथच्या अगदी जवळ नेऊन उभी करायला सांगितली. सीक्रेट सर्व्हिसची माणसं आणि इतकी फौज दिमतीला असताना सुद्धा त्यांना बाजूला करून त्याने स्वत:च गाडीचं दार तिच्यासाठी अदबीने उघडून धरलं.

तिचा हात हातात घेऊन तो तिला लोखंडी गेटमधून पार आतपर्यंत पोहोचवायला गेला. हातात हात घालून ते ब्लेअर हाऊसच्या पायऱ्या चढले आणि मुख्य दरवाज्यापाशी आले. दोन सीक्रेट सर्व्हिस एजंटांनी आधीच जाऊन त्यांच्या आगमनाची वर्दी दिली होती व नोकराने दार उघडून धरलं होतं.

नॉय क्षणभर थबकली. तिने अंडरवुडचा हात आपल्या नाजूक हातांनी हलकेच दाबला. उत्स्फूर्तपणे त्याने खाली वाकून तिच्या गालावर ओठ टेकले आणि 'गुडबाय' असं कुजबुजला. आता मात्र सगळी संकोच आणि लज्जा क्षणभर बाजूला ठेवून तिने आपले ओठ त्याच्या ओठावर टेकले.

"थँक्यू मॅट, सगळ्या सगळ्याबद्दल थँक्यू," ती आपल्याच या कृतीने इतकी बावरली होती की तोंडातून धड शब्दही फुटत नव्हता. "तुला मी कधीच विसरू शकणार नाही."

"मी सुद्धा तुला," त्याने आवंढा गिळला. "आपली लवकरच भेट होवो अशी मी आशा करतो."

"मी पण," ती दूर होत म्हणाली.

"आपण नक्की भेटू नॉय," तो म्हणाला.

तो तिथेच उभा राहिला. दूर जाऊन दारातून आत शिरणाऱ्या नॉयकडे पाहात. पाठीमागूनसुद्धा ही किती सुंदर दिसते, ॲलिसपेक्षाही सुंदर.

आत शिरल्यावर ती परत एकदा मागे वळली आणि तिने त्याच्या दिशेने हात हलवला. आपला हात हलवण्यापूर्वी त्याने एकदा त्या नितळ, तेजस्वी चेहऱ्याकडे निरखून पाहिलं.

हा काही नुसता बुद्धिमान स्त्रीचा चेहरा नाही, त्याच्या मनात आलं.

हा चेहरा आपल्याला वेड लावतोय, एक अबोल आव्हान देतोय आणि हे असं होणं बरोबर नाही. आपल्यासारख्याला हे शोभत नाही. पण तरीही आतुन तो कुठेतरी सुखावला होता.

त्या मंत्रमुग्ध अवस्थेतच तो गाडीत बसला आणि ड्रायव्हरला त्याने घाईने गाडी व्हाईटहाऊसकडे न्यायला सांगितली.

मग ओव्हल ऑफिसमधे बसून त्याने आणि पॉल ब्लेकने सुमारे वीस मिनिटं या प्रेस कॉन्फरन्सची चर्चा केली. युद्धाचीच पूर्वतयारी होती ती.

ब्लेकने मनानेच काही अपेक्षित प्रश्न तयार केले होते. ते व त्यांची उत्तरे असं लहान लहान कार्डांवर लिहून तयार ठेवलं होतं. हे सर्व नजरेखालून पुरतं घालण्याआधीच

अंडरवुडने विचारलं, "तो सिनेटर्सच्या बायकांबरोबरचा चहापानाचा कार्यक्रम कसा झाला? ॲलिस चिडली होती?"

"हं. थोडीशी. पण मग नॅशनल स्पेस एजन्सीची इमर्जन्सी मीटिंगच निघाली म्हटल्यावर शांत झाली. शिवाय आज संध्याकाळी त्या गव्हर्नर्स व त्यांच्या बायकांचं स्वागत करायला तू नक्की तिथे असशील असं मी तिला वचन दिलंय."

"थँक्स पॉल. आता काय काय प्रश्न उपस्थित होतील ते बघू या."

त्याने एकेक कार्ड उचलून वाचायला सुरुवात केली.

"तसे फारसे त्रासदायक प्रश्न नसतील," ब्लेक म्हणाला. "माझ्या अंदाजाप्रमाणे आपलं नवीन स्पेस शट्ल, तुझं लवकरच युनायटेड नेशन्ससमोर होणारं भाषण आणि तुझी लाम्पांगच्या प्रेसिडेंटबरोबरची यशस्वी भेट व आपल्याला तिथे मिळणारा महत्त्वपूर्ण लष्करी विमानतळ या संबंधातच बरेचसे प्रश्न असतील."

"आणि हे...सगळं... प्रकरण किती वेळ चालेल?"

"युनायटेड प्रेसच्या बाईंकडून मी असं कबूल करुन घेतलंय, की बरोबर एक तासाने तिने उठून 'थँक यू मि. प्रेसिडेंट' असं म्हणायचं."

आपल्या घड्याळाकडे एकवार बघून अंडरवुडने त्या कार्डांवर लिहिलेल्या प्रश्नोत्तरांची मनाशी नीट उजळणी केली. त्याची स्मरणशक्ती अतिशय तीव्र होती. टी. व्ही. साठी कितीतरी वर्ष त्याला हे काम करावं लागायचं. व्हाईटहाऊसमधे येण्याच्या आधीपासूनच त्याला त्याची सवय होती. शिवाय एखादा अनपेक्षित प्रश्न आलाच तरीसुद्धा आयत्या वेळी वेळ मारून नेण्याची कला त्याला अवगत होतीच.

त्याने नंतर सगळी कार्ड गोळा करून पत्त्यांप्रमाणे हातात पिसत पिसत त्याचा नीट व्यवस्थित ढीग केला आणि मग तेवढाच मनाला आधार म्हणून त्याने ती जाकिटाच्या खिशात खुपसून ठेवली. "ठीक आहे. मी तयार आहे पॉल. चल निघूया."

तो स्टेजवर येताच ईस्ट रूममधल्या वार्ताहरांच्या रांगांच्या रांगा एकामागून एक उठून उभ्या राहिल्या. उपस्थिती प्रचंड होती.

अंडरवुडने त्यांना बसण्याची खूण केली.

धोरणात्मक कुठलीही घोषणा आज इथे करायची नाही असं त्याने ठरवलं होतं. त्या त्या संदर्भातले प्रश्न आले, की त्या त्या अनुरोधाने एकेक मुद्दा विशद करायचा म्हणजे उगीच प्रश्नोत्तरांमधला जास्त वेळ खर्च होणार नाही असं त्याचं मत होतं. प्रेस कॉन्फरन्स नेहमी मैत्रीपूर्ण वातावरणात व्हावी आणि प्रश्न व उत्तरे दोन्ही उत्स्फूर्त असावीत अशी त्याची भूमिका होती.

शिवाय आपण जे काय करतो आहोत ते फार विचारपूर्वक, जाणीवपूर्वक करतो आहोत व कुठल्याही बड्या शक्तीच्या हातातलं खेळणं नाही, हेच त्याला दाखवून द्यायचं होतं. प्रेसवाल्यांना आपण घाबरत नाही हे सिद्ध करायचं होत.

सुरुवातीला चांगले डझनभर हात वर झाले. अंडरवुडने 'मायामी हेराल्ड'च्या रिपोर्टरला खूण केली.

"मि. अंडरवुड, आम्ही असं ऐकतो की नवं फुलप्रूफ स्पेस शटल थोड्याच कालावधीत केप केनेडी येथून उड्डाण करण्यासाठी तयार होईल. यामध्ये सुरक्षिततेच्या दृष्टीने नवीन काय काय सुधारणा केलेल्या आहेत आणि त्याच्या उड्डाणाची तारीख काय हे आपण आम्हाला सांगू शकाल?"

अतिशय कौशल्याने त्याने नुकत्याच पाठ केलेल्या या तांत्रिक बाबी एकामागोमाग एक प्रश्नकर्त्यांच्या तोंडावर फेकल्या. मग या स्पेस शट्‌लचं उद्दिष्टही त्याने स्पष्ट केलं. आणि उद्यापासून बरोबर चार महिन्यांनी ते अवकाशात उड्डाण करील हेही सांगितलं.

पुढच्या प्रश्नासाठी सी. बी. एस.च्या स्त्री-प्रतिनिधीला त्याने खूण केली.

"मि. प्रेसिडेंट, अशी बातमी सगळीकडे पसरली आहे की, नजिकच्या भविष्यकाळात तुम्ही युनायटेड नेशन्सपुढे भाषण करणार आहात. हे खरं आहे का? आणि जर असेल तर त्याचा उद्देश काय?" ती म्हणाली.

"तुम्ही जे ऐकलंत ते खरंच आहे," अंडरवुड म्हणाला, "मी नजिकच्या भविष्यकाळात खरोखरच युनायटेड नेशन्सपुढे भाषण देणार आहे, साधारण अजून सहा आठवड्यांनी. भाषणाची नक्की तारीख अजून ठरली नाही. सोव्हिएत युनियनचे सेक्रेटरी जनरल यू. एन. ला काय कळवतायत त्यावर ते अवलंबून राहील. त्यांच्या भाषणानंतर एक तासाने माझं भाषण होणार आहे. सोव्हिएत युनियनने थर्ड वर्ल्ड कंट्रीजमधे शस्त्रास्त्रांची जमवाजमव सुरू करत असल्याचा जो आरोप मी केला होता त्याला त्यांचा कसा काय प्रतिसाद मिळतोय त्यावर मी तेव्हा काय बोलेन ते अवलंबून राहील. कारण अशा तऱ्हेची कुठल्याही प्रकारे शस्त्रास्त्रांची जमवाजमव त्यांनी केलेली असली तर तो आपल्या समीट डिसआर्मामेंट कराराचा भंग मानला जाईल."

आता पुढचा प्रश्न आपल्यात व लाम्पांगमधे जो काय करार झाला त्यासंबंधीच असणार असा अंडरवुडचा कयास होता.

पण तो प्रश्न काही लगेच विचारला गेला नाही. त्याऐवजी नंतरचे प्रश्न आर्थिक सुव्यवस्था, काँग्रेसपुढे असलेल्या रेव्हेन्यू बिलमधील सुधारणा, वाढती बेकारी व बेरोजगारी आणि नागरी सुरक्षा कायदा या संदर्भाने होते.

आणि मग शेवटी लाम्पांगबद्दलचा तो प्रश्न आला. 'न्यूयॉर्क टाईम्स' या वृत्तपत्राचा व्हाईटहाऊसचा जो बातमीदार होता त्याने हा प्रश्न विचारला होता.

"मि. प्रेसिडेंट, काल तुम्ही लाम्पांगच्या प्रेसिडेंट श्रीमती नॉय सँग यांच्याबरोबर लंच घेतलं. आमच्या माहितीप्रमाणे या वेळी तुम्ही लाम्पांगशी संरक्षणविषयक काही महत्त्वपूर्ण करार केला. या कराराचं नक्की स्वरूप काय याबद्दलची घोषणा आपण आत्ता करू इच्छिता?"

या प्रश्नासाठी अंडरवुड पूर्ण तयार होता.

"होय. प्रेसिडेंट श्रीमती नॉय सँग यांच्याबरोबरची माझी चर्चा यशस्वी झाली. व आता या चर्चेचे निष्कर्ष मी आपल्यापुढे ठेवीत आहे."

त्याने त्यांना सगळ्यांना तयारीसाठी पुरेपूर वाव दिला. अखेर प्रत्येकजण उत्सुकतेने हातातली पेन्सिल व पॅड सरसावून बसला.

चर्चेतून काय निष्पन्न झालं याची घोषणा म्हणजे ताजी, चुरचुरीत बातमी.

"तुम्हा सर्वांना माहीतच आहे," अंडरवुड म्हणाला, "साऊथ चायना सी येथील लाम्पांग हे छोटं द्वीपकल्प अमेरिकेच्या संरक्षणविषयक दृष्टिकोणातून फारच महत्त्वपूर्ण आहे. आजपर्यंत या लाम्पांगने इतर राष्ट्रांबरोबरचे आपले सबंध कमीत कमी पातळीवर ठेवले होते. पण श्रीमती नॉय सँग आपल्या पतीच्या मृत्यूनंतर सत्तेवर आल्या व त्यांनी अमेरिकेशी मैत्रीपूर्ण संबंध प्रस्थापित करण्याची तयारी दाखवली आहे. परंतु सध्या त्या राष्ट्राची आर्थिक परिस्थिती फारच बिकट आहे व देशांतर्गत कम्युनिस्ट चळवळींनी फारच उग्र स्वरूप धारण केलेलं आहे व त्यामुळे लाम्पांगची स्वायत्तता धोक्यात आली आहे. अशा वेळी मदतीचा हात पुढे करून, कर्ज देऊन आपण त्यांची आर्थिक घडी नीट बसवण्यास मदत करत आहोत. याच दृष्टीने मी मादाम नॉय सँग यांना २५०,०००,०००. डॉलर्सचं कर्ज देण्याचं कबूल केलं आहे, आणि–"

कर्जाच्या रकमेचा तो प्रचंड आकडा ऐकताच हॉलमधे जोरजोरात विविध प्रतिक्रिया अमटल्या.

"आणि याबद्दलची कृतज्ञता व्यक्त करण्यासाठी लाम्पांगने स्वत:ची ९०,००० एकर जमीन अमेरिकेला आपला पॅसिफिकमधला दुसऱ्या क्रमांकाचा लष्करी विमानतळ उभारण्यासाठी देऊ केली आहे."

"मि. प्रेसिडेंट, मी या प्रश्नाशीच संबंधित एक उपप्रश्न विचारू?"

"अवश्य."

"मुख्य धावपट्टीची लांबी काय असेल?"

क्षणभर अंडरवुड हतबुद्ध झाला. पण कधी तरी नुकताच कानावर आलेला एक आकडा त्याने ठोकून दिला

"माझ्या माहितीप्रमाणे ८००० फूट."

"पण आपल्या एक–४, एफ–५ आणि टी–३३ या प्रचंड लढाऊ विमानांच्या दृष्टीने ती फारच लहान नाही का पडणार?"

परत एकदा अंडरवुडला काय बोलावं कळेना.

"मी आत्ताच काही सांगू शकत नाही. सगळा तपशील अजून ठरलेला नाही. पण लवकरच सर्व निश्चित होईल. मला तत्पूर्वी एअरफोर्सच्या तज्ज्ञांचा सल्ला घ्यावा

लागेल. जर त्यांना धावपट्टी फार लहान वाटली तर, मी व सेक्रेटरी ऑफ स्टेट मॉरिसन लाम्पांगच्या प्रेसिडेंट मादाम सँग यांच्याशी नव्याने वाटाघाटी करू व यातून तोडगा काढू.''

यानंतर एकदम बरेच हात वर झाले. पुढच्याच रांगेत टी. एन. टी. एन. चा हाय हास्कन बसला होता. कधीही कुठल्याही बड्या टी. व्ही. नेटवर्ककडून एखादा प्रश्न आला तर तो शक्यतो टाळायचा नाही हा अलिखित नियम अंडरवुडला पुरता ठाऊक होता. शिवाय सी. बी. एस., एन. बी. सी., ए. बी. सी. अशा बहुतेक टी. व्ही. नेटवर्कच्या प्रतिनिधींच्या प्रश्नांना त्याने उत्तरं दिलेली होती त्यामुळे आता टी. एन. टी. एन.च्या हाय हास्कनला टाळणं त्याला शक्य नव्हतं.

खरं तर त्याला हास्कनला प्रश्न विचारायची संधी द्यायचं फार जिवावर आलं होतं. कारण हा बेटा हास्कन आजवर जमेल तेव्हा, जमेल तिथे त्याच्याशी फार खडूसपणे वागला होता. तो नेहमीच अडचणीत टाकणारे प्रश्न विचारायचा. पण आता काही तरणोपायच नव्हता.

''मि. हास्कन,'' टी. एन. टी. एन. च्या त्या प्रतिनिधीला खूण करत अंडरवुड म्हणाला.

हास्कन उठून उभा राहिला. ''मि. प्रेसिडेंट, आज तुमचा सिनेटर्सच्या पत्नींसमवेत दुपारी चहापानाचा कार्यक्रम ठरला होता. पण तो तुम्ही अचानक उद्‌भवलेला नॅशनल स्पेस एजन्सीच्या तातडीच्या बैठकीच्या कारणास्तव रद्द केला. अशी काय अचानक आणीबाणी उद्‌भवली असावी असं कुतूहल वाटून मी त्या एजन्सीतल्या माझ्या माहितीच्या एकाला फोन केला. माझा प्रश्न ऐकून तो माणूस बुचकळ्यात पडला. अशा कोणत्याही स्वरूपाची बैठक आज तिथे नसल्याची त्याने मला खातरी दिली. मी असा विचार केला की, तुम्ही बहुधा दुसऱ्याच कुठल्यातरी कामात व्यस्त असणार.''

ऐकता ऐकता अंडरवुडच्या छातीत धडकीच भरली.

गडबड,घोटाळा.

''ते काय काम असावं हे जाणून घेण्याच्या उत्सुकतेपोटी मी डायरेक्टर फ्रँक ल्युकास व त्याच्या सर्व सीक्रेट सर्व्हिसच्या पथकावर सकाळपासूनच नजर ठेवून होतो. तुम्ही व्हाईट हाऊसमधून निघताच तात्काळ मी माझ्या गाडीने तुमच्या मागोमाग ब्लेअर हाऊसकडे निघालो. इथे तुम्ही स्वत: जाऊन प्रेसिडेंट नॉय सँग यांना घेऊन आलात. त्यांना घेऊन तुम्ही वॉशिंग्टनच्या प्रेक्षणीय स्थळांची सफर केलीत. त्यानंतर तुम्ही त्यांच्याबरोबर जॉर्ज टाऊनमधल्या एका अतिशय सामान्य प्रतीच्या 'द १७७६ क्लब' नामक रेस्टॉरंटमधे गेलात. त्यांच्या समवेत तुम्ही तीन तास आतमधे होतात. मी जे सांगतोय हे सत्य आहे कारण हे मी स्वत:च्या डोळ्याने पाहिलं आहे व स्वत: घड्याळ लावून वेळेची नोंद केली आहे. माझा प्रश्न असा आहे

: तुम्ही श्रीमती सँगबरोबर प्रेक्षणीय स्थळे बघायला व नंतर इतका वेळ लावून लंच घ्यायला असे गुप्तपणे का गेला होता मि. प्रेसिडेंट? तुमचं दोघांचं आत काय चाललं होतं? आणि त्यांच्यासमवेत प्रेक्षणीय स्थळे बघण्याची अथवा तीन तास लंच घेण्याची तुम्हाला काय गरज होती, व तेही कुणाच्या नकळत?''

अंडरवुड आता काय उत्तर देतो याची हास्कन उत्सुकतेने वाट बघत होता.

काही क्षण तर अंडरवुड अगदी गर्भगळीत होऊन उभा राहिला. त्या हरामखोराला सगळं आधीच कळलं होतं, त्याने आपला पाठलाग केला. भडव्याने इथे चारचौघांत गळ्याला तात लावायची वेळ आणली आहे.

परत एखादी थाप मारावी आणि या गाढवाला गप्प करावं असा अंडरवुडला मोह झाला. पण क्षणभरच. त्याने लगेच मन आवरलं. त्याच्या आधीच्या प्रेसिडेंटने त्याला एवढी एक गोष्ट अतिशय स्पष्टपणे सांगितली होती. प्रेसजवळ तुम्ही स्वत: कधीच म्हणजे कधीच खोटं बोलायचं नसतं. वेळच आली तर तुमच्या प्रेस सेक्रेटरीला किंवा इतर कुणाला तरी ते काम करायला लावावं. पण आपण स्वत: मात्र हे काम कधीच करू नये. तुमची यात नेहमीच हार होईल. प्रेसवाले कुठून तरी खऱ्या गोष्टीचा पत्ता लावतील आणि मग तुमचा सर्वनाश अटळच!

तेव्हा असा विचार करून अंडरवुडने खरं तेच सांगायचं ठरवलं. हास्कनने आता कात्रीत पकडलंय तर खरं, पण त्यातून सुटायला हे हवंच.

''तुमचा उत्साह खरोखर वाखाणण्यासारखा आहे, मि. हास्कन,'' अंडरवुड ओढून ताणून हसत म्हणाला. ''मी हे अमान्य करत नाही की मी मादाम नॉयची व माझी ही मीटिंग मुद्दामच गुप्त ठेवली होती. याचं कारण आमच्या मधे जो कर्जाविषयीचा करार झालाय त्याबद्दल तसंच विमानतळाचे तपशील ठरवण्याच्या दृष्टीने आम्हाला जरा निवांतपणे चर्चा करायची होती.''

''पण त्यापूर्वीची ती निवांतपणे केलेली प्रेक्षणीय स्थळांची सफर मि. प्रेसिडेंट?'' हास्कनने पाठपुरावाच करायचं ठरवलेलं दिसत होतं.

''त्याचं कारण तर स्वाभाविकच आहे,'' अंडरवुड सावकाश एकेक शब्द उच्चारत म्हणाला. आपण नंतर याचं काय कारण देणार आहोत हे त्याचं त्यालाच ठाऊक नव्हतं.

''जरी प्रेसिडेंट नॉय पूर्वी अमेरिकेत शिक्षणासाठी काही वर्षे राहिल्या असल्या तरी त्यांना आपली राजधानी वॉशिंग्टन नीटशी पाहण्याचा योग आला नव्हता. त्यांनी त्यांचं छोटंसं लाम्पांग राष्ट्र उभारताना आपल्या लोकशाही राज्यपद्धतीचा आदर्श डोळ्यापुढे ठेवला असल्यामुळे या आपल्या लोकशाही राष्ट्रात लोकशाही कार्यपद्धतीचा अवलंब खरोखर कसा केला जातो हे त्यांना नीट समजावून देणं आवश्यक होतं.'' तो क्षणभर थांबला.

"आम्ही प्रेक्षणीय स्थळं बघायला जो छोटासा फेरफटका केला, त्यात मला ही गोष्ट साध्य करता आली. त्या फारच प्रभावित झालेल्या दिसल्या." तो परत थांबला. "आता तुम्ही ज्याचा उल्लेख दीर्घकाळ चाललेला लंच असा केलात..."

"साधारण तीन तास, मि. प्रेसिडेंट."

"पण खरं तर तेही कमीच पडले. चर्चेसाठी आणखी एखादा तास घालवता आला असता तरी बरं झालं असतं," अंडरवुड आता अगदी सहजपणे म्हणाला, "पण ही प्रेस कॉन्फरन्स बरेच दिवसांपासून ठरलेली आहे व अतिशय महत्त्वाची आहे याची मला कल्पना होती. खरं तर कालच मी मादाम नॉय सँग यांना मुद्दाम इथला मुक्काम एक दिवसाने वाढवण्याची विनंती केली होती ती याच कारणासाठी, की आपण जे कर्ज लाम्पांगला देऊ केलंय, ते कशा प्रकारे, कोणत्या कारणासाठी खर्च करायचा त्यांचा विचार आहे हे मला जाणून घ्यायचं होतं. दुसरं म्हणजे आपल्या विमानतळाला त्यांच्याकडून कितपत अग्रक्रम दिला जाईल, त्यांच्याकडून कुठल्या गोष्टींची हमी मिळेल, ही पण चर्चा मला मादाम सँगबरोबर करायची होती."

ब्लेक त्या वेळी युनायटेड प्रेसच्या त्या बाईला खूण करत होता ते अंडरवुडने डोळ्याच्या कोपऱ्यातून पाहिलं. ती संधी साधून त्याने हास्कनकडून आपला मोहरा त्या बाईकडे वळवला.

ती उभी राहिलीच होती व तिने तो वळताच मोठ्यांदा म्हटले, "थँक यू मि. प्रेसिडेंट."

ॲलिस फर्स्ट लेडीच्या ड्रेसिंगरूममधे बसली होती तेव्हाच अंडरवुड तिथे पोहोचला. ती टी. व्ही. वरच्या बातम्याच ऐकत होती. आजचं महत्त्वाचं वृत्त प्रेस कॉन्फरन्सचंच होतं. नेमकी त्याच वेळी ती हाय हास्कन प्रेसिडेंटना प्रश्न विचारत असतानाचं दृश्य बघत असावी ना! प्रेसिडेंटने चाचरत दिलेल्या उत्तराने कुणाचंच समाधान झालेलं नव्हतं.

अंडरवुड आत शिरला तशी ॲलिस ताडकन् उठून उभी राहिली. तिने टी. व्ही. रागाने बंद केला आणि त्याच्या अगदी समोर येऊन थांबली.

"तू इथे, आत्ता, या क्षणी माझ्यासमोर येण्याची हिंमत तरी कशी केलीस?" ती रागाने म्हणाली.

तो काहीच बोलला नाही.

आणि मग ॲलिसच्या तोंडातून शब्दांच्या ठिणग्या बाहेर पडू लागल्या. "नालायक! खोटारडा. माझ्या डोळ्यात धूळ फेकलीस, माझ्या ठरलेल्या कार्यक्रमांचा पचका केलास, सगळा दिवस नासवलास माझा. आणि तोही कशासाठी, तर कुणीतरी साऊथ चायना सी— मधून आलेल्या फालतू भवानीना प्रेक्षणीय स्थळं दाखवत हिंडता यावं म्हणून? आणि तेही चोरून? तू कोण समजतोस स्वतःला—

अमेरिकेच्या प्रेसिडेंटने वागायची ही रीतच नाही– आणि ही कोण डोंबारीण, जी कोण असेल ती, तुझ्या लेखी आपल्या बायकोपेक्षा तिची किंमत जास्त आहे होय? जेव्हा उत्तर जुळवून तयार असेल तेव्हा मला सांग, सांग आणि जोपर्यंत तू भानावर येत नाहीस आणि हा खोटारडेपणा बंद करत नाहीस तोपर्यंत एक अक्षरही बोलू नकोस.''

पाच

विसाकामधल्या चामादिन पॅलेसच्या छोट्याशा सभागृहात ते सगळे बसले होते.

आज लाम्पांगच्या प्रेसिडेंट नॉय सँग यांची पहिलीच पत्रकार परिषद होती. सुमारे वीस वार्ताहर आणि टी. व्ही. व रेडिओचे बातमीदार अमेरिकेच्या दौऱ्यानंतर नॉय घेत असलेल्या या पत्रकार परिषदेला आले होते.

पहिल्या ओळीत लाम्पांगच्या तीन आघाडीच्या दैनिकांचे वार्ताहर बसले होते– विसाका जर्नल, लाम्पांग न्यूज आणि रेड बॅनर. रेड बॅनर हे कम्युनिस्ट वृत्तपत्र व्हिएटनाम कंबोडिया व चीनमधूनही निघत असे.

मागच्या ओळींमधे थायलंड, तैवान, फिलिपाईन्स व जपानमधून आलेले वार्ताहर बसले होते.

नॉय व प्रेसिडेंट अंडरवुडच्या भेटीचा वृत्तान्त लाम्पांगला नॉयच्याही आधीच पोहोचला होता. पण सर्व काही तिच्या तोंडून ऐकण्यासाठी प्रेसची मंडळी उत्सुक होती.

आत्ता मार्सोप स्टेजवर आला होता व लवकरच प्रेस कॉन्फरन्स सुरू होत होती.

समोरच्या जमावावरून एकवार नजर टाकून मार्सोप म्हणाला, ''माझ्या पत्रकार बंधुभगिनींनो, तुम्हा सर्वांना माहितीच आहे की, प्रेसिडेंट नॉय सँग कालच आपल्या वॉशिंग्टन डी. सी. च्या दौऱ्यावरून परतल्या आहेत. खरं तर प्रवासाने आलेला शीण घालवण्यासाठी त्यांनी थोडी विश्रांती घेणं अगदी स्वाभाविक ठरलं असतं. पण तसं न करता तुम्हा सर्वांना आपल्या या भेटीची साद्यंत हकिकत सांगण्यास त्या उत्सुक आहेत. थोड्या प्रास्ताविकानंतर प्रेसिडेंट तुमच्या प्रश्नांना उत्तरं देतील.''

मार्सोप एवढं बोलून आपल्या जागेवर जाऊन बसला व नॉय उभी राहिली.

त्या भव्य स्टेजवर तिची मूर्ती अगदीच लहानशी दिसत होती. पण ताठ मानेने समोरच्या समुदायाच्या नजरेला नजर देऊन ती गंभीरपणे उभी राहिलेली फार करारी, रुबाबदार दिसत होती. तिने बोलण्यास सुरुवात केली. तिच्या आवाजात कुठेही कंप नव्हता. तो नेहमीसारखा शांत, लयबद्ध व धीरगंभीर येत होता.

''तुम्हा सर्व वार्ताहर मंडळींना ठाऊकच आहे, की माझी व प्रेसिडेंट अंडरवुड

यांची एकंदर दोन वेळा भेट झाली. एकदा व्हाईटहाऊसमधे लंच व त्यानंतरच्या चर्चेच्या वेळी व दुसऱ्या दिवशी आम्ही दोघांनीच जॉर्जटाऊन नामक एका उपनगरात लंच घेतलं. या अशा प्रकारच्या राजकीय भेटींमधे नेहमीच दोन्ही राष्ट्रांना एकमेकांकडून निरनिराळ्या प्रकारच्या सहकार्याची बोलणी करायची असतात.''

ती क्षणभर थांबली व तिने समोरच्या लोकांच्या प्रतिक्रिया आजमावल्या.

''या भेटीतून अमेरिकेकडून मी लाम्पांगसाठी मोठ्या रकमेचं कर्ज मिळवणं अत्यंत महत्त्वाचं होतं. पण अमेरिकेकडे कर्ज मागणाऱ्यांची संख्या काही कमी नाही. तेव्हा ही गोष्ट फार सहजी साध्य होणार नाही अशी मला पूर्वकल्पना देण्यात आली होती. अमेरिका कर्ज द्यायला तयार होतीच, नाही असं नाही. पण त्यांची कर्ज देण्याची तयारी व आपली मागणी यांत बरीच तफावत सुरुवातीला होती. प्रेसिडेंट अंडरवुड यांनी मला १५०,०००,००० डॉलर्सचं कर्ज देणं ताबडतोब कबूल केलंही. पण मी त्यांना स्पष्टच सांगितलं, की ही रक्कम कितीही मोठी असली तरी आमच्या देशाची विसकटलेली आर्थिक घडी बसवायला ती नक्कीच पुरेशी नाही. याच मुद्दयावर आमची बराच वेळ चर्चा झाली.''

नॉयने क्षणभर थांबून सभोवार नजर टाकली.

''अखेर मी एक गोष्ट नक्कीच प्रेसिडेंट अंडरवुड यांच्या पचनी पाडली ती ही, की लाम्पांग हे संपूर्णतया स्वतंत्र व सार्वभौम राष्ट्र होण्यासाठी लागणारं कर्ज अमेरिकेनं द्यायलाच हवं. म्हणजेच आमच्या व त्यांच्या मैत्रीला काही मजबूत पाया राहील. आणि अखेर प्रेसिडेंट अंडरवुड यांनी सुरुवातीला देऊ केली होती त्याच्या जवळजवळ दुप्पट रक्कम देण्याचं मान्य केलं आहे. आणखी एक ते दोन महिन्यांत या करारावर सह्या होतील.''

यानंतर सभागृहात टाळ्यांचा कडकडाट झाला.

''आता,'' ती पुढे म्हणाली, ''या मोबदल्यात आपल्याकडून अमेरिकेला काय द्यावं लागेल ते पाहू. खरं तर फार काहीच नाही. बऱ्याच दिवसांपासून अमेरिकेला लाम्पांगमधे एक लष्करी विमानतळ हवा आहे. तेव्हा आता या कर्जाच्या मोबदल्यात आपण त्यांना तो द्यायलाच हवा. फक्त आमची चर्चा एकाच बाबतीत झाली ती म्हणजे त्या विमानतळाचा आकार. लांबी, रुंदी, क्षेत्रफळ. त्यांचं म्हणणं असं होतं, की अमेरिकेच्या लढाऊ विमानांसाठी एक अतिप्रचंड हवाईअड्डा लाम्पांगमधे मिळाला तर फार बरं. पण तसं केलं असतं तर लाम्पांगच्या स्वातंत्र्यावरच गदा आला असती.''

नॉयने क्षणभर थांबून श्रोत्यांची प्रतिक्रिया पाहिली.

''आणि या मुद्दयावरही आमचीच सरशी झालेली आहे. आमच्यात तडजोड झाली आहे. अमेरिका लवकरच येथे जो लष्करी विमानतळ उभारेल, त्याचं क्षेत्रफळ ९०,००० एकरांहून काही जास्त नसेल. त्यातील १०,००० एकरांच्या जागेवर तर

पूर्णतया अमेरिकेचंच अधिराज्य असून ती जागा तारांच्या कुंपणाने बंदिस्त असेल आत सुमारे २५०० इमारती असतील. एक छोटं शहरच म्हणाना. त्यात जे ३५,००० लोक राहतील त्यांपैकी २०,००० तर आपले लाम्पांगचेच नागरिक असतील. त्यामुळे लाम्पांगला सालीना १००,०००,००० डॉलर्स मिळतील. शिवाय १५,०००,००० डॉलर्स तर नुसते या तळाच्या भाड्यापोटीच मिळतील. म्हणजेच थोडक्यात अमेरिकेला हा तळ, तोही भाड्याने दिल्याने आपला काहीच तोटा न होता उलट फायदाच होणार आहे. शिवाय देशावर आणीबाणीचा प्रसंग ओढवल्यास हा लष्करी तळ आपल्याच मदतीला धावून येईल. ''

नॉय सँगने परत एकदा श्रोतृवर्गाचा अंदाज घेतला.

''एका अतिभव्य अशा लोकशाही राष्ट्राशी मित्रत्वाचे संबंध प्रस्थापित करून आपण बरंच काही मिळवलंय.''

ती परत एकदा थांबली

''आता जर कुणाला काही शंका असतील, तर त्यांची उत्तरं द्यायला मी तयार आहे.''

'रेड बॅनर' वृत्तपत्राचा वार्ताहर उभा राहिला.

''मदाम प्रेसिडेंट, तुम्ही तुमच्या दौऱ्यात या प्रेसिडेंट अंडरवुडना दोनदा भेटलात. तुमच्या मते ते कट्टर कम्युनिस्टद्वेष्टे आहेत? ''

''अजिबातच नाही.'' नॉय ताबडतोब म्हणाली.

''वेल्. त्यांनी तुमच्यापुढे स्वत:चं काय चित्र उभं केलं असेल ते असो. पण त्यांनी आपल्याभोवती जे मंत्रिगण गोळा केले आहेत ते सगळे अत्यंत भांडवलशाहीचे पुरस्कर्ते असून या देशात भांडवलशाही आणायची स्वप्नं बघताहेत. प्रेसिडेंट अंडरवुडने तुम्हाला फसवलं. आपलं दुसरं, खरं रूप त्याने तुम्हाला दाखवलं नाही. यावर तुमचं काय मत आहे.''

या कडव्या कम्युनिस्ट रिपोर्टरला उत्तर देण्यापूर्वी तिने क्षणभर विचार केला.

तिला फार जपून बोलावं लागणार होतं. या जागी उच्चारण्यात येणारा शब्द न् शब्द टेप होत होता. ही टेप नंतर अंडरवुडला दाखवण्यात येणार होती.

जपून बोलायचं पण प्रामाणिकपणे खरं बोलायचं.

''या दोनच भेटीत, मला वाटतं, मी प्रेसिडेंट अंडरवुडना चांगलं ओळखू लागले आहे. हे मी मनापासून सांगते आहे. ते फार सज्जन आहेत. ते खरे व मोठ्या मनाचे लोकशाहीवादी आहेत. लोकशाही म्हणजे जसा साम्यवाद नव्हे तशीच भांडवलशाही पण नव्हे. लोकशाही या शब्दाचा आवाका फार मोठा आहे. एक राष्ट्र म्हणून अमेरिकेचं सोव्हिएट युनियनच्या कुठल्याही लोकशाहीविरोधी मोहिमांस प्रतिकार करण्याचं धोरण असेलही. पण व्यक्तिश: प्रेसिडेंट अंडरवुड हे कम्युनिस्टद्वेष्टे

नाहीत. त्यांचं लोकांवर प्रेम आहे. त्यांच्या स्वातंत्र्यावर व संरक्षणावर गदा येऊ नये याची ते काळजी घेतात. पण ते फार चांगले आहेत. दयाळू आहेत. माझ्या दिवंगत पतीनंतर इतका चांगला माणूस माझ्या पाहण्यात नाही.''

''केवळ दोन भेटीनंतर तुम्ही असं म्हणू शकता?'' 'रेड बॅनर'चा वार्ताहार उपहासाने म्हणाला.

''होय.''

आता 'विसाका जर्नल'च्या वार्ताहराची पाळी होती.

''मादाम प्रेसिडेंट, आम्ही तुमच्यावर विश्वास ठेवावा असं तुमचं म्हणणं आहे. पण काय हो, जनरल सॅमॅक नाकॉर्न यांचा आहे का तुमच्यावर विश्वास?''

''असावा असं मला वाटतं. पण मला इतक्यातच काही सांगता यायचं नाही. मी दौऱ्याहून आल्यापासून जनरलना भेटलेली नाही. आज सायंकाळी जनरलने मला त्यांच्या घरी भोजनाचं निमंत्रण दिलंय. तिथे काय ते बोलणं होईलच.''

'विसाका जर्नल'चा माणूस म्हणाला, ''मला वाटतं मग मी एक गोष्ट आधीच तुमच्या कानावर घातलेली बरी.''

''ती कोणती?''

''आज सकाळीच माझी व जनरल नाकॉर्न यांची भेट झाली. तुमच्या व प्रेसिडेंट अंडरवुडच्या मधे जो काही करार झाला, त्याबद्दल जनरल फारसे खूष नाहीत.''

हा नक्की सापळा आहे, नॉयच्या मनात आलं. पण आता यातून सुटका नाही.

''जनरल नाकॉर्न तुमच्यापाशी काय म्हणाले ते ऐकण्यास मी उत्सुक आहे,'' नॉय जडपणे म्हणाली.

''जनरल नाकॉर्नच्या मते अमेरिकनांना जेवढा मोठा लष्करी तळ हवा होता तेवढा न देण्यात तुम्ही मोठी चूक केली आहे,'' 'विसाका जर्नल'चा माणूस म्हणाला. ''खरं तर अमेरिकनांनी जितक्या क्षेत्रफळाचा तळ मागितला होता तितका जर दिला असता तर त्यांच्या रूपाने आपल्याला एक फार मोठा आधार मिळाला असता. अर्थात तुम्ही जे कर्ज पदरात पाडून घेतलंय त्याबद्दल मात्र जनरल नाकॉर्न यांनी समाधान व्यक्त केलं. आपल्या लष्कराच्या आधुनिकीकरणासाठी आणि वेळ आल्यावर देशातील कम्युनिस्ट विरोधी चळवळी निपटून काढण्यासाठी त्याचा उपयोग होईल असं ते म्हणाले.''

शेवटच्या वाक्यामुळे नॉय सँग फार चिडली.

''मला कम्युनिस्ट चळवळींचा बिमोड करायचा नाहीये,'' ती म्हणाली. ''कर्जामधील काही भाग स्वसंरक्षणाच्या दृष्टीने आपल्या फौजांची ताकद वाढवण्याकरता मी जरूर वापरीन. पण उरलेला भाग मात्र शिक्षण व आर्थिक विकासाला लागणार आहे.''

''मला वाटतं जनरलना हे ऐकून धक्का बसेल.''

"बसायला नको. मी मुद्दाम कम्युनिस्टांशी समझोता करण्याच्या दृष्टीने पावलं उचलली असून मिनिस्टर मार्सोप व कम्युनिस्टांचे नेते ओपास ल्युनाकूल यांची भेटही घडवून आणणार आहे हे त्यांना चांगलं ठाऊक आहे."

विसाका जर्नलच्या माणसाने मान हलवली.

"हे होईलसं जनरलना वाटत नाही. त्यांच्या मते त्या कम्युनिस्टांशी चर्चा करून साध्य तर काहीच व्हायचं नाही पण फुकट आपण आपल्या अमेरिकन मित्रांचा रोष मात्र ओढवून घेऊ."

नॉय सँग आता करारीपणे म्हणाली, "माझ्या मते कम्युनिस्टांशी बोलणी तर यशस्वी होतीलच, पण त्या चर्चेतून जे काही निष्पन्न होईल त्याने प्रेसिडेंट अंडरवुड खूषच होतील."

"हे तुम्ही जनरल नाकॉर्नना तोंडावर सांगणार काय?"

"आजच," नॉय सँग म्हणाली. "आज रात्री मी त्यांना हे याच शब्दात सांगीन. आणखी काही प्रश्न?"

नॉय सँगला जनरल नाकॉर्नची डायनिंगरूम कधीच आवडायची नाही. त्याच्यासारखीच क्रूर आणि बटबटीत भासायची. सगळीकडे बंदुका आणि तलवारींचं प्रदर्शन भरलेलं.

नॉय सँग टेबलाच्या टोकाशी मानाच्या जागी बसली होती. तिच्याबरोबर विरुद्ध बाजूला यजमान म्हणून जनरल नाकॉर्न. नॉयच्या एका हाताला तिची बहीण थिडा व थिडाच्या शेजारी मिनिस्टर्स मार्सोप व नंतर इतर कॅबिनेट मिनिस्टर्स बसले होते.

नाकॉर्नच्या आजबाजूला कर्नल पियरी शावालिट व इतर मिलिटरीतील अनुयायी बसले होते.

जनरल नाकॉर्न म्हणाला, "वेल् कम बॅक टू लाम्पांग, मादाम प्रेसिडेंट. आपला अमेरिकेचा दौरा यशस्वी झाला असं मी ऐकतो. मार्सोपनेच प्रत्यक्ष मला तुमच्या व प्रेसिडेंटच्या बोलण्याविषयी सांगितलं."

"पण या बोलण्याबद्दल तुम्ही फारसे समाधानी नाही असा माझा कयास आहे," नॉय सँग म्हणाली.

नाकॉर्नने आश्चर्य दाखवलं. "का बरं?"

"कारण माझ्या राजकीय धोरणांबद्दलची तुमची मतं मी आजच ऐकली," नॉय म्हणाली. "आजच्या प्रेस कॉन्फरन्समधे 'विसाका जर्नल'च्या वार्ताहराकडून ही गोष्ट मला समजली. त्याच्या म्हणण्याप्रमाणे मी प्रेसिडेंट अंडरवुडशी केलेल्या वाटाघाटींवर तुम्ही नाखूष आहात."

नाकॉर्नने कपाळाला आठी घातली. "नक्कीच काहीतरी गैरसमज असणार."

"मग तो आपण दूर करू," नॉय हसत म्हणाली. "मला असं सांगण्यात आलं की मी अमेरिकेला लष्करी विमानतळ कबूल करताना त्याच्या क्षेत्रफळाबाबत जो हात

आखडता घेतलाय ते तुम्हाला फारसं रुचलं नाही.''

नाकॉर्नच्या आठ्या वाढल्या. ''हे मी त्या वार्ताहरापाशी म्हणालो? मला नाही असं वाटत. पण ते जाऊ दे. मी आत्ता बोलू का जेवण झाल्यावर बोलू?''

''मला वाटतं आत्ताच बोललेलं बरं.''

''ठीक आहे.'' जनरल नाकॉर्न म्हणाला. ''मुळात अमेरिकेला आत्मसंरक्षणासाठी त्या लष्करी विमानतळाची अतिशयच निकड आहे. आणि आपल्याला आपल्या स्वत:च्या संरक्षणासाठी अमेरिकेच्या पाठिंब्याची तितकीच गरज आहे. मग त्यांना हवं ते का देऊ नये?''

''पण मी देतेच आहे ना?'' नॉय सँग म्हणाली. ''मी जे काही देऊ केलंय त्यावर अमेरिकेचे प्रेसिडेंट पूर्णपणे खूष आहेत. समाधानी आहेत. लाम्पांग हे सार्वभौम राष्ट्र राहिलं पाहिजे हा माझा मुद्दा त्यांना पटलाय. अगदी आपल्या मित्रराष्ट्राला सुद्धा फार सवलती दिल्या तर त्याचा इथल्या जनतेच्या मनावर परिणाम झाल्याखेरीज राहणार नाही. मग ही गोष्ट तुम्हाला समजत नाही वाटतं?''

''खरं तर त्या विमानतळाचं सोडा. तो माझा मुख्य मुद्दाच नाही. काही एकर्स कमी, जास्त. पण तुम्ही जे कर्ज अमेरिकेकडून मिळवलंय, त्याचा विनियोग कसा करायला हवा याबद्दल माझी स्वत:ची काही ठाम मतं आहेत.''

''त्याविषयीही मी ऐकलंय.'' नॉय म्हणाली.

''पण आधी मला तुमचं अभिनंदन करू दे. तुम्ही अमेरिकेकडून इतकं मोठं कर्ज मिळवाल, अशी अपेक्षा तर मी सुद्धा केली नव्हती.''

''थँक यू, जनरल.''

''मी या कर्जाकडेच डोळे लावून आहे,'' नाकॉर्न पुढे बोलतच होता. या पैशाने आपण आपल्या फौजांचं आधुनिकीकरण करू. नवी शस्त्रास्त्रं खरेदी करू. एकदा का हे झालं की मग आपल्या देशातल्या कम्युनिस्ट चळवळींचं समूळ उच्चाटन करायला वेळ लागणार नाही.''

''अच्छा. म्हणजे कम्युनिस्टांचं उच्चाटण करायला तुम्हाला हे कर्ज हवं होतं तर,'' नॉय म्हणाली,

''अर्थातच. दुसरं काय याहून चांगलं कारण असू शकतं?''

''जनरल, या मुद्द्यावर आपलं कधीच एकमत होणार नाही हे तुम्हालाही ठाऊक आहे.''

''माझ्याशी दुमत?''

''कर्ज मिळालेल्या पैशाच्या विनियोगाच्या बाबतीत. मी याविषयी मिनिस्टर मार्सोपशी सविस्तर चर्चा केलीच आहे. आपण या पैशाच्या आधाराने कम्युनिस्टांचं शिरकाण करणार नाही आहोत. आपण हा पैसा आरोग्य, शिक्षण व जनतेच्या

विकासासाठी वापरणार आहोत.''

''पण मग कम्युनिस्टांनी जे दडपण आणणं चालवलंय–''

''दडपण वगैरे काही नाही. मार्सोप आणि ल्युनाकूल यांचा परस्पर सामंजस्याचा करार होईल अशी माझी खातरीच आहे.''

नार्कॉर्न आता जवळजवळ उभाच राहिला. ''अशक्य. सर्वथैव अशक्य. त्या कम्युनिस्टांवर कुणी क्षणभरही विश्वास ठेवू नये. त्यांच्याशी वागायला मार्सोपसारखा मेणासारखा मऊ माणूस काय कामाचा?... मला क्षमा करा मिनिस्टर मार्सोप. पण अखेर तुम्ही शिपाईगडी नाही. तुमच्यापाशी माझा अनुभव नाही. ल्युनाकूलशी बोलायचं तर हातानेच बोलायला हवं. शब्दाची भाषा ते समजत नाहीत. पण तरीही त्यांच्याशी मीटिंग घडवून आणायची प्रेसिडेंटची इच्छाच असेल तर त्या मीटिंगला मी पण उपस्थित राहीन.''

नॉयने जोरजोरात मान हलवली.

''ते शक्य नाही जनरल. तुमची कम्युनिस्टांबद्दलची मतं सर्वश्रुत आहेत. तुमच्या उपस्थितीने प्रश्न सुटण्याऐवजी आणखीनच बिकट होऊन बसेल.'' ती थांबली. ''मार्सोप हा एकच माणूस कुठल्याच बाजूचा कैवार न घेता तटस्थ राहून समझोता घडवून आणू शकेल.''

नार्कॉर्नने खांदे उडवले. ''जशी तुमची मर्जी मादाम... मला वाटतं हा विषय इथेच थांबवावा. जेवणाची वेळ झाली. तत्पूर्वी एखादं ड्रिंक चालेल ना? कर्नल शाव्हालिट, जरा शँपेन आणायची व्यवस्था करा.''

कर्नलने वेटरला खूण केली. झगमगत्या चांदीच्या बादलीत बर्फात ठेवलेल्या शँपेनच्या बाटल्या आल्या.

सर्वांच्या ग्लासात शँपेन ओतली गेल्यावर जनरल नार्कॉर्न उभा राहिला.

''चिअर्स, मादाम सँग. आपल्या यशस्वी अमेरिकेच्या दौऱ्याबद्दल.''

सर्वजण यात सहभागी झाले. ग्लासांवर ग्लास आपटल्याचा किणकिण आवाज होत राहिला.

एकच मिनिटानंतर नॉयला जवळून एक विचित्र आचका दिल्याचा आवाज आला. ती वळली.

तिची बहीण थिडा पांढरी पडली होती. तिच्या घशातून गुदमरल्यासारखा आवाज येत होता. ती खुर्चीत कोसळण्याच्या बेतात होती.

''थिडा काय झालं?'' नॉय घाबरून ओरडली.

थिडाला खोकल्याची उबळ आली ''माझा... श्वास घुसमटतोय. मला कसंतरी होतंय. मला नेऊन झोपवा.''

जनरल धावतच पुढे आला. ''काय झालं?''

"मला... काहीच कळत नाहीये," थिडा म्हणाली, "मला... चक्कर येतेय."

नाकॉर्नने तिला आधार दिला आणि जवळजवळ उचलूनच बेडरूमकडे नेलं. "लवकर कुणीतरी रेसिडेंट डॉक्टरला बोलवा."

कुणी तरी डॉक्टरांना फोन केला. तेवढ्यात जनरल घामाने निथळत बेडरूमच्या बाहेर आला. "अरे कुणीतरी अँब्युलन्स आणा. त्यांना हॉस्पिटलमधे न्यायला हवंय."

दोन तास आणि वीस मिनिटांनंतर थिडाने प्राण सोडले.

तिच्या शँपेनमधे विष मिसळण्यात आलं होतं.

नॉय तर दुःखाने वेडीच झाली. तिचं भानच हरपलं. मार्सोपने तिला समजावण्याचा खूप प्रयत्न केला. पण व्यर्थ. जनरल नाकॉर्नने ताबडतोब या कारस्थानापाठीमागे कुणाचा हात असावा याची चौकशी करायला सुरुवात केली.

एक तासाने जनरल परत आला तेव्हा नॉय सँगचे डोळे कोरडे होते. ती फार थकली होती. जनरलचा चेहरा फार गंभीर होता.

"मला या पाठीमागे कुणाचा हात होता ते कळून चुकलंय," तो म्हणाला, "मी व्यक्तिशः आमच्या किचनच्या स्टाफवरच्या प्रत्येकाची कसून चौकशी केली. अखेर मी त्यांच्या तोंडून सत्य वदवलं. मद्य पुरवणारा जो मुख्य वेटर होता, तो या गोष्टीला जबाबदार आहे. तो कम्युनिस्ट पार्टीचा मेंबर आहे. हे भयाण सत्य या पद्धतीने तुम्हाला समजायला नको होतं मादाम प्रेसिडेंट, पण कम्युनिस्ट लोक आपल्या ध्येयसिद्धीसाठी निष्पाप जिवांचा बळी घ्यायलाही मागेपुढे पाहात नाहीत."

नॉयला तर काही समजतच नव्हतं. "पण थिडा का? कम्युनिस्टांशी तिचा काय संबंध?"

"ते मला ठाऊक नाही. पण एक लक्षात ठेवा. कम्युनिस्टांबरोबर समझोता वगैरे करण्याचं खूळ मनातून आता तरी काढून टाका."

"ते नंतर पाहू," नॉय म्हणाली. "पण आधी मला स्वतःला या कम्युनिस्ट खुन्याला काही प्रश्न विचारायचे आहेत."

जनरल नाकॉर्नने हताशपणे मान हलवली. "त्याला आत्ता फार उशीर झालाय मादाम प्रेसिडेंट. मी त्याला मृत्युदंड देऊन बसलो. तो मेलेलाच बरा होता."

जनरल नाकॉर्नने मिलिटरीच्या लायमोसिमधून त्यांना हॉस्पिटलमधून घरी पाठवलं.

मार्सोपने नॉयच्या शेजारी गाडीत बसल्यावर ड्रायव्हरच्या व त्याच्या मधे असलेली काचेची भिंत बंद केली. आता त्यांचं बोलणं ड्रायव्हरला ऐकू येणार नव्हतं.

"कसला विचार करते आहेस, नॉय?"

"काय भयंकर. माझा तर अजून विश्वास बसत नाहीये. जाताना आपण तिघं बरोबर गेलो..."

मार्सोपने नॉयचा हात हातात घेऊन थोपटला. अखेर शब्द जुळवत त्याने

तिच्याकडे पाहिलं.

"नॉय–"

"हं."

"तो अपघात होता, नॉय."

ती बुचकळ्यात पडली. "अपघात?"

"होय. थिडाचा मृत्यू हा अपघात होता."

"मला... मला कळत नाहीये तू काय म्हणतोयस ते."

"मी सांगतो सगळं." मार्सोप म्हणाला. आणि त्याने सांगितलं. जुन्या काळचे लोक ड्रिंक घेताना चिअर्स म्हटल्यानंतर आपल्या अगदी निकटच्या आप्ताकडून किंवा मित्रांकडून ड्रिंक पीत. त्याचा पेला त्याच्याच हातांनी आपल्या ओठाला लावत व आपला पेला त्याला पाजीत. थिडा व मार्सोप यांनी खेळीमेळीने अशाच जुन्या रिवाजाचा अवलंब केला होता. थिडाने आपलं सर्व मद्य मार्सोपला पाजलं होतं व त्याच्या हातातल्या ग्लासातून आपण प्यायली होती.

"म्हणजे... तुझ्या मते..."

"होय. ते विष माझ्याकरता होतं नॉय. मृत्यू खरं तर माझाच ओढवला होता. थिडाचा नाही. पण अपघाताने माझा ग्लास तिच्या पोटात गेला."

"माय गॉड–"

"होय."

"पण मार्सोप, तुला तरी मारायचं कुणाला काय कारण?"

"मी ते आत्ताच नक्की सांगू शकत नाही. पण कम्युनिस्टांशी माझी समझोत्याची बोलणी होण्यापूर्वीच माझा मृत्यू व्हावा असं कुणालातरी वाटत असणार. तुला काय वाटतं?"

"नुसत्या विचारानेच माझ्या अंगावर काटा येतोय."

"पण विचार कर नॉय." तो हलकेच म्हणाला.

थोड्याच तासांत थिडाच्या मृत्यूची वार्ता वॉशिंग्टन डी. सी. ला पाहोचली.

लाम्पांगच्या अमेरिकेतील अँबॅसेडरकडून सेक्रेटरी ऑफ स्टेट एझ्रा मॉरिसनला कळलं. थिडा ही लाम्पांगची व्हाईस प्रेसिडेंट, तसंच नॉयनंतर सत्तेची कायदेशीर वारस असल्याने ही गोष्ट प्रेसिडेंट अंडरवुडला सांगणं आवश्यक होतं.

मॅट व ॲलिस जेवणापूर्वीच ड्रिंक्स घेत टी. व्ही. च्या बातम्या बघत बसले होते. तेवढ्यात एझ्रा मॉरिसनचा फोन आला.

"लाम्पांगकडून एक वाईट बातमी आहे," मॉरिसन म्हणाला.

"वाईट बातमी? नॉय सँगला तर काही झालं नाही?"

"खुद्द तिला नाही. पण एका डिनर पार्टीच्या वेळी तिची बहीण थिडा हिच्यावर

विषप्रयोग करण्यात आला व तिचा मृत्यू झाला. नॉय सँग तिच्या शेजारीच होती.''

नॉय सुखरूप आहे हे ऐकून अंडरवुडने एक सुटकेचा नि:श्वास सोडला. पण नंतर भानावर येऊन म्हणाला, ''तिची बहीण? मला सगळं सांग, एर्झा.''

मॉरिसनने त्याला अँबॅसेडरकडून कळलं होतं तेवढं सगळं सांगितलं.

ते ऐकल्यावर मॅट अंडरवुड म्हणाला, ''पण हे ऐकल्यावर हा काही अपघात वाटत नाही. आणखी काही तपशील?''

अँबॅसेडरला याहून जास्त ठाऊक नव्हतं.

''नॉय सँगची मन:स्थिती कशी आहे?''

''मला ते कसं कळणार मॅट? पण फारशी चांगली नसणारच, अर्थात.''

''मला वाटतं मी स्वत:च ते जाणून घ्यावं हे बरं. एर्झा तू किंवा ब्लेक कुणीतरी लाम्पांगला फोन लावून नॉय सँगशी संपर्क साधा. मला तिच्याशी बोलायचंय.''

''मी ते करतो,'' मॉरिसन म्हणाला. ''फोनशी थांबाच. मी दोन ते तीन मिनिटांत परत कळवतो.''

अंडरवुड फोन ठेवून निश्चलपणे फोनकडे एकटक बघत बसला.

''काय झालं मॅट?'' ॲलिसने विचारलं.

''नॉय सँग, लाम्पांगची प्रेसिडेंट–''

''हां, हां, जिच्याबरोबर तू दोन दिवस गुलूगुलू गप्पा मारल्यास तीच ना?''

अंडरवुडने तिच्या बोलण्याकडे दुर्लक्ष केलं. ''तिची बहीण आज वारली. विषप्रयोग असावा असा संशय आहे.''

''नाही तरी ती जनावरं दुसरं काय करणार त्या तसल्या मागासलेल्या देशात!''

''नक्की काय घडलं असावं याची मलाही नीटशी कल्पना नाहीय. मला एकच गोष्ट ठाऊक आहे की नॉयनंतर राज्याला वारस व्हाईस प्रेसिडेंट या नात्याने थिडाच होती. अर्थातच या घटनेची आपण फार गंभीरपणे दखल घेतली पाहिजे.''

''छान, म्हणजे व्हाईस प्रेसिडेंटच्या मृत्यूचा खेद प्रदर्शित करण्याच्या नावाखाली तिकडे जायचा वगैरे विचार आहे काय?''

''जाईनही कदाचित. कारण आपला व्हाईस प्रेसिडेंट ट्रॅफोर्ड याने जाणं उचित आहे की नाही हे मलाच समजत नाहीये.''

इतक्यात फोन वाजला. अंडरवुडने अक्षरश: झडप घालून उचलला. तो लाँग डिस्टन्स कॉल होता.

''प्रेसिडेंट अंडरवुड?''

''होय, मीच.''

''मी मार्सोप.''

''हॅलो, मी आत्ताच ती दु:खद बातमी ऐकली. नॉय कशी आहे?''

"तुम्ही प्रत्यक्षच तिच्याशी बोला. इथेच आहे ती.''

इतक्या अंतरावरून सुद्धा तिचा मधुर आवाज मॅटला अगदी स्पष्ट ऐकू येत होता. "मॅट, तूच बोलतोयस ना?''

"नॉय, काय भयंकर घडलं ग हे? पण... मी जे काही ऐकलं ते खरं?''

"खरं तर माझाही विश्वास बसत नव्हता, पण मी ती गोष्ट घडलेली डोळ्यांनी बघितलीय ना. संशयाला जागाच नाही.''

"जे घडलं ते मला तुझ्याकडून नीट ऐकायचंय.''

"वेल् जनरल नाकॉर्नच्या घरी डिनर पार्टी होती. त्याने ग्लास उंचावून सर्वांना चिअर्स केलं–''

मग जमेल तसं, हुंदके दाबत तिने त्याला घडलेलं सगळं सांगितलं. जसंच्या तसं.

तिचं सांगून संपलं तसा अंडरवुड म्हणाला, "ही नुसती विषबाधा नव्हती, तर मुद्दाम घडवून आणलेला विषप्रयोग होता असं मी ऐकलं.''

"होता आणि नव्हता. विषप्रयोग जाणीवपूर्वक केलेला होता. पण दुसऱ्याच कुणासाठी तरी. माझ्या थिडाचा बळी गेला तो मात्र केवळ अपघाताने. तो विषप्रयोग तिच्यासाठी नव्हता. खरं तर त्यांना मार्सोपला मारायचं होतं.'' मग तिने ते कसं घडलं ते त्याला सविस्तर सांगितलं.

"पण मार्सोपचा खून तरी कुणाला व का करावासा वाटावा?''

"कुणाला तरी मार्सोप कम्युनिस्टांबरोबर वाटाघाटी करून समझोत्याचा, सामंजस्याचा करार घडवून आणणं पसंत नव्हतं.''

"आता आलं लक्षात. या बाबतीत जनरल नाकॉर्नची मतं आमच्यापर्यंत आली आहेतच.''

"पण तो सगळं खापर दुसऱ्याच कुणाच्यातरी माथी फोडतोय. त्याच्या म्हणण्याप्रमाणे ज्या वेटरने मद्य सर्व्ह केलं तो कम्युनिस्ट होता व त्याला या वाटाघाटी व्हायला नको होत्या.''

"मग त्या वेटरची नंतर उलट तपासणी घेतली असेलच ना?''

"फक्त जनरल नाकॉर्ननेच घेतली व त्याचा हाच तो खुनी अशी खातरी पटल्याने त्याने त्याला लगेचच मृत्युदंड ठोठावला देखील.''

"याला काही अर्थ तरी आहे का? असं कुठे असतं का?''

"मला तर काही कळेनासंच झालंय,'' नॉय हुंदका दाबत म्हणाली. "थिडा मात्र मला सोडून गेली एवढंच मला समजतंय.'' ती क्षणभर थांबली. "माझ्या कौटुंबिक गोष्टीत तू गुंतू नकोस मॅट.''

अंडरवुड तिला विरोध करत म्हणाला, "ही काही नुसतीच कौटुंबिक बाब नाहीये, नॉय. थिडा तुझी कायदेशीर वारस होती. ही गोष्ट राजकीय दृष्ट्या आम्हाला

महत्त्वाची वाटते.''

''अमेरिकेच्या दृष्टीने ही अगदीच किरकोळ बाब आहे.''

तो आता रिसीव्हरमधे तोंड खुपसून अगदी हलक्या, हळुवार आवाजात म्हणाला. ''माझ्या दृष्टीने ही फार महत्त्वाची गोष्ट आहे. व्यक्तिशः माझ्या दृष्टीने.'' आणि मग एकदम पुढचा मागचा विचार न करता तो म्हणाला, ''मी ताबडतोब लाम्पांगला तिच्या अंत्यविधीस उपस्थित राहण्यासाठी येत आहे.''

''ओह् मॅट. तू इतकं सगळं करणं योग्य नाही.''

''हे बघ, मला जे करावसं वाटतं, ते मी करणार, नॉय. तुला या क्षणी फार आधाराची गरज आहे. मी तिथे येणं अतिशय आवश्यक आहे.''

''तू... तू फार चांगला आहेस... मॅट. फार कनवाळू आहेस. पण ज्या व्यक्तीला तू कधी भेटलासुद्धा नाहीस, तिच्याकरता एवढा मोठा लांबचा प्रवास तू कशासाठी करतोयस?''

''मी तो माझ्या ओळखीच्या एका व्यक्तीकरता करतोय.''

''ठीक आहे. जर तुझा हट्टच असेल तर.''

''होय. माझा हट्टच आहे. तुझ्याशेजारी त्या वेळी मी उभा असणार आहे.''

''मला खूप बरं वाटतंय, खरंच.''

''मग वाट पाहा माझी.''

अंडरवुडने फोन ठेवला, तसं ॲलिसने बोलायला तोंड उघडलं. पण तो परत फोन उचलून फिरवतच होता.

''मला पॉल ब्लेकशी बोलायचंच,'' तो ऑपरेटरला म्हणाला. ''तो जिथे कुठे असेल तिथून त्याला शोधून काढा.''

ॲलिसने परत बोलायचा प्रयत्न केला. पण मॅटने खुणेनेच तिला गप्प केलं.

काही सेकंदांत ब्लेक फोनवर आला.

''येस्, मॅट?''

''लाम्पांगची बातमी कळली?''

''हो.''

''मग मी उद्या सकाळी नऊ वाजता थिडाच्या अंत्यविधीला उपस्थित राहण्याकरता लाम्पांगला निघणार आहे. एअरफोर्स वन् तयार ठेवा.''

''मॅट, तू जे काय करतोस, ते तुला तरी पटतं का? या कामासाठी व्हाईस प्रेसिडेंट ट्रॅफोर्डला पाठवणं अधिक योग्य ठरेल. उद्याचा तुझा दिवस भरगच्च कार्यक्रमांनी भरलेला आहे. सगळेच्या सगळे रद्द करावे लागतील. आणि प्रेस? प्रेसवाले काय म्हणतील?''

''त्यांनी हवं तर दुसऱ्या प्रेसच्या राखीव विमानातून खुशाल यावं आणि

डोळ्यांनी काय ते बघावं. फक्त जास्त घोळ घालू नको म्हणजे झालं.''

''ते शक्य नाही मॅट. मुळात तिथे दोन खास फोन–सिस्टिम्स बसवायला मला आधी एक विमानभरून व्हाईटहाऊस कम्युनिकेशन्स विभागाकडून इंजिनिअर्स पाठवावे लागतील. शिवाय एअरफोर्स वन् मधे काही आणीबाणी उद्‌भवलीच तर जोडीला आणखी एक राखीव विमान बरोबर हवं. शिवाय नॅशनल सेक्युरिटी ॲडव्हाईझर, डॉक्टर, सीक्रेट सर्व्हिसच्या लोकांचा तांडा. केवढा गाजावाजा होईल तुझ्या जाण्याचा. जरा परत विचार नाही का करणार?''

''नाही पॉल. जे काय लागेल ते कर. पण मी जाणारच. मी लाम्पांगमधे अंत्यविधीस उपस्थित राहणार आहे. तू तुझ्या हालचालीला लाग.''

आता हे ऐकल्यावर मात्र ॲलिस ताडकन् उठून त्याच्याजवळ आली.

''आता मला बोलू दे, मॅट,'' ती किंचाळून म्हणाली. ''मी सगळं ऐकलंय. तू जिचं जन्मात तोंडसुद्धा कधी पाहिलं नाहीस, अशा व्यक्तीसाठी सगळ्या पृथ्वीला प्रदक्षिणा घालून त्या अंत्यविधीला जाणं हा शुद्ध मूर्खपणा आहे.''

''मी तसं वचन दिलंय.''

''ते मूर्खासारखं दिलेलं वचन मोड मग. हा निव्वळ वेडेपणा आहे तुझा, तुला जाळ्यात फसवू पाहणाऱ्या त्या कोण कुठल्या रानटी बाईसाठी जाणं म्हणजे! ते इतकं विचित्र दिसणार आहे.''

अंडरवुडने रागाने आपल्या पत्नीकडे पाहिलं. ''पण जर तू माझ्याबरोबर आलीस तर नाही दिसायचं विचित्र. तू पण चल, ॲलिस.''

''मी? अशक्य. तुला करायचा तो मूर्खपणा तू कर मॅट. मी त्यात सहभागी होणं शक्य नाही.''

व्हाईटहाऊसच्या प्रेसरूममधे प्रेस सेक्रेटरीने प्रेसिडेंटच्या लाम्पांग दौऱ्याची घोषणा केलेली हाय हास्कनने शांतपणे ऐकली. ती ऐकताच सगळा प्रकार त्याच्या ध्यानात आला. तो लगेचच फोनकडे धावला.

सॅम व्हिटलॉने लगेच फोन उचलला.

''येस?''

''हाय हास्कन, बॉस. व्हाईटहाऊसच्या प्रेसरूममधून बोलतोय. प्रेसिडेंट उद्या अंत्यविधीला उपस्थित राहायला लाम्पांगला जातायत.''

''हो. मी ऐकलं,'' व्हिटलॉ म्हणाला. ''नॉय सँग यांची बहीण विषबाधेमुळे वारली. आणि तिच्या अंत्यविधीला खुद्द प्रेसिडेंट निघाले आहेत. पण का?''

''ते मला आत्ताच काही सांगता यायचं नाही. कदाचित लाम्पांगचे व आपले राजकीय संबंध अधिक चांगले व्हावे म्हणून. नाहीतर नॉय सँगने दोन भेटीतच मोहिनी टाकली असेल त्यांच्यावर, म्हणून. मला खरंच माहिती नाही.''

"पण याला तर काही अर्थच नाही."

"अर्थ असो नाहीतर नसो," हास्कन म्हणाला, "पण अंडरवुडने या गोष्टीचा मोठाच बाऊ केलाय. तो म्हणे आधी प्रेसच्या वार्ताहरांसाठी खास विमान पाठवणार आहे."

"आणि तुला त्यातून जायचंय ना हाय?"

"मला वाटतं मी जायलाच हवं."

"पण यातून काय सनसनाटी बातमी हाती येणार आहे?" व्हिटलॉ कुरकुरत म्हणाला,

"मग उगीच वेळ तरी का वाया घालवायचा?"

"सॅम, तूच म्हणाला होतास, मी सावलीसारखं या प्रेसिडेंटच्या मागावर राहायचं म्हणून."

"वेल्. तेही खरंच."

"मला तरी या प्रकारात काहीतरी काळंबेरं वाटतंय. मी तिथे असलेला बरा."

व्हिटलॉ क्षणभर गप्प झाला. "खरं तर बाकी सगळं बाजूला ठेवून, त्या नॉय सँगच्या बहिणीच्या अंत्यविधीकरता एक विमान भरून वार्ताहर पाठवणं, म्हणजे विचित्र आहेच."

"कदाचित तो नॉयच्या बहिणीसाठी जातच नसेल," हास्कन म्हणाला. "कदाचित तो नॉयकरताच चालला असेल."

"याचा अर्थ काय?"

"ते मी आत्ताच कसं सांगू ? मला शोध लागला, की मी लगेच कळवीनच. मी परतेपर्यंत माझ्या जागी व्हाईटहाऊसच्या बातम्यांसाठी दुसरा कुणीतरी नेमा. मी प्रेसिडेंटचा पाठलाग करतो. तुला हे ठीक वाटतं ना, सॅम?"

"हे म्हणजे उडत्या पाखराचा पाठलाग करण्यासारखं आहे." तो थांबला. "पण हे पाखरू मला आवडलंय. जा पकड त्याला जाळ्यात."

सहा

एअरफोर्स वन् हे विमान लाम्पांगच्या मुआँग विमानतळावर दुपारी बारानंतर पोहोचलं. उन्हाळ्याचे दमट, चिकट दिवस होते. विमान खाली उतरताच एक जीप पुढे झाली व तिने विमानाला खास राखीव जागेवर नेऊन उभं केलं.

एक तासापूर्वीच वॉशिंग्टनहून वार्ताहरांनी भरलेलं विमान येऊन इथे दाखल झालंच होतं. विमानतळावर आत्ता हे सगळे वार्ताहर त्यांच्यासाठी मांडलेल्या खुर्च्यांवर बसले होते. काही इतर देशांतूनही वार्ताहर आले होते. हाय हास्कनने आपल्या कॅमेरामनसह अगदी मोक्याची जागा पटकावली होती.

हास्कन आपला कॅमरामन जिल अँड्र्यूजला म्हणाला, "एअरफोर्स वन् उतरतानाचा शॉट व्यवस्थित टिपलास ना?"

"तुमच्या तीन 'शो' जना पुरतील एवढे शॉट्स घेऊन ठेवले आहेत साहेब."

"ठीक आहे, ते बघ, विमानाचे दरवाजे उघडतायत. आता प्रेसिडेंट अंडरवुड उतरेल. त्याचे उतरतानाचे क्लोजअप्स नीट घेऊन ठेव. विमानाच्या जिन्याच्या पायथ्याशी त्यांच्या स्वागताला एक मंडळ आलेलं दिसतंय. जर नॉय सँग अंडरवुडच्या स्वागताला आली असलीच तर नीट शॉट्स घे बरं का. ती अंडरवुडला ग्रीट करत असताना दोघांच्या चेहऱ्यावरचे भाव बरोबर टिपायला हवे, कळलं ना?"

"होय. अगदी नीट."

इतक्यात विमानाची दारं पूर्ण उघडली. बरेच सीक्रेट सर्व्हिसचे लोक बाहेर आले व त्यांनी सभोवतालचं नीट निरीक्षण केलं. काही क्षणांतच प्रेसिडेंट अंडरवुड उगवला. तो सीक्रेट सर्व्हिसच्या लोकापाठोपाठ उतरू लागला. त्याचा चेहरा प्रसन्न होता. अंगात राखाडी सूट.

तो उतरून खाली आला. त्याचे अंगरक्षकही.

"काय मस्त शॉट मिळालाय," कॅमेरामन म्हणाला.

"हां. आता नॉय सँग, मिनिस्टर मार्सोप व बाकीचे त्याला भेटतील, तेव्हाचं दृश्य नीट यायला हवं?"

असं म्हणतच हास्कनने त्या समूहाकडे नीट निरखून पाहिलं.

पण नॉय सँग कुठेच दिसेना.

एक पोरगेलासा माणूस पुढे झाला व त्याने मॅट अंडरवुडशी हस्तांदोलन केलं.

''नॉय सँग कुठाय?'' कॅमेरामन अँड्र्यूज घाईने विचारत होता.

''काही कल्पना नाही. कदाचित पॅलेसमधेच असेल. अंत्यविधीकरता तयार होत असेल.''

इतक्यात एक ओळखीचा आवाज आला. तो प्रेस सेक्रेटरी बार्टलेट होता. ''प्रेसिडेंट आता ओरिएंटल हॉटेलकडे गेले आहेत. आण सर्वांनी कृपया तिकडे उभ्या असलेल्या दोन बसमधे बसावं. आपणा सर्वांची काहीच तक्रार असायचं कारण नाही, कारण आपलीही व्यवस्था त्याच हॉटेलमधे केली आहे. निवासाची सोय प्रेसिडेंटच्या इतकीच उत्कृष्ट दर्जाची आहे. पोहोचल्यापासून बरोबर एक तासात तयार होऊन खाली या. सर्वांना लगेच अंत्यविधीसाठी जायचं आहे.''

हास्कन आता चिंतेत पडला होता. तो बसकडे चालू लागला. नॉय सँग प्रेसिडेंटच्या स्वागताला आलीच नाही. मग आपली बातमी सनसनाटी कशी होणार? आणि जर काहीच घडलं नाही, तर उगीच व्हिटलॉचा रोष पत्करावा लागायचा. देवा, काहीतरी लवकर घडू दे!

ओरिएंटल हॉटेलच्या लॉबीपाशी सगळे बसमधून उतरले. एव्हाना तो पोरगेलासा माणूस प्रेसिडेंटना लिफ्टकडे घेऊन चालला होता. आत्ता हाय हास्कनला आठवलं. तो मार्सोप होता. नॉय सँगचा डावा हात.

प्रेसिडेंटना पोहोचवून मार्सोप खाली आला. बाकी कुणी वार्ताहर त्याला ओळखतच नव्हते. त्यामुळे त्यांनी त्याच्याकडे दुर्लक्ष केळं. पण हाय हास्कन संधी साधून पुढे झाला.

''मिनिस्टर मार्सोप, तुम्ही मला कदाचित ओळखलं नसेल. सर, मी हाय हास्कन. मी अमेरिकेच्या टेलिव्हिजन नेटवर्कचा प्रतिनिधी आहे. तुम्ही प्रेसिडेंट नॉय सँगबरोबर गेल्या आठवड्यात आमच्या देशाचा दौरा केला, त्या वेळी नेटवर्कच्या वतीने मीच दौऱ्याविषयीच्या बातम्या दिल्या होत्या.''

मार्सोपच्यी चेहऱ्यावर ओळखीची लकेर चमकली, ''हो, मला अंधुकसं आठवतंय.''

''मी तुम्हाला जास्त त्रास देणार नाही. फक्त एक-दोन प्रश्न विचारायचे आहेत. अगदी साधेच.''

''विचारा.''

''एक म्हणजे प्रेसिडेंटचा सूट-हॉटेलची खोली. आतून कसा दिसतो ते सांगू शकाल?''

''खूप मोठा सूट आहे. सुमारे ३००० स्क्वेअर फीट. त्याचं नाव लीडर्स सूट. आत एक लिव्हिंगरूम, डायनिंगरूम, एंटरटेनमेंटरूम, दोन बेडरूम्स व तीन

बाथरूम्स आहेत. सर्व खिडक्यांच्या काचा बुलेटप्रुफ आहेत. सीक्रेट सर्व्हिस गार्ड्ससाठी खास लिफ्टची सोय आहे. ही लिफ्ट आतून आहे. दाराशी मेटल डिटेक्टर सुरक्षिततेच्या दृष्टीने बसवलाय.''

''थँक्यू मि. मिनिस्टर. आता अजून एकच प्रश्न.''

''प्लीज.''

''थिडाच्या मृत्यूची बातमी कळताच प्रेसिडेंट अंडरवुड तडकाफडकी इकडे निघून आले. त्यांची व थिडा यांची इतकी जवळून ओळख होती याची मला मुळीचच कल्पना नव्हती.''

''ओळख? त्या दोघांनी तर एकमेकांना पाहिलंसुद्धा नव्हतं.''

''काय? एकदाही नाही?''

''निदान माझ्या माहितीप्रमाणे.''

हास्कनला आता आपलं आश्चर्य लपवता येईना. ''पण मग ते थिडा यांच्या अंत्यविधीला इतक्या तातडीने का आले?''

''कारण त्यांना प्रेसिडेंट नॉय सँग यांच्या या दुःखात सहभागी होण्याची, त्यांना आधार देण्याची गरज वाटली.''

''म्हणजे... यात राजकारणाचा काही संबंध नाही?''

''अजिबात नाही. ही भेट खासगी आहे. तुमचे प्रेसिडेंट फार कनवाळू व सहृदय आहेत.''

असं बोलून मार्सोप आपल्या मोटारीकडे गेला.

हाय हास्कन खालचा ओठ चावत नुकत्याच ऐकलेल्या गोष्टीबद्दल विचार करू लागला. प्रेसिडेंट अंडरवुड इथे फक्त नॉय सँगला भेटायला आला होता. बाकी काही कारण नाही.

मृत थिडाशी तर त्याचा पीरचयदेखील नव्हता.

पण हयात व्यक्तीबरोबर त्याचं चांगलंच मेतकूट होतं.

हास्कन स्वत:शीच हसला.

व्हिटलॉला निराश व्हायची पाळी येणार नाही. कुठेतरी पाणी मुरतंय. चांगली सनसनाटी बातमी हाती येणार हे नक्की.

हास्कनच्या दृष्टीने सगळे अंत्यविधी असतात तसाच हा एक. फार तर जरा चकचकाट जास्त.

हास्कनने जवळच्याच एका टेकडीच्या टोकावर ठाण मांडलं होतं.

कॉफीनच्या जवळ नॉय सँग, तिचा मुलगा डेन, मिनिस्टर मार्सोप, दोन वृद्ध मंडळी, बहुधा हे नॉय व थिडाचे आई वडील असावे व आणखी काही लोक होते. काही परदेशी पाहुणेही आले होते. पण एक परदेशी पाहुणा, मॅट अंडरवुड मात्र

कुटुंबियांना अगदी चिकटून उभा होता.

वार्ताहरांना मात्र जवळ जाण्यास बंदी असल्याने हाय हास्कनला दुरून एक शब्दही ऐकू येत नव्हता. एका खिश्चन पाद्र्याचे ओठ नुसते हलताना दिसत होते.

आता कॉफीन उचलून खड्ड्यात ठेवलं जात होतं. नॉय सँग गुडघ्यावर बसून फुलं वाहात होती.

हास्कनला तो नेहमीचा प्रकार बघायचा कंटाळा आला होता. काहीतरी खमंग, चटकदार घडायला हवं होतं.

... आणि मग कॉफीन जमिनीत अदृश्य झालं तसा नॉय सँगचा स्वत:वरचा ताबा सुटला. ती हुंदके देऊन रडू लागली. खांदे पडलेल्या स्थितीत ती जमिनीवर कोसळली. मार्सोपने तिला आधार दिला.

नॉय नक्कीच रडत असावी. इतक्यात प्रेसिडेंट अंडरवुड आपल्या जागेवरून हललेला दिसला. तो छोटा डेन आणि मार्सोप, दोघांना बाजूला सारून नॉयच्या अगदी जवळ जाऊन उभा राहिला. तिचा असहाय लोंबणारा हात त्याने हातात घेतला, तिच्या कानात काही कुजबुजला आणि तिचं डोकं ओढून त्याने आपल्या खांद्यावर ठेवलं.

हाय हास्कन डोळे फाडफाडून बघत होता. आणि काय... चक्क बेट्या अंडरवुडने नॉयच्या गालावर ओठ टेकवले. एकदा दोनदा नाही, चांगले दहा वेळा.

वा! काय शॉट! हाय हास्कन खूष झाला. देवा, काय छान चुरचुरीत बातमी! टी. व्ही. वाले बघून उड्याच मारतील. प्रेसिडेंटच्या मिठीत प्रेसिडेंट. काय सनसनाटी.

हास्कन जिल अँड्र्युजला सावध करायला वळला पण हाय रे दैवा! तो तिथे हजरच नव्हता. या भागात कॅमेरामनना यायला मज्जाव करण्यात आला होता.

कॅमेरामन नाही. म्हणजे फोटो नाही. नुसत्या शब्दात या बातमीची गंमत नाही कळायची राव. त्याला फोटोच हवा. तेही चलच्चित्र. पण कसं मिळवायचं?

एव्हाना अंत्यविधी आटोपला होता. सगळे परत निघाले होते.

अंडरवुड तर आता खुशाल नॉयच्या कमरेभोवती हात टाकून चालला होता.

"कुठे चालले असतील हे दोघं? "हाय स्वत:शीच पण चुकून मोठ्यांदा म्हणाला.

मागून कुणीतरी उत्तर दिलं. "ते पॅलेसकडे चालले आहेत. लाम्पांगच्या रिवाजाप्रमाणे आता मृतात्म्याला शांती मिळण्यासाठी खास उपस्थितांना भोजन दिलं जाईल. खास पाहुण्यांना."

"आणि मग प्रेसचं काय?"

"नाही. फक्त खास पाहुण्यांना. आणि आपण काही 'खास' पाहुणे नाही." तो मागचा वार्ताहर उत्तरला.

हास्कनने परत मनातल्या मनात एक शिवी हासडली.

नॉय आणि अंडरवुड दोघंच एकटे असणार... आणि आपल्याला त्यांच्याजवळ जाता येणार नाही.

आणि मग आता परतल्यावर सॅम व्हिटलॉला काय उत्तर द्यायचं?

काही तरी नक्कीच घडत असणार. खरंच, नॉय आणि अंडरवुड कशाबद्दल बोलत असतील?

आत्ता या घटकेला त्याला अक्षरश: काहीच ठाऊक नव्हतं. पण आज नाही तर उद्या, कुठल्याही परिस्थितीत हा चोरीचा मामला उघडकीला आणल्याशिवाय राहायचं नाही असा त्याने निश्चयच केला होता.

भोजनाचा कार्यक्रम चामादिन पॅलेसच्या एका लहानशा दालनात झाला.

तत्पूर्वी जाऊन मॅट अंडरवुड आपल्या हॉटेलातून अंघोळ करून कपडे बदलून आला. गडद रंगाचा सूट घालून तो हॉलमधे शिरला तर नॉय दुसऱ्या टोकाला उभी असलेली त्याला दिसली. तिनेही आपले कपडे बदलले होते. आता तिने गर्द जांभळ्या रंगाची साडी परिधान केली होती. तिचा चेहरा पूर्ववत गंभीर झाला होता व ती पाहुण्यांशी औपचारिक संभाषण करत होती. बरेचसे पाहुणे आसपासच्या आशियाई राष्ट्रांतलेच होते.

अंडरवुड आत शिरला तो सरळ तिच्याचकडे गेला. तिचा हात त्याने हातात घेताच ती हलक्या आवाजात कुजबुजली, ''थँक्स मॅट. मी आता तुझी काही पाहुण्यांशी ओळख करून देते.''

मग तिने ओळीने एकेकाशी त्याची ओळख करून दिली. त्या सगळ्या आशियाई पाहुण्यांच्या गर्दीत दोनच चेहरे तेवढे अंडरवुडच्या ओळखीचे होते. एक त्याचा स्वत:चा प्रेस सेक्रेटरी बार्टलेट आणि दुसरा बहुधा पर्सी सीबर्ट असावा. तो आत्ता अंडरवुडकडेच रोखून बघत होता. अंडरवुड मोकळा आहे असं बघताच त्याने पुढे होऊन स्वत:चा परिचय करून दिला आणि नंतर हलकेच म्हणाला, ''मि. प्रेसिडंट, इथल्या एका व्यक्तीशी तुमची ओळख व्हायलाच हवी. तो अमेरिकेचा हितचिंतक आहे.'' असं म्हणून त्याने पूर्ण गणवेषातल्या जनरल नार्कॉर्नकडे बोट दाखवलं. ''प्रेसिडेंट, हे जनरल सॅमॅक नार्कॉर्न, लाम्पांगच्या आर्मीचे प्रमुख. आणि जनरल हे अमेरिकेचे प्रेसिडेंट.''

दोघांनी हस्तांदोलन केलं.

नंतर दोघांच्या जरा हवापाण्याच्या गप्पा झाल्या. तेवढ्यात नॉय सँग आता क्षणभर एकटी आहे असं मॅट अंडरवुडने डोळ्यांच्या कोपऱ्यातून बघितलं. लगेच जनरलची रजा घेऊन तो तिच्याच रोखाने निघाला.

तो तिच्याजवळ पोहोचताच तिचा चेहरा उजळून निघाला.

त्याने आता जमलेल्या कुणाचीही पर्वा न करता तिला जवळ घेतलं आणि हलके हलके थोपटलं.

"कशी आहेस, नॉय?"

"ठीक आहे. जगते आहे. सारं संपलं," ती एक नि:श्वास सोडून म्हणाली आणि मग म्हणाली, "खरंच, तुझे आभार कसे मानू मी? सगळं सोडून माझ्या सांत्वनासाठी इतक्या दूर तू आलास."

"मला यायलाच हवं होतं. मला तिथे चैन पडली नसती नॉय."

"मला त्यामुळे खूप धीर आला. मी ते कधीच विसरू शकणार नाही." मग तिने जवळच्या एका टेबलाकडे बोट दाखवलं. "तू थकला असशील. आता जरा इकडच्या खास पदार्थांचा स्वाद घे." मग तिने त्याला अक्षरश: ओढत एका टेबलापाशी नेऊन स्वत: एका प्लेटमधे सगळं वाढून त्याला दिलं आणि म्हणाली, "आपण नंतर सवडीने बोलूच."

ती गेली आणि जनरल नाकॉर्न त्याच्याकडे आला. पर्सी सीबर्ट, सीआयएचा स्टेशन हेड बरोबर होताच.

"मि. प्रेसिडेंट, तुम्ही जरा एक दोन मिनिटं जनरल नाकॉर्नशी बोलू शकाल काय? त्याचं फार महत्त्वाचं काम आहे," पर्सी सीबर्ट कुजबुजला.

"जरूर. पण कशाविषयी?"

"ते तुम्ही प्रत्यक्ष त्यांच्याच तोंडून ऐकावं. ते आपले मित्रच आहेत."

"मग ठीक आहे."

पर्सीने खूण करताच नाकॉर्न पुढे झाला.

"तुम्ही माझ्याशी बोलू इच्छिता?" अंडरवुड म्हणाला.

"होय. मुख्यत्वेकरून त्याकरताच मी इथे आलोय."

"मग बोला तर."

"मला आमच्या लाम्पांगमधल्या कम्युनिस्ट चळवळींच्या प्रश्नाविषयी बोलायचंय," नाकॉर्न म्हणाला. "तुम्हाला तुमच्या स्वत:च्या स्टेट डिपार्टमेंटकडून तसेच आमच्या प्रेसिडेंटबरोबर झालेल्या चर्चेतून याविषयी थोडं फार कळलंच असेल."

"होय. मला तशी इथल्या परिस्थितीची कल्पना आहे." अंडरवुड म्हणाला.

"पण परिस्थिती किती गंभीर आहे त्याची कल्पना काही तुम्हाला नक्की नसेल," जनरल नाकॉर्न म्हणाला. "इथे आमचे दोन कम्युनिस्ट शेजारी तर आमचा गळाच कापायला बसले आहेत. मी व्हिएटनाम आणि कम्बोडियाविषयी बोलतोय. आमची जी दोन छोटी द्वीपं आहेत तिथे ते बोटी भरभरून अतिरेकी पाठवतायत. त्यांच्यापाशी अत्याधुनिक शस्त्रास्त्रे आहेत. जर हे अजून काही काळ असंच चालू दिलं तर थोड्याच दिवसांत ते आमच्या लष्करालाही आवरेनासे होतील. आणि अखेर

ते आमच्या प्रेसिडेंटना, त्यांच्या राजवटीलाच उलथून टाकतील. मग इथल्या लोकशाहीला ते पायदळी तुडवतील.

लाम्पांग म्हणजे रशियाचाच एक उपग्रह होईल. पूर्णतया कम्युनिस्ट राष्ट्र. हे सगळं वेळीच थांबवायला हवं.''

अंडरवुड त्याचं म्हणणं लक्षपूर्वक ऐकत होता. मधेच त्याच्या मनात असा विचार चमकून गेला, की जर का या माणसाच्या बोलण्यात अंशमात्रही तथ्य असेल, तर मात्र नॉयचं जीवितच धोक्यात आहे.

''पण कम्युनिस्टांची समझोत्याला तयारी आहे असं मला सांगण्यात आलंय,'' अंडरवुड म्हणाला.

जनरल नाकॉर्नने मान जोरजोरात हलवली.

''शक्यच नाही,'' तो म्हणाला. ''हे आमच्या इथले काही पुरोगामी विचाराचे लोक मानतात. पण त्यांची ही भ्रामक समजूत आहे. खुद्द प्रेसिडेंट नॉय सँगचाच असा विश्वास आहे, की अशा प्रकारचा समझोता होईल. पण शक्य नाहिये ते. नॉय सँग यांनी त्या कम्युनिस्टांच्या बच्च्यांना नीट ओळखलेलं नाहिये. त्यांच्या साखरपेरणीला प्रेसिडेंट भुलतायत. पण हे म्हणजे अस्तनीतल्या निखाऱ्यासारखं आहे. थोड्याच दिवसांत हे कम्युनिस्ट आम्हालाच गिळंकृत करतील.''

''अशी खातरी आहे तुमची?''

''अगदी शंभर टक्के. वाटल्यास मि. सीबर्टना त्यांचं मत विचारा.''

''पर्सी? काय म्हणणं आहे तुमचं यावर?''

सीबर्ट काही बोलायच्या आतच जनरल नाकॉर्न म्हणाला, ''मला वाटतं, मी आता आपली रजा घेतो.'' असं म्हणून तो निघून गेला.

''वेल्?'' अंडरवुड सीबर्टला म्हणाला.

सी. आय. ए. स्टेशन हेडने मान हलवली. ''माझ्या मते त्याच्या सांगण्यात पुष्कळसं तथ्य आहे. आपल्या ज्या गुप्तहेरांना मी या कामावर पाठवलं होतं, त्यांनीही अशाच स्वरूपाची माहिती आणली आहे. मार्सोप व ल्यूनाकूल या दोघांच्या बोलण्यातून काही जरी निष्पन्न झालं, तरी अखेर कम्युनिस्टांच्या मनात ही राजवट उलथून पाडायचं आहेच.'' सीबर्ट क्षणभर थांबला. ''एक लक्षात घ्या मि. प्रेसिडेंट. तुम्हाला असं सांगण्यात माझा वैयक्तिक काहीही स्वार्थ नाहीये. माझं काम मिळालेली माहिती जशीच्या तशी लँगलेकडे व तुमच्याकडे पाठवण्याचं आहे, आणि एक तज्ज्ञ म्हणून माझं मत असंच आहे की मादाम सँग यांनी कम्युनिस्ट चळवळींना लाम्पांगमधील कायदेशीर पक्षाचं स्वरुप द्यायला कधीच मान्यता देता कामा नये. त्यातच अमेरिकेचं हित आहे. मादाम सँगच्या एक गोष्ट लक्षात येत नाही ती ही, की एकदा कम्युनिस्टांना कायदेशीर पक्ष म्हणून मान्यता दिली की रशियाला या भूमीवर पाय

रोवायची संधी मिळालीच म्हणून समजा.''

अंडरवुड आता मुळातून हादरला होता. ''हे तुझं मत अगदी पक्कं आहे ना पर्सी?''

''होय सर. जनरल नाकॉर्नच्याच मार्गाने जाण्यावाचून आपल्याला काही गत्यंतर नाहीये. या कम्युनिस्टांशी कुठल्याच प्रकारचा समझोता होता कामा नये. लाम्पांगच्या लष्कराने कम्युनिस्टांना पार वाटेला लावायला हवं. त्यांचं समूळ उच्चाटन करायला हवं.''

''पण हे आत्ता मला सांगण्याचं कारण ?''

''कारण हीच संधी आहे, मादाम नॉय सँग यांना सारं काही नीट समजावून सांगण्याची.''

''पण मी आपल्या स्टेट डिपार्टमेंटचा या प्रकरणी सल्ला न घेताच सरळ या राजकीय बाबतीत प्रेसिडेंट नॉय सँगशी बोलणं करावं असं तुम्ही सुचवताय ? ही इतकी घाई कशासाठी?''

''कारण एवढंच, की मादाम सँग जर कुणाचं ऐकणं शक्य असलं तर ते फक्त तुमचंच. तुमचा त्यांच्यावर चांगला प्रभाव आहे. बाकी कुणाचाही नाही. शिवाय नुकतंच लाम्पांग स्वायत्त, सार्वभौम राष्ट्र व तेही आपलं मित्रराष्ट्र राहावं याकरता तुम्ही त्यांना प्रचंड मोठ्या रकमेचं कर्ज कबूल केलंय.''

अंडरवुडने निश्वास सोडला. ''हं. बघतो काय करता येतं ते.''

त्याने सीबर्टला निरोप दिला व विचार करू लागला. मघाशी चवदार लागणारं अन्न एकदम बेचव लागू लागलं.

अखेर नॉय परत एकदा एकटी आहे असं बघून तो तिच्यापाशी पोहोचला.

अंडरवुड आपल्याचकडे येतोय म्हणताच नॉयचा चेहरा खुलला. ''बरं झालं, तू आलास. मला एकटं वाटत होतं.''

''नॉय, मला जरा तुझ्याशी फार महत्त्वाचं बोलायचंय. फक्त पाचच मिनिटं सवड आहे तुला? आणि हे बघ, कुणी यातलं एक अक्षरही ऐकता कामा नये.''

नॉयने शांतपणे त्याला कोपऱ्यातल्या एका मोठ्या शोभेच्या झाडापाठीमागे नेलं आणि म्हणाली, ''मॅट, काय झालं तरी काय असं? तुझा चेहरा इतका गंभीर?''

''आत्ताच माझं आणि जनरल नाकॉर्नचं थोडंसं बोलणं झालं.''

''माझं त्या माणसाबद्दल काय मत आहे, ठाऊक आहे ना तुला?''

''नॉय आधी माझं बोलणं ऐक. नाकॉर्नचं मत माझ्या दृष्टीने फारसं महत्त्वाचं नसलं तरी, आमच्या सी.आय.ए.चा स्टेशन हेड पर्सी सीबर्ट याच्याकडून मला जे काही कळलंय ते नक्कीच विचार करण्याजोगं आहे.''

''काय कळलं तुला?''

''तू लवकरच तुझा मिनिस्टर मार्सोप आणि त्या कम्युनिस्ट बंडखोरांचा नेता ल्युनाकूल यांच्यात वाटाघाटी होऊन काही समझोता घडवून आणण्याच्या दृष्टीने

पावलं उचलते आहेस. आणि याच गोष्टीला जनरल नाकॉर्नचा विरोध आहे.'' आणि मग थोडं थांबून म्हणाला, ''आणि पर्सी सीबर्टचाही.''

नॉयच्या सुंदर चेहऱ्यावर नाराजीची छटा चमकून गेली. ''त्यांनी नक्की कोणत्या शब्दात तुला सांगितलं हे?''

''मी तुला शब्दश, जसंच्या तसं सांगतो, ऐक.'' तो क्षणभर घुटमळला आणि मग त्याने जनरल नाकॉर्न व पर्सी सीबर्ट यांचं सगळं बोलणं जराही आडपडदा न ठेवता जसंच्या तसं तिला सांगितलं.

नॉय तटस्थपणे ऐकत होती.

अखेर अंडरवुड म्हणाला, ''मी तुझ्याच बाजूचा आहे, राहीन आणि हे तुला ठाऊक आहे, नॉय. तू मागितलेलं कर्ज मी ताबडतोब मंजूर केलंच ना? किती प्रचंड मोठी रक्कम होती खरं तर. पण मी मागेपुढे पाहिलं नाही. तू त्याचा वापर तुझ्या मनाप्रमाणे, लाम्पांगला स्वतंत्र व सार्वभौम असं लोकशाही राष्ट्र बनवायला करावास असं तर माझं अजूनही म्हणणं आहे. ते तसं होण्यात माझ्या देशाचंही हित आहेच.''

''पण आता तुला त्याचा जरा पश्चात्ताप होऊ लागलाय, असंच ना?'' नॉय कटूपणे म्हणाली. ''आता यापुढे तुला हेच सांगायचं असेल ना, की ते कर्ज हवं असेल तर मला तुमच्या काही अटी पाळाव्या लागतील?''

''अटी?'' अंडरवुड आश्चर्याने म्हणाला, ''काय बोलते आहेस तू?''

''हेच ना, की आम्ही प्रथम कम्युनिस्टांचं देशातून समूळ उच्चाटन करून लाम्पांग हे पूर्णपणे कम्युनिस्टविरोधी व लोकशाहीवादी असं अमेरिकेचं मित्र राष्ट्र आहे हे सिद्ध करायचं व मगच आम्हाला कर्ज मिळणार–''

''नॉय, एक मिनिट. तुझा काही तरी गैरसमज होतोय हे नक्की. त्या कर्जाचा विनियोग तू तुझ्या जनतेसाठी तुला पाहिजे तसा करू शकतेस. फक्त एकच गोष्ट लक्षात घे. तू तुझा सर्वनाश करायला टपलेल्या कम्युनिस्टांशी फारच मऊपणे वागत आहेस.''

नॉय काहीच बोलली नाही. फक्त तिचे डोळे मॅट अंडरवुडच्या नजरेचा वेध घेत राहिले आणि मग अखेर ती बोलली ते अगदी मनापासून. ''मॅट, आमच्या देशातले कम्युनिस्ट काही मॉस्कोला जाऊन प्रशिक्षण घेऊन आलेले नाहीयेत. ते साधेसुधे, रांगडे शेतकरी आहेत. दिवसाकाठी दोन वेळा पोटभर मीठभाकरी मिळावी, एक हक्काचं झोपडं असावं, मुलाबाळांच्या भवितव्याची सोय असावी इतक्या साध्या मागण्या आहेत त्यांच्या. माझ्या पतीने जेव्हा प्रेसिडेंटच्या पदाची निवडणूक लढवली तेव्हा त्यांची मनं समजून घेऊन त्यावर आधारितच आपली निवडणुकीची घोषवाक्यं व आपला कार्यक्रम ठरवला. कुठलाही रक्तपात न होऊ देता शेतकऱ्यांना कसायला स्वत:ची हक्काची जमीन मिळवून देण्याच्या या त्याच्या योजनेत मी त्याला नेहमीच

मनापासून साथ दिली. आणि आजही माझ्या दिवंगत पतीच्या याच तत्त्वासाठी मी लढते आहे. मला बंडखोरी, रक्तपात नकोच आहे. माझी ध्येयधोरणं आणि कम्युनिस्टांची ध्येयधोरणं बरीचशी सारखीच आहेत हे जेव्हा त्यांच्या लक्षात येईल, तेव्हा ते आपोआपच तडजोडीला तयार होतील असा मला विश्वास वाटतो.''

मनोमन तिचं बोलणं खरं तर अंडरवुडला पटलं होतं. अगदी नाकॉर्न आणि सीबर्टच्या म्हणण्यापेक्षाही.

त्याला फक्त एकच प्रश्न होता तो त्याने अखेर विचारला. ''पण याच कम्युनिस्टांनी तुझ्या पतीची आणि थिडाची हत्या केली ना?''

ती आता रोखठोकपणे म्हणाली, ''हे सिद्ध करणारा एकसुद्धा पुरावा आजपर्यंत माझ्या हाती आलेला नाही. आम्हाला दोन्ही खेपेला कम्युनिस्टांचा संशय आल्याने तात्काळच चौकशी केली गेली, पण त्यातून कम्युनिस्टांच्या विरुद्ध एकही पुरावा मिळाला नाही. मग त्यांना एक संधी, संशयाचा फायदा का बरं द्यायचा नाही?''

अंडरवुड म्हणाला, ''ठीक आहे. तसं कर.''

नॉयने अंडरवुडच्या दंडाला हलकेच स्पर्श केला. ''मॅट, मला आता जरा इतर पाहुण्यांकडेही बघितलं पाहिजे. पण त्याआधी एक विनंती करायची होती. वॉशिंग्टनमधे तुझ्या आग्रहाच्या विनंतीला मान देऊन मी एक दिवस जास्त राहिले. आता तू त्याची परतफेड करावीस व एक दिवस आणखी थांबून लाम्पांग शहराची धावती सफर करावीस अशी माझी इच्छा आहे. तू हो की नाही ते लगेच सांगायला हवं असं नाही. परत गेल्यावर हॉटेलमधे नीट शांतपणे विचार कर. ही गोष्ट शक्य आहे का बघ. उद्या पॅलेसमधे माझ्याबरोबर नाहीतरी ब्रेकफास्ट घेणारच आहेस तेव्हाच काय ते मला सांग.''

''पण मला अगोदर हे सांग, राजकीय हेतूने तर तू मला थांबवत नाहीस?'' अंडरवुड म्हणाला.

''वैयक्तिक कारणासाठी,'' नॉय म्हणाली. ''मला या माझ्या देशात, इथल्या वातावरणात एक दिवस तुझ्या सहवासात घालवायचाय. प्लीज, प्लीज विचार कर आणि सांग.''

मॅट अंडरवुड हॉटेलमधे परतला. पर्सी सीबर्ट वा इतर कुणालाही न भेटता त्याने रात्री एकट्यानेच जेवण केलं. तेही आपल्या खोलीतच. नंतर पलंगावर आडवा पडला. पण झोप लागेचना. नॉयच्या बोलण्यावर तो परत परत विचार करत होता. एक दिवस आणखी राहावं, तिच्या सहवासात एक आख्खा दिवस घालवावा हा मोह तर सारखा होत होता. पण हे योग्य ठरेल का? आधी ठरलेल्या सगळ्या कार्यक्रमांचं काय? त्याचं त्यालाच कळत नव्हतं.

अखेर विचार करता करता त्याचा डोळा लागला.

दुसऱ्या दिवशी सकाळी तयार होऊन तो ठरल्याप्रमाणे चामादिन पॅलेसवर

पोहोचला. तिथे नॉय, तिचा मुलगा डेन, मार्सोप आणि मॅटचा स्वत:चा प्रेस सेक्रेटरी बार्टलेट त्याची वाटच बघत होते.

"गुड मॉर्निंग मि. प्रेसिडेंट," नॉय थोड्या औपचारिकपणे म्हणाली, "झोप कशी काय लागली?"

"फारच गाढ," अंडरवुड म्हणाला. मग तो प्रेस सेक्रेटरीकडे वळून म्हणाला, "वाशिंग्टनला जायला किती वाजता निघायचं ठरलंय?"

"एअर फोर्स वन् बरोबर अकरा वाजता उड्डाण करेल. प्रेसवाल्यांचं विमान नंतर दुपारी निघेल." बार्टलेट म्हणाला.

अंडरवुड नॉयकडे बघत म्हणाला, "तुझ्या निमंत्रणाचा मी विचार करतोय नॉय. अजूनही ते आहे ना?"

"अर्थात मॅट."

"मग पक्कं. मी थांबतो."

"मी पण माझे आधीचे सगळे कार्यक्रम रद्द केले आहेत," ती म्हणाली, "मला इतका आनंद होतोय म्हणून सांगू. आधी आपण विसाका शहराचा थोडा फेरफटका करू, प्रेक्षणीय स्थळं पाहू. मग माझं उन्हाळ्याची सुट्टी घालवण्यासाठी खास बांधलेलं छोटंस घर आहे. त्याचं नाव– व्हिला थॅप. तिथे जाऊ. ते अगदी समुद्राच्या काठीच आहे. आपल्याला मनसोक्त पोहोण्याचा आनंद लुटता येईल."

"पण मी तशा तयारीने आलेलो नाही."

नॉय हसली. "त्याची गरज नाही. इथे सगळ्या साईज मधले पोहोण्याचे पोशाख मिळतात म्हटलं. आणि मी बरोबर थोडं खाण्याचं सामानही घेईन. लंच बॉक्स. कशी आहे कल्पना?"

"अप्रतिम," अंडरवुड म्हणाला.

बार्टलेट एव्हाना बुचकळ्यात पडला होता. "मला सांगण्यासारखं काही?"

"हो खरंच" अंडरवुड म्हणाला. "तुम्ही तुमच्या प्रेसवाल्यांना सांगायचं, सगळं ठरल्याप्रमाणेच होईल व मी ठरल्याप्रमाणेच निघेन असं. पण प्रत्यक्षात मात्र मी इथे थांबणार आहे. प्रेसवाल्यांना घेऊन तुम्ही ठरल्याप्रमाणे दुपारी जा. मी एक दिवसानंतर म्हणजे आज मध्यरात्री निघेन."

"पण त्याने फार गडबड उडेल मि. प्रेसिडेंट. आधी ठरलेल्या कार्यक्रमांचं काय? तुम्ही असं थांबणं इतकं आवश्यक आहे का?"

"लोकांना सांगायला– मी इथे लाम्पांगमधील कम्युनिस्टांचा व एकंदर परिस्थितीचा आढावा घेऊन त्यासंबंधी मादाम सँगशी चर्चा करायला थांबत आहे. जेव्हा तुम्ही प्रेसवाल्यांना घेऊन वॉशिंग्टनला पोहोचाल व मी त्यांच्या अगोदर ठरल्याप्रमाणे तिथे पोहोचलेलो नाही हे त्यांना कळेल तेव्हा त्यांना तुम्ही काय सांगायचं हे मी तुम्हाला

सांगितलं.''

बार्टलेटचा चेहरा अजूनही सचिंतच दिसत होता. ''इथे थांबण्यापाठीमागे काही अनौपचारिक कारण?'' तो म्हणाला.

अंडरवुड नॉयकडे पाहून गालातल्या गालात हसला. ''कारण आहे. पण प्रसिद्धीकरता नव्हे. फक्त तुमच्यासाठी.''

''ठीक आहे. काय कारण?'' बार्टलेट म्हणाला.

''मला आजच्या दिवस जरा विश्रांती घ्यायची आहे आणि आपल्या या साऊथ ईस्ट एशियाच्या स्नेह्याचा नीट परिचय करून घ्यायचाय.''

''थँक्यू, मॅट.'' नॉय प्रफुल्लित मुद्रेने म्हणाली.

''ब्रेकफास्ट संपला की लगेचच तुम्ही निघा व सगळी नीट तयारी करून ठेवा,'' अंडरवुड म्हणाला. ''सीक्रेट सर्व्हिसलाही सांगून ठेवा, की मी एक दिवस जास्त मुक्काम करणार आहे. उगाच नंतर काही भानगड नको. आणि तुम्ही ठरल्याप्रमाणे सगळ्या प्रेसवाल्यांना विमानात घालून घेऊन जायचं. त्यांना मी अगोदरच गेलोय असं सांगा म्हणजे काही प्रश्नच नको.''

''आणि फर्स्ट लेडी? त्यांना काय सांगू मी?''

''ते मी लोकांना सांगायला सांगितलेलं कारण, तेच त्यांना पण सांगायचं,'' अंडरवुड डोळे मिचकावत म्हणाला.

चामादिन पॅलेसमधून प्रेस सेक्रेटरी बार्टलेट बाहेर पडला तो सरळ सीक्रेट सर्व्हिसच्या माणसाकडे गेला.

''जरा प्रेसिडेंटसाहेबांच्या कार्यक्रमात बदल झालाय. ते ठरल्याप्रमाणे आज अकरा वाजता निघू शकणार नाहीत. ते आजच्या दिवस इथेच राहणार आहेत. ते विसाका शहराचा दुपारी साडेअकरा नंतर फेरफटका करायला निघतील, तेव्हा त्या दृष्टीने तुमची सगळी नीट तयारी असू दे. नंतर ते प्रेसिडेंट नॉय सँग बरोबर त्यांच्या बीच हाऊसकडे– व्हिला थॅपकडे जाणार आहेत. बरं, तुमचा बॉस कुठाय?''

''फ्रँक, ल्युकासचा ठावठिकाणा समजल्यावर बार्टलेट त्याच्याकडे गेला.

''फ्रँक, मला जरा तुझ्याशी बोलायचंय,'' असं म्हणून बार्टलेट त्याला कोपऱ्यात आपण उभ्या असलेल्या खांबापाशी बोलावून घेतलं. इकडे तिकडे सावधगिरीने बघत तो कुजबुजत्या स्वरात म्हणाला, ''फ्रँक, आज आधी ठरल्याप्रमाणे प्रेसवाले दुपारी त्यांच्या विमानातून परत जातील. पण प्रेसिडेंटसाहेब आधीच निघाले असं नुसतं प्रेसवाल्यांना सांगायचं. खरं तर साहेब आजचा दिवस इथे राहणार आहेत. ते थोडा वेळ या शहराचा मादाम नॉय सँगसह फेरफटका करून नंतर मादाम समवेत त्यांच्या व्हिला थॅप नामक बीच हाऊसकडे जाणार आहेत. मग तिथेच जेवण. पोहोण्याचा कार्यक्रम इ. आहे.''

"मला अगोदर कल्पना दिल्याबद्दल धन्यवाद. कारण मला अगोदर पळत पुढे जाऊन या व्हिला थॅपची आतून बाहेरून नीट तपासणी करायला हवी. सगळ्या सुरक्षा व्यवस्थेची योजना करायला हवी. प्रेसिडेंट त्या ठिकाणी दुपारी दोनपर्यंत पोहोचतील ना?"

"साधारण," बार्टलेट म्हणाला. "नीट काळजी घे. प्रेसिडेंटना तुझ्या हाती सोपवून जातोय."

"काही काळजी करू नका."

"आणि मुख्य म्हणजे इथल्या स्थानिक वार्ताहरांना दूरच ठेव. कुणाला नाक खुपसू देऊ नको, नाहीतर लफडंच व्हायचं. प्रेसिडेंटसाहेबांना आराम हवाय."

"त्यांना पाहिजे तेवढा आराम करू दे. मी बघतो सगळं," ल्युकास म्हणाला.

नंतर बार्टलेट हॉटेलात परतला व ल्युकास आपल्या एजंटाची जमवाजमव करायला धावला. दोघंही निघून गेले तसा खांबाआड लपलेला हाय हास्कन हळूच बाहेर आला.

एक सिगारेट पेटवून तो विचार करू लागला.

आता या व्हिला थॅपचा तपास करायचा हे मुख्य काम.

पण कुठे होतं तरी कुठे ही बीच हाऊस?

त्याने मेन गेटपाशी जाऊन पॅलेसच्या सुरक्षा जवानांपाशी चौकशी करायचं ठरवलं.

अच्छा! म्हणजे लाम्पांगमधे एक दिवस जास्त मुक्काम करून नॉय सँगच्या सहवासाची मौज लुटण्याचा प्रेसिडेंटसाहेबांचा मानस होता तर!

हास्कन स्वत:वरच खूष झाला. बेट्या हास्कन, आता या संधीचा तरी सदुपयोग करून घे, तो स्वत:शीच म्हणाला.

व्हिला थॅप हा बंगला विसाकाच्या बाहेर सुमारे तेरा किलोमीटरवर होता.

हाय हास्कनने लगेच एक गाडी भाड्याने घेतली. त्यात आपला कॅमरामन जिल अँड्र्यूज याला बसवलं आणि दोघं व्हिला थॅपचा पत्ता शोधत निघाले.

त्यांना पत्ता शोधून काढायला फारसे कष्ट पडले नाहीत. मग जरा आडोशाला गाडी पार्क करून दोघं आजूबाजूच्या परिसराचं निरीक्षण करायला निघाले. हा व्हिला थॅप चांगला प्रशस्त व हवेशीर, अगदी जुन्या पद्धतीचा बंगला होता. तो ज्या भागात होता, तो भाग चांगला डोंगराळ होता.

हास्कन अगदी जवळच्या टेकडीच्या टोकावर चढला आणि त्याने नॉय सँगच्या या बंगल्याकडे नीट निरखून पाहिलं. इथून तो चांगला नीट स्पष्ट दिसत होता. बंगल्याला एक खासगी बीच पण होतं व बाहेरच्या कुणाही व्यक्तीला तिथे पोहोचणं अगदी अशक्य होतं.

"हे बघ, जर आपल्याला प्रेसिडेंटसाहेब आणि मादाम सँगच्या काहीही हालचाली

कॅमेऱ्यातून टिपायच्या असतील, आणि विशेषत: ते दोघं समुद्रस्नानाला गेल्यावर, तर मात्र या ठिकाणाचा काहीही उपयोग नाही. त्यांचं नखसुद्धा इथून दृष्टीस पडायचं नाही,'' कॅमेरामन हास्कनला म्हणाला.

''अगदी बरोबर आहे तुझं म्हणणं. पण मग करायचं काय? मुळात त्या सीक्रेट सर्व्हिसवाल्याचा चहूबाजूंनी पहारा म्हणजे कुठल्याही मार्गाने बीचच्या जवळ जाणं अशक्यच. मग आता...?'' हास्कन निराशेने म्हणाला.

मग हताशपणे तो मागे वळला आणि समोर दृष्टी जाताच त्याच्या मनात एक कल्पना चमकली. त्याच्या पुढेच रस्त्याच्या पलीकडे काही मोठ्या इमारती होत्या. सर्व अत्याधुनिक अपार्टमेंट ब्लॉक्स दिसत होते. त्यापैकी एक सहा मजली उंच होती. हास्कनने कॅमेरामनचं लक्ष तिकडे वेधलं. ''मला वाटतं त्या बिल्डिंगच्या सहाव्या मजल्यावर गेलं तर बीच अगदी स्पष्ट दिसेल, नाही?''

ते तात्काळच त्या इमारतीत घुसले आणि त्यांनी मालकाच्याच घराची बेल वाजवली.

''काय पाहिजे?'' त्या अगडबंब देहाच्या मिश्यावाल्या मालकाने गुरगुरत विचारलं.

''आम्हाला एक अपार्टमेंट भाड्याने हवंय,'' हास्कन म्हणाला.

''एक पण खाली नाहीये.''

''हे बघा, आम्हाला फक्त काही तासांपुरतंच हवं आहे,'' हास्कन म्हणाला. ''सगळ्यात वरच्या मजल्यावर बीचकडे तोंड करून जो ब्लॉक आहे ना, तोच. अगदी काही तासांसाठीच फक्त.''

''पण तोही भाड्याने गेला आहे. विसाकाच्याच एका बँक अधिकाऱ्याने घेतलाय. तो रोज संध्याकाळी ऑफिसातून सहा वाजता घरी परत येतो.''

''पण आम्ही तर पाचच्याही आधीच सगळं आवरून निघून सुद्धा जाऊ. मला फक्त सहाव्या मजल्यावरून काही फोटो घ्यायचे आहेत. बस्.''

''पण आता कसं काय करायच–'' मालक म्हणाला. ''तो त्याचा फ्लॅट आहे... त्याची परवानगी...''

''पण घरमालक तर तुम्हीच आहात ना? मग झालं तर. तुम्ही फक्त तीन तासांपुरता आम्हाला द्या. या कानाचं त्या कानाला कळायचं नाही,'' हास्कन खिशातून नोटांचं बंडल काढत म्हणाला, ''शिवाय मी आगाऊ भाडं देईन, तेही अमेरिकन डॉलर्समधे.''

ते ऐकताच मालकाच्या तोंडाला पाणी सुटलं.

''पण... हे असं... त्याला कळलं तर...'' असं म्हणत त्याने पैशासाठी हात पुढे केलासुद्धा. ''पण हे बघा मिस्टर, त्या ब्लॉकमधली एक वस्तूसुद्धा इकडची

तिकडे होता कामा नये. समजलं?''

''अगदी. तुम्ही काळजीच करू नका.''

काही मिनिटांतच दोघं मालकाकडून किल्ली घेऊन सहाव्या मजल्यावरच्या ब्लॉकमधे पोचले. जिल अँड्र्यूज लगेच खिडकीपाशी गेला आणि समोरच्या बीचकडे बघत म्हणाला, ''जमलं.''

''सगळं नीट दिसेल ना स्पष्ट?'' हास्कन म्हणाला.

''स्पष्ट? तुम्ही बघतच राहा साहेब. माझ्या झूम लेन्सने वाळूचा कण न् कण मोजून घ्यावा इतका स्पष्ट दिसेल.''

हास्कन खूष होऊन हसला. ''चल मग झटपट कामाला लाग. कॅमेरा उभा कर पाहू.''

मॅट अंडरवुड आणि नॉय सँग दोघंही तिच्या आलिशान मर्सिडीजमधे आरामात रेलून बसले होते. त्यांच्याच पुढे एक मोटारसायकलस्वार होता. नॉयचा खास विश्वासू ड्रायव्हर चाली कौशल्याने गाडी चालवत होता.

''आपण आता मुख्य रस्त्यावर येऊन पोहोचलो आहोत का?'' अंडरवुडने विचारलं.

''तुमच्या अमेरिकेसारखं इथे नसतं. फक्त गल्ल्या आणि बोळ. आणि थोडीशी घरं. बस् संपलं गाव,'' नॉय म्हणाली.

अंडरवुड खिडकीतून बाहेर बघत म्हणाला, ''इथे एका गोष्टीची मला मोठी गंमत वाटते. इथे चर्चेस पण आहेत आणि देवळं पण आहेत. असं कसं?''

नॉय हसली. ''सुमारे दोनशे वर्षांपूर्वी माझे पूर्वज सगळे थायलंडमधे राहात होते. तिथे त्यांचा धर्म बुद्ध धर्म राहील असं राजाने घोषित केलं होतं. पण त्याच्यातले काही मात्र अगोदरपासूनच मिशनऱ्यांकडून धर्मांतर करून ख्रिस्ती झाले होते. नंतर ते सगळेच तिथून निघून लाम्पांगमधे आले. म्हणून इथे बुद्धांची मंदिरं आणि ख्रिस्त्यांची चर्चेसदिसतात. त्यामुळे इथे सगळेच इंग्रजी भाषिक आहेत. मॅट, आता जरा डावीकडे पाहा.''

''काय आहे ते?''

आमचं नॅशनल म्युझियम. हे इ. स. १७८४ मधलं आहे. हे साऊथ ईस्ट एशियातलं सगळ्यात मोठं म्युझियम आहे. मात्र आपण आत जायला नको, कारण इथून तिथून सगळी म्युझियम्स सारखीच.''

''होय तेही खरंच,'' मॅट अंडरवुड म्हणाला. ''पण वास्तू तरी प्रेक्षणीय आहे.''

''त्याहूनही अधिक प्रेक्षणीय स्थळं आता आपण पाहणार आहोत. असं तुला वॉशिंग्टनमधे बघायला सुद्धा मिळणार नाही.'' नॉय म्हणाली.

थोड्याच वेळात ते एका खंदकापाशी आले. त्यावरचा पूल पार करून प्रवेशद्वारातून

ते आत शिरले.

"हे आमचं सर्पोद्यान."

अंडरवुडनं खाली वाकून पाहिलं. आत मध्यभागी असंख्य साप पहुडले होते. हजारो प्रकारचे.

रोज सकाळी यातील महाभयंकर सापांचं विष काढण्यात येतं. मग ते प्रयोगशाळेत तपासणीसाठी नेतात. आमच्या जंगलात आणि आदिवासी भागात सर्पदंशाच्या फार घटना घडतात. त्यावर हुकमी इलाज शोधून काढायचे प्रयत्न चालू आहेत." मग तिने त्याच्याकडे निरखुन पाहिलं. "बाप रे, तू तर घामाने चिंब भिजलायस."

"हो ना. काय भयंकर उकाडा आहे."

"मग आता प्रेक्षणीय स्थळं पुरे. आपण आता व्हिला थॅंपकडे जाऊ. या अशा हवेत समुद्रस्नानासारखं दुसरं सुख नाही. कशी आहे कल्पना?"

"फारच सुंदर."

"बीचवर तुला घालण्यासाठी स्वीमिंग ट्रंक आणून ठेवली आहे." नॉय म्हणाली.

"आणि मग तू... बिकीनी घालणार का?" मॅटने डोळे मिचकावत विचारलं.

"बिकीनी? आणि इथे लाम्पांगमधे? काही तरीच काय? पण आम्हा लाम्पांगच्या स्त्रियांचा पोहोण्याचा पोषाख बघच तू. तुमच्या अमेरिकन बिकीनीलाही मागे सारेल."

मॅटने डोळे मिटून तिला कल्पनेत आणायचा प्रयत्न केला. "मग चल लवकर" तो म्हणाला.

त्या इमारतीच्या सहाव्या मजल्यावरच्या खिडकीतून हाय हास्कनने समोरचा बीचचा पट्टा परत एकवार न्याहाळला व खालच्या रस्त्यावरही एक नजर टाकली.

रस्त्यावर आता हळूहळू स्थानिक वार्ताहरांची गर्दी जमली होती. लाम्पांगचे सुरक्षा सैनिक सगळ्यांना मागे परतवत होते. शिवाय काही जवळपासची चौकस मंडळीसुद्धा जमा झाली होती.

मगाशी, अर्ध्या तासापूर्वीच प्रेसिडेंट अंडरवुड आणि नॉय सॅंग गाडीतून येऊन बंगल्यात दाखल झाले होते.

आता थोड्याच वेळात ते दोघं बीचवर पोहायला जाणार असा हास्कनचा अंदाज होता. मग तिथे त्यांच्या ज्या काय जलक्रीडा चालतील त्याला मात्र हाय हास्कन, त्याचा कॅमेरामन जिल अँड्र्यूज आणि त्यांच्या कॅमेऱ्याचा डोळा एवढेच साक्षीदार होते. कारण रस्त्यावरच्या कुणालाही ते दृश्य दिसणं शक्य नव्हतं.

कॅमेरामन कॅमेऱ्याला डोळा लावून बसला होता. हाय हास्कन नुसत्या डोळ्याने बघत होता. तो म्हणाला, "काय रे, दोन्ही राष्ट्रांचे प्रेसिडेंट बंगल्याबाहेर पडले की नाही अजून? तुला तुझ्या लेन्समधून नीट दिसत असेल."

"अजून नाही."

"काय सांगतोस? नाहीतर एखादेवेळी तुझी चूक झाली असेल. ते समुद्रात शिरले पण असतील."

"शक्यच नाही. ही लेन्स इतकी शक्तिशाली आहे. मी क्लोजअपवर सेट केलाय कॅमेरा. आत्ता तरी दोन अमेरिकन सीक्रेट सर्व्हिसच्या लोकांखेरीज बीचवर कुणीच नाहीये."

"ते काय करायचे आहेत आपल्याला?" हास्कन म्हणाला, "तू असं कर, बंगल्याकडून बीचकडे उतरायला ज्या पायऱ्या आहेत ना, त्यांच्यावर सारखं लक्ष ठेव."

नंतर दोघंही मिनिटभर नुसते गप्पपणे समोर बघत राहिले. नंतर अचानक कॅमेरामन म्हणाला, "ते बघा आत्ता दोघंही पायऱ्या उतरून समुद्राकडेच येत आहेत. त्या सँगबाईच्या अंगात लालभडक रंगाचं काहीतरी तोकडं वस्त्र आहे आणि अंडरवुडच्या अंगात छोटीशी पांढरी पोहोण्याची पँट आहे."

"ग्रेट! मलासुद्धा नुसत्या डोळ्यांनी सगळं अगदी नीट दिसतंय. अर्थात तुला लेका तुझ्या त्या लेन्समधून सगळं फारच स्पष्ट दिसत असेल नाही?"

"ते आता समुद्राकडे चालले आहेत. ते अगदी जवळ पोहोचले आहेत. देवा! काय ते तिचं वस्त्र..."

"म्हणजे?"

"त्यापेक्षा बिकीनी कितीतरी सभ्य असते."

"बरं पण तुझा कॅमेरा नीट सगळं टिपतोय ना?"

"अरे, फर्स्ट क्लास! माझ्या कॅमेऱ्याचे डोळे सुद्धा ते दृश्य बघून खोबणीतून बाहेर आले आहेत."

"नीट, नीट. काही गडबड करू नको," हास्कन म्हणाला.

"थांबा. माझं लक्ष विचलित करू नका," अँड्र्यूज अक्षरशः श्वास रोखून म्हणाला. "ते आता पाण्यात शिरतात."

"त्याना सोडू नको. सगळं व्यवस्थित चित्रित व्हायला हवं," हास्कन अत्यानंदाने म्हणाला.

काही मिनिटं गेली आणि कॅमेरामन म्हणाला, "आता त्यांची दंगामस्ती सुरू झाली आहे."

"दंगामस्ती?"

"वेल्. पोहोणं. उताणं, पालथं... आणि वाळूत लोळणं."

"कॅमेरा नीट चाललाय ना?"

"तुम्ही काही काळजीच करू नका. ओहो!"

"अशा जिभल्या काय चाटतोस?" हास्कन म्हणाला.

"त्या अंडरवुडच्या जागी, देवा, एक दोनच मिनिटं मी असतो तर...,"

कॅमेरामन ओठांवरून जीभ फिरवत म्हणाला. ''काय बाई आहे. आणि काय तिचं ते वस्त्र... पाण्याने सगळीकडे कसं अगदी छान चिकटून बसलंय. आणि झिरझिरीत तरी किती! काही नसल्याचीच अवस्था...''

''काय रे, पण तुला अगदी 'सगळं' दिसतंय?''

''मग काय सांगतोय काय? मी आत्ता त्याच्याऐवजी का नाही तिथे उभा?''

''कारण तो अमेरिकेचा प्रेसिडेंट आहे. आणि तू नाहियेस. सरळ आहे.''

''तेच तर सगळं लफडं आहे ना. वेल्. आता तो तिची पाठ टॉवेलने पुसतोय. अगदी चोळून चोळून. देवा! काय ते सौंदर्य!''

''लेका, जरा जपून. तू लाम्पांगच्या प्रेसिडेंटविषयी बोलतोयस.''

कॅमेरामनने जोरजोरात मान हलवली. ''पण आख्ख्या साऊथ सीमधे या मादाम प्रेसिडेंटसारखं शरीरसौष्ठव कुणाजवळही नसेल.''

आता अधिरतेने हाय हास्कनने कॅमरामनला अक्षरश: दूर ढकलला व आपला डोळा कॅमेऱ्याला भिडवला. ''मला बघू दे ना जरा तुझ्या कॅमेऱ्यातून.''

हास्कनने पाहिलं तर नॉय प्रेसिडेंट अंडरवुडच्या अगदी जवळ उभी होती. तिच्या अंगावरच्या त्या ओल्या तोकड्या वस्त्रातून तिचं लावण्य अक्षरश: उतू जात होतं. ती कामदेवतेच्या मूर्तीसारखी दिसत होती.

आता दोघं खाली बसले. नॉय एका मोठ्या पिवळ्या टॉवेलवर बसली व अंडरवुड तिच्या जवळच पहुडला. ती हाताने त्याला काहीतरी भरवत होती व तो तिच्याशी बोलत होता.

''तो आत्ता काय बोलत असेल?'' हास्कन म्हणाला आणि कॅमेरापासून दूर झाला.

''नक्कीच राजकारणाची चर्चा चालू असेल नाही? वा! छान आहे. आता तू पाहा अँड्र्यूज. एखादे वेळी कॅमेऱ्यात काही ॲडजस्टमेंट करायला लागत असली तर...''

अँड्र्यूज आता हाताने लेन्स जरा ॲडजस्ट करत बघत होता. ''त्या तिच्या वस्त्राने तर मला अगदी वेडंच केलंय,'' तो पुटपुटला, ''पण तिने काय अंगात फक्त 'तेवढंच' घातलं असेल?''

''लेका, तसं असतं तर तो अंडरवुड एवढा वेळ गप्प बसला असता होय शेजारी?''

''पण तो गप्प बसलेलाच नाहीये,'' कॅमेरामन म्हणाला, ''त्या दोघांत एक सेंटिमीटरचंसुद्धा अंतर नसेल. आता त्याने डावा हात तिच्या कमरेभोवती टाकलाय. देवाशपथ. त्याचा हात आता फारच वर सरकलाय. भलतीकडे.''

''थापा मारू नको.'' हास्कन म्हणाला, ''चक्क अमेरिकन सीक्रेट सर्व्हिसची माणसं बीचवर असताना... कसं शक्य आहे?''

“पण मला डोळ्यांनी दिसतंय ना. आता तो आपले ओठ...”

“काय? काय सांगतोयस...?”

“घाबरू नको. तिच्या गालावरच. ती उठून उभी राहिली.” परत त्याने कॅमेरा ॲडजस्ट केला. “ती उठून पळत बंगल्याकडे जाणाऱ्या पायऱ्यांवर पोहोचली देखील. आपले प्रेसिडेंटसाहेबही तिच्या मागे निघाले.”

“काय? त्यांची जलक्रीडा संपली?”

“होय. गेले. पार अदृश्य झाले आत.”

हास्कन वळला. मग आता आपलीही निघायची वेळ झाली. आता झटपट ओरिएंटल हॉटेलात परत जायला हवं. मगाशी हॉटेलातल्या वेटरला मी थोडे पैसे चारून आपलं वॉशिंग्टनकडे जाणाऱ्या कुठल्याही एक कमर्शियल फ्लाईटचं बुकिंग करून ठेवायला सांगितलं होतं. ते त्याला मिळालं असलं म्हणजे बरं. आपल्याला अंडरवुडच्या आधी वॉशिंग्टनला पोहोचायलाच हवं. ही खमंग व चुरचुरीत बातमी व तू टिपलेला सचित्र पुरावा सगळं आपल्या दूरदर्शनच्या प्रेक्षकांपुढे कधी एकदा सादर करीन असं झालंय मला.

अँड्र्यूज आता कॅमेरा व्यवस्थित परत आवरून ठेवत होता. त्याचं सगळं पॅक करून झालं व तो हास्कनपाशी दारात गेला.

“पण मला एकच शंका आहे,” कॅमेरामन म्हणाला, “आत्ता या क्षणी ती दोघं, त्या बंगल्यात काही ‘गडबड’ करत असतील?”

“काय वेडाबिडा आहेस का? प्रेसिडेंट असल्या काही भानगडी करत नसतात.”

“का नाही? हार्डिंग? क्लीव्हलँड? केनेडी?”

“ते अपवाद सोड. पण सहसा नाही. प्रेसिडेंट दुसऱ्या एका प्रेसिडेंटशी असली ‘गडबड’ करत नाहीत.”

“इतकी खातरी?”

“अर्थात. तू असलं वेडंवाकडं मनात देखील आणू नकोस. आता आपला टी. व्ही. शो झाला की आपल्या बुढ्ढ्या मॅट अंडरवुडचे डोळे पांढरे होणार आहेतच. तेवढं पुरे नाही का? चल घरी जाऊ आणि प्रेक्षकांना ही आनंदाची बातमी पुरवू.”

प्रेसिडेंट अंडरवुड वॉशिंग्टनला व्हाईटहाऊसमधे आपल्या घरी पोहोचला. आपल्या खोलीत जाण्यापूर्वी एकदा आपल्या बायकोला भेटावं असं त्याच्या मनात आलं.

“वेल्. मी परत आलो,” अंडरवुड म्हणाला. “फारच लांबचा प्रवास बुवा!”

मग त्याने तिच्या शेजारी बसून दोन्ही हातांनी तिचा चेहरा जवळ ओढला. पण तिने रागाने मान वळवली.

“एवढं सगळं करूनही पोट भरलं नाही का?”

“तू कशाबद्दल बोलते आहेस?”

“म्हणजे ... तू वर्तमानपत्रं, टी. व्ही. काही पाहिलं नाहीस?”

“का बरं? आणि कशासाठी विचारते आहेस तू? मी नुकताच विमानप्रवास करून येतोय, ॲलिस. तू काय बोलते आहेस? मला तर काही समजतच नाही.”

“लाम्पांगमधे एक दिवस राहून तू जी काही मजा मारलीस ना त्याविषयीच मी बोलतेय्.”

“मला थांबणं आवश्यक होतं हे तुला ठाऊक आहे.”

“राजकारणावर चर्चा करायची होती? कम्युनिस्टांवर? त्या ‘तसल्या’ वेषात?”

“तुला काय झालंय तरी काय?”

“जे वर्तमानपत्रांना, टी. व्ही.वाल्यांना झालंय ना, तेच. आणि आता तेच मी तुला विचारते– तुला काय झालंय तरी काय?” तिने रीमोट कंट्रोल हातात घेतला. “नुकताच काही तासांपूर्वी हाय हास्कनचा टी. व्ही. वर शो झाला. तू लाम्पांगमधे एक दिवस जास्त राहून ज्या काही कारवाया केल्यास त्याचा सचित्र अहवाल त्याने सादर केला.”

अंडरवुडचा मनातून भीतीने थरकाप उडाला. “पण कसं शक्य आहे ते? तो तिथे मुळी नव्हताच. तो माझ्या एक दिवस आधीच प्रेसच्या विमानाने वॉशिंग्टनला परत आला.”

“असं तुला वाटतं. त्याने लाम्पांगमधे काय काय पाहिलं याची एक झलक बघायची आहे? हास्कन तुझ्या सगळा वेळ पाळतीवर होता आणि त्याने सगळं चित्रीकरण केलंय आणि ते सगळंच्या सगळं मी व्हीडीओवर मुद्दामच टेप करून ठेवलंय. तू किती चळलायस ते दाखवून द्यायला! आता खाली बस आणि तूच तुझ्या डोळ्यांनी बघ.”

गोंधळात पडून अंडरवुड कसाबसा एका खुर्चीत बसला. त्याचे डोळे टी. व्ही. च्या पडद्यावर रोखलेले होते, ॲलिसने रीमोट कंट्रोलचं बटण दाबलं.

हाय हास्कनचा हसरा चेहरा टी. व्ही. वर झळकला.

“हॅलो. हाय हास्कन परत एकदा आपल्या सेवेला वॉशिंग्टनला हजर होत आहे. मी सुमारे दोनच तासांपूर्वी लाम्पांगहून परतलो आहे. प्रेसिडेंट अंडरवुड यांनी आपला लाम्पांगचा मुक्काम अचानक एक दिवसाने वाढवला, तेव्हा ते तिथे काय काम करतायत हे बघण्यासाठी मी तिथे राहिलो. खरं तर प्रेसिडेंट आमच्या प्रेसच्या विमानाच्या आधीच वॉशिंग्टनला परतणार असं ठरलेलं होते. पण प्रत्यक्षात मात्र त्यांनी सर्व वार्ताहरांना अगोदर पाठवून स्वतः मादाम सँग यांची गुप्तपणे भेट घेण्याकरता मागे राहिले. ती मीटिंग गुप्त असल्याने अर्थातच त्यात काय झालं हे काही मला समजलं नाही पण नंतर प्रेसिडेंट मादाम सँग यांच्याबरोबर त्यांच्या

समुद्रकिनारी असलेल्या बंगल्याकडे रवाना झाले. आमच्या कॅमेरामनला असं एक ठिकाण सापडलं, की जिथून आमच्या कॅमेऱ्याने प्रेसिडेंट अंडरवुड व मादाम सँग यांच्या सर्व हालचाली टिपल्या. त्याच आम्ही आता तुमच्यापुढे सादर करत आहोत. प्रेसिडेंट अंडरवुड व मादाम सँग यांच्या सहवासात, समुद्राच्या लाटांचा आनंद लुटायला चला प्रेक्षकहो...''

नंतर एकेक अगदी मासलेवाईक शॉट्स सुरू झाले. अंडरवुड व नॉय हातात हात घालून समुद्रात शिरतायत.

अंडरवुड व नॉय चिंब भिजलेल्या स्थितीत हसत हसत पाण्यातून बाहेर पडतायत.

तेवढ्यात अंडरवुडला ॲलिसचा आवाज आला. ''त्या बयेने ते अंगात काय घातलंय? त्यापेक्षा तिने काहीच घातलं नसतं तरी पत्करलं असतं.''

''ॲलिस. तो त्यांचा पोहोण्याचा पोषाख आहे. साऊथ ईस्ट आशियाला सगळ्याच स्त्रिया तसेच घालतात.''

ॲलिस गप्प बसली.

टी. व्ही.च्या पडद्यावर आता अंडरवुड नॉय सँगची पाठ टॉवेलने कोरडी करतानाचं दृश्य झळकत होतं. नॉयच्या चेहऱ्याचे भाव, अंडरवुडचा खट्याळपणा... सगळं कॅमेऱ्याने अगदी व्यवस्थित टिपलं होतं.

नंतर दोघं समुद्राकाठी बसलेले...

अंडरवुडचा हात नॉयच्या कमरेभोवती...वर वर सरकणारा... ॲलिस रागाने नुसती धुमसत होती. ''आणि तिला एवढी मिठी मारून कशाला बसायला हवं होतं? आणि तुझा तो हात... 'तिथे' कशाला ठेवला होता?''

''अगं चुकून पडला असेल. मी काही मुद्दाम ठेवला नव्हता.''

''अच्छा... आणि ते कानात गुफ्तगू चाललंय... ती बहुधा कम्युनिझमचीच चर्चा असेल नाही?'' ॲलिस उपरोधाने म्हणाली. तिचे डोळे पाण्याने भरले होते. ती फार दुखावली गेली होती.

अंडरवुडने आवंढा गिळला. तो हरामखोर हास्कन. अंडरवुडने परत आवंढा गिळला.

''अगं असे काय ॲलिस? तिची बहीण नाही का वारली नुकतीच ? म्हणून मी तिचं सांत्वन करत होतो.''

ॲलिसने काही न बोलता टी. व्ही. बंद केला. ती शांतपणे उठली. ''ती काय दुःखात असल्याचं हे लक्षण होतं मॅट? सगळ्या थापा. ती तुझा वापर करत होती, जमेल त्या मार्गाने. हलकट जात. हे असं आणखी यापुढे मी चालू देणार नाही मॅट. तिच्या अशा मोहपाशात मी तुला गुरफटू देणार नाही. हे बरं दिसतं का तुझं तरी

वागणं? तुला, मला शोभून दिसेल का ते? हास्कनने एकदी ती व्हीडीओ टेप प्रसारित केल्यावर देशातल्या तीन मोठ्या नेटवर्कवरून ती पुन्हा पुन्हा दाखवण्यात आली. बातम्यांतून सुद्धा. रेडिओ, वर्तमानपत्रं, सगळ्यांतून या गोष्टीला नको इतकी प्रसिद्धी मिळून बसली आहे. मासिकांच्या कव्हरांवरून तुमचे दोघांने ते 'तसले' फोटो छापून आले आहेत. मॅट, अरे तू कोण आहेस. तू साधासुधा माणूस नाहीस. अमेरिकेचा प्रेसिडेंट आहेस. इथे जगात प्रलय व्हायची वेळ आली आहे आणि तू त्या कानाकोपऱ्यातल्या क्षुद्र कुठल्यातरी बेटावरच्या योगायोगाने प्रेसिडेंटची खुर्ची मिळालेल्या त्या बयेत मशगूल आहेस. आता यानंतर तू एक सेकंदही त्या बयेच्या सहवासात, तोही एकान्तात घालवलास ना, तर मी तुला सोडून जाईन मॅट. नीट लक्षात ठेव. आपलं वागणं सुधार, नाही तर तुझं काही खरं नाही.''

सात

तो फोन स्टेट डिपार्टमेंटमधून व्हाईटहाऊसकडे आला होता.

सेक्रेटरी ऑफ स्टेट एझ्रा मॉरिसन व प्रेसिडेंट मॅथ्यू अंडरवुड यांचं बोलणं चाललं होतं.

''मॅट, एक महत्त्वाची बाब उपटली आहे. आपल्याला ताबडतोब भेटणं आवश्यक आहे.''

अंडरवुड जरा वैतागला. ''आज मी फार कामात आहे एझ्रा. पण आता तू आग्रहच करत असशील तर मी तुझ्यासाठी थोडा वेळ काढू शकेन.''

''कामही तसंच महत्त्वाचं आहे,'' मॉरिसन म्हणाला.

''पण साधारण कशासंबंधी आहे?''

''दोन बाबी आहेत. एक तर येत्या शुक्रवारी युनायटेड नेशन्सपुढे आधी सोव्हिएत जनरल सेक्रेटरी इझाकोव्हचं व त्यानंतर तुझं भाषण आहे.''

''पण मग त्याचं काय एवढं? ते तर गेले कितीतरी महिने ठरलेलं आहे,'' अंडरवुड म्हणाला.,

''वेल, आपल्या भाषणात तू सोव्हिएत युनियन व अमेरिका या दोहोंच्या थर्ड वर्ल्ड मधील हितसंबंधांविषयी बोलणार आहेस. यामधे आपल्या दोन्ही देशांत झालेल्या करारानुसार आपण दोघांनी एकमेकांच्या कुठल्याही भानगडीत ढवळाढवळ करायची नाही असं ठरलेलं होतं. दोघांनीही आपापली तत्त्वप्रणाली– कम्युनिझम व लोकशाही इतर लहान राष्ट्रांवर बळजबरीने लादायची नाही असंही ठरलं होतं.''

''अर्थात. एझ्रा, या विषयावर आपली अनेकदा चर्चा झाली आहे.''

''हो, पण आता त्यानंतर काही घटना घडल्या आहेत.''

''कोणत्या घटना?''

''नुकतंच माझ्या असं निदर्शनाला आलं की रशिया दुसऱ्या लहान राष्ट्रांच्या कारभारात ढवळाढवळ करत आहे, व हा मुद्दा तुला आपल्या भाषणात मांडायला हवा.''

अंडरवुडने कपाळाला आठी घातली. “नि:संशय. पण कुठला हा देश. ”
“लाम्पांग,” मॉरिसन म्हणाला.
अंडरवुडला जबरदस्त धक्का बसला. “तू मस्करी करतोयस.”
“मला खुद्द विसाकातून बातमी मिळाली आहे.”
“काय झालं तरी काय?”
“ते मी फोनवर सांगू शकत नाही.”
“मग ताबतोब इकडे ये.”
“अर्ध्या तासात,” मॉरिसन म्हणाला.

“येस्, लाम्पांग,” मॉरिसन खुर्चीवर बसत म्हणाला.
अंडरवुड आता अधिर झाला होता. “काय ते लवकर सांग.”
मॉरिसनने एक फाईल उघडली. “कम्युनिस्टांचा मुख्य अड्डा लाम्पांग थॉन या दोन क्रमांकाच्या द्वीपावर होता. तिथून त्यांनी कालच लाम्पांगच्या मुख्य द्वीपात अतिक्रमण केलं. आता त्याच्यापाशी किती फौज आहे याची मला अजून कल्पना नाही. परंतु जनरल नाकॉर्नला या कम्युनिस्ट हल्ल्याची बातमी कळून तो तिथे सेनेसह पोहोचेपर्यंत त्यांनी तीन गावं काबीज केली होती.”
“हा प्रकार अजूनही चाललाय?”
“आता लाम्पांगच्या सेनेने परिस्थिती पूर्णपणे आटोक्यात आणली आहे. पण शरण येण्यापूर्वी कम्युनिस्टांनी बराच रक्तपात घडवून आणला.”
“मला तर आश्चर्याचा धक्काच बसला.” अंडरवुड म्हणाला. “मादाम नॉयने मला अगदी खातरीपूर्वक सांगितलं होतं की, लवकरच मार्सोप व कम्युनिस्ट नेता ल्युनाकूल यांच्यात वाटाघाटी होऊन समझोता घडून येईल म्हणून.”
“कसल्या वाटाघाटी. त्या मीटिंगमधे नुसता गोंधळ झाला,” मॉरिसन म्हणाला. “कम्युनिस्टांना मुळी समझोता घडवून आणायची इच्छाच नव्हती. नाकॉर्न बेसावध असताना अचानक हल्ला करायचा आणि लाम्पांग ताब्यात घ्यायचं असंच त्यांचं कारस्थान होतं.”
“माझा तर विश्वास अजूनही बसत नाहीये,” अंडरवुड म्हणाला. “पण ही बातमी तुला दिली कुणी?”
“जनरल नाकॉर्ननेच. मी नंतर आपल्या तिथल्या सी. आय. ए. स्टेशन हेडशी संपर्क साधायचा प्रयत्न केला. पण तो जागेवर नव्हता. जनरल नाकॉर्ननेच सगळी इत्थंभूत हकीकत सांगितली. त्याच्या मते आता अजिबात वेळ न दवडता त्या कम्युनिस्टांना खच्ची केलं पाहिजे. पण मी त्याला थोडं थांबायला सांगितलंय. आमचे प्रेसिडेंट प्रत्यक्ष तशी आज्ञा देईपर्यंत त्याने काही हालचाल करू नये अस सुचवलंय.”

"ते अगदी योग्य केलंस तू "

"मला वाटतं हा मुद्दा तू तुझ्या युनोपुढच्या भाषणात जरूर मांडावास. अर्थात आपण त्या आधी घडलेल्या घटनांची नीट माहिती मिळवू. मला वाटतं या मुद्द्यांवरून त्या रशियनांना चांगलंच फैलावर घेता येईल."

अंडरवुड विचारात गढून गेला.

एझ्रा मॉरिसनबरोबर चर्चा करता करताच या बाबतीत सगळ्यात प्रथम काय करायचं हा विचार अंडरवुडच्या मनात पक्का झाला होता.

त्याने पॉल ब्लेकचा फोन फिरवला.

"पॉल, लाम्पांगमधे काहीतरी गडबड चालली आहे हे तू ऐकलं असशीलच. मला या बाबतीत मादाम नॉय सँगशी बोलायचंय. तिच्याशी संपर्क साध. लगेच."

दहा मिनिटांनंतर तिचा आवाज त्याच्या कानावर पडला.

"नॉय, तू कशी आहेस?"

"छान मॅट. आता अगदी छान आहे. पण तू आमच्या इथे झालेल्या दंग्याबद्दल ऐकलंस?"

"होय. सेक्रेटरी ऑफ स्टेट मॉरिसनकडून नुकतंच माझ्या कानावर आलं. त्याच व जनरल नाकॉर्नचं बोलणं झालं. नाकॉर्नकडून त्याला हे असं कळलंय." असं म्हणून त्याने तिला सर्व काही सांगितलं. "हे सगळं खरं आहे, नॉय?"

"हो आणि नाही," नॉय म्हणाली. "मी आत्ता काय खरं, काय खोटं काहीच सांगू शकत नाही. सगळं चित्र अजून स्पष्ट झालेलं नाही. नाकॉर्नच्या म्हणण्याप्रमाणे कम्युनिस्ट हल्लेखोरांनी आधी हल्ला केला व आम्ही त्याचा फक्त प्रतिकार केला. पण नंतर मार्सोप फोनवर कम्युनिस्ट नेता ल्युनाकूल याच्याशी बोलला तेव्हा त्याने कानावर हात ठेवले. त्याच्या म्हणण्याप्रमाणे नाकॉर्नचं म्हणणं सपशेल खोटं असून याच्या बरोबर विरुद्ध घडलेलं आहे. आधी नाकॉर्न व त्याच्या सेनेने कम्युनिस्ट अड्ड्यावर हल्ला चढवला व केवळ प्रतिकार करता करता कम्युनिस्टांनी त्यांना मुख्य द्वीपापर्यंत परतवून लावलं. आता यात कोण खरं आणि कोण खोटं हे मलाच समजत नाहीये."

"पण नाकॉर्नचं म्हणणं खरं असू शकेल?"

"हो शक्य आहे. सगळ्या बंडाळीचा पुरा बीमोड झाल्यानंतर आम्हाला कम्युनिस्टांची काही शस्त्रास्त्रे सापडली. ती सगळी रशियन बनावटीची आहेत."

"रशियाने शस्त्रं पुरवली होती?"

"तसंच काही म्हणता यायचं नाही. पण ती व्हिएटनाम व कंबोडियाकडून आली असावीत."

"नॉय, मी येत्या शुक्रवारीच युनायटेड नेशन्सपुढे भाषण करणार आहे हे तुला

ठाऊक आहे.''

''होय.''

''त्या वेळी रशियाने आमच्या दोघात झालेल्या कराराचा भंग केला असल्याची शंका मी तिथे बोलून दाखवणार आहे. तुझं त्यावर काय मत?''

''अगदी अवश्य सांग ते.''

''पण मला विचारशील तर ते मी सरळसरळ म्हणू नये असं मला वाटतं. त्याऐवजी तू ते तिथे पुराव्यानिशी सांगितलंस तर?''

नॉय जरा घुटमळली. ''मी? झालेल्या प्रकाराबद्दल युनोच्यापुढे निषेध नोंदवू?''

''काय हरकत आहे? मी त्यांच्या अध्यक्षाला तशी विनंती करून तुला बोलायची संधी देऊ शकेन. तुझ्यानंतरच मी भाषण करीन. तुझ्या भाषणामुळे मला मांडायच्या मुद्द्यांना अधिक बळकटी येईल.''

''मलाच समजत नाहीये काय करावं, मॅट.''

''पण मला समजतंय ना, ''मॅट आग्रहाने म्हणाला. ''आम्ही इथे न्यू यॉर्कमधे तुझी राहण्याची सर्व व्यवस्था करू. तुझं भाषण ठरवू. त्याचा आपल्या दोघांना फायदा होईल.''

ती जरा विचार करून म्हणाली, ''कदाचित जमेलही मला ते.''

''नाहीतरी झाली ही गोष्ट आज ना उद्या जगापुढे यायलाच हवी. मग उशीर कशाला? त्यानंतर कम्युनिस्टांची परत काही करण्याची छाती होणार नाही. आणि ते लाम्पांगमधे तुझ्याशी समझोत्याला तयार होतील.''

''ठीक आहे. मी भाषण करीन. पण आपण एकमेकांना भेटायचं ना?''

अंडरवुड गालातल्या गालात हसला. ''त्यात शंका आहे का? युनायटेड नेशन्समधे औपचारिकपणे. आणि मग युनायटेड असेंब्लीपुढचा भाषणांचा कार्यक्रम संपला की अनौपचारिकपणे एकत्र जेवण घ्यायचं.''

''मग ठरलं. मी येईन,'' नॉय म्हणाली.

नॉय सँग युनायटेड नेशन्सच्या असॅब्लीपुढे भाषण करणार असल्याची बातमी सर्वत्र पसरताच ताबडतोब अमेरिकेतील रशियन अँबॅसेडरने एझ्रा मॉरिसनशी संपर्क साधला.

''मी ऐकलं ते खरंय? तुमचे प्रेसिडेंट त्या मादाम सँगना असेंब्लीत पाठिंबा देणार आहेत?''

''होय. माझ्या माहितीप्रमाणे.''

रशियन अँबॅसेडर म्हणाला, ''असं करून तुमचे प्रेसिडेंट संकटालाच निमंत्रण देत आहेत. मुळात जनरल असेंब्लीपुढे भाषण करून समझोत्याची एक पायरी चढायला आमचे जनरल सेक्रेटरी इझाकोव्ह मोठ्या कष्टानेच कबूल झाले आहेत. आणि आता तुम्ही त्या सँगबाईंना तिथे आणून आमच्यावर आरोप करायला चिथावणी

देता आहात. याचे परिणाम काही चांगले होणार नाहीत.''

''वेल्. पण प्रश्न असा आहे की मादाम सँग व प्रेसिडेंट अंडरवुड या दोघांचीही खातरी पटली आहे की लाम्पांगमधे झालेल्या कम्युनिस्ट बंडाळीपाठीमागे रशियाचा हात होता, मग काय करायचं?''

रशियन अँबॅसेडर असा सहजी माघार घेणारा नव्हता. ''शुद्ध भूलथापा आहेत या. आम्ही कुठल्याही देशातल्या स्थानिक कम्युनिस्टांना फूस लावत नाही आहोत. लाम्पांगमधल्या तर नाहीच नाही. त्याबद्दल काहीही ठोस पुरावा नाही. ते जनरल नाकॉर्न व तिथल्या कम्युनिस्ट यांच्या आपापसातल्या वैमनस्यातूनच घडलं असेल. ''

मॉरिसन म्हणाला, ''शक्य आहे. पण लाम्पांगमधे कम्युनिस्टांपाशी रशियन बनावटीची हत्यारं सापडली त्याचं काय? ''

''हत्यारं तर कुठूनही मिळवता येतात. सीरिया, किंवा इतर कुठल्याही बाजारपेठेतून.''

''पण आमचे प्रेसिडेंट तुम्हाला ही गोष्ट सिद्ध करण्याचं आव्हान देतील,'' मॉरिसन म्हणाला.

''हे सिद्ध करायची गरज काय? तर्कानं सगळं समजतं. ओ. के. आता तुमच्या प्रेसिडेंटला जाऊन एवढा निरोप सांगा. प्रेसिडेंट अंडरवुडने मादाम सँग यांना युनोपुढे भाषण करायला कुठल्याही प्रकारे उत्तेजन देता कामा नये. तरच आपल्या दोन्ही देशांत ज्या शांतता कराराविषयाची बोलणी व्हायची आहेत, ती शक्य होतील.'' सोव्हिएत अँबॅसेडर म्हणाला.

''ठीक आहे. मी तुमचा निरोप प्रेसिडेंटच्या कानावर घालतो. पण मी याबाबत काहीच सांगू शकत नाही. निर्णय त्यांनीच घ्यायचा आहे, ''मॅरिसन म्हणाला.

नंतर मॉरिसनने चीफ ऑफ स्टाफ ब्लेकला फोन करून घडलेली सर्व हकिकत सांगितली व दोघांनी मिळून प्रेसिडेंट अंडरवुडची भेट घ्यावी असं ठरलं.

अर्ध्या तासानंतर दोघं अंडरवुडच्या ऑफिसात त्याच्या समोरच्याच खुर्च्यांवर बसले होते. प्रथम मॉरिसनने आपलं व सोव्हिएत अँबॅसेडरचं बोलणं व नंतर त्याने अंडरवुडसाठी दिलेला निरोप सांगितला.

प्रेसिडेंट गंभीरपणे ऐकत होता. ''थोडक्यात मी युनोपुढचं नॉय सँगचं भाषण रद्द करावं अशी त्यांची इच्छा आहे.''

''त्यांच्या मते लाम्पांगचं मित्रराष्ट्र म्हणून आपण हे सहज करू शकू. इथे दोन गोष्टींचा विचार व्हायला हवा मि. प्रेसिडेंट.''

''कोणत्या गोष्टी?''

''एक म्हणजे.'' मॉरिसन म्हणाला, ''त्या सोव्हियत अँबॅसेडरच्या म्हणण्यानुसार मादाम सँगने भाषण करावं यासाठी पुरेशी कारणंच नाहीयेत. कारण लाम्पांगमधील बंडाळीपाठीमागे रशियाचा हात होता हे पुराव्यानिशी सिद्धच झालेलं नाहिय. रशियन

बनावटीची शस्त्रास्त्रे दुसरीकडून कुठूनही पैदा करता येतात. फक्त मादाम सँगच्या भाषणानंतर आपल्यातला व रशियातला शांतताकरार होणं शक्य नाही.''

''आणि दुसरी गोष्ट?''

आता ब्लेकने तोंड उघडलं. ''दुसरी गोष्ट आपल्या हिताशीच संबंधित आहे.''

मॉरिसन म्हणाला, ''मादाम नॉयच्या मनात ज्या काही कल्पना आहेत त्या अत्यंत आदर्शवादी व अवास्तव आहेत. ती तिच्या दिवंगत नवऱ्याचीच री ओढते आहे. पण खऱ्याखुऱ्या जगात त्या प्रत्यक्षात आणणं काही शक्य नाही.''

आता ब्लेक म्हणाला, ''मॅट, त्या कल्पना खऱ्या होणं शक्य नाही, कारण कुठल्याही स्वरूपाच्या वाटाघाटींमधे ते कम्युनिस्ट मादाम नॉयला पार गुंडाळून टाकतील. ते फार हुशार आहेत. व्यवहारी आहेत. आणि ती नाहीये. मॅट, आपण लाम्पांगमधे इतका पैसा ओततोय तो कशासाठी? आत्ता कुठे आपण लाम्पांगमधे एक मोठा लष्करी विमानतळ उभारण्याच्या दृष्टीने पावलं टाकत आहोत. त्यात तिथल्या स्थानिक कम्युनिस्टांचं हे लफडं काही व्हायला नको आहे. ते कम्युनिस्ट पार्टीच्या नावाखाली लाम्पांगमधे शिरकाव करून घेतील आणि लाम्पांगमधलं अमेरिकेचं स्थानच धोक्यात आणतील. आता जरा विचार कर– अशा परिस्थितीत नॉयने त्या युनायटेड नेशन्ससमोर भाषण केलं, तर त्याचा फायदा हे कम्युनिस्ट दोन प्रकारे उठवतील. एक म्हणजे आपली रशियाशी जी शांतताकराराविषयी बोलणी चालू आहेत ती धोक्यात येतील. दुसरं म्हणजे लाम्पांगधील आपली शक्ती कमी होईल.'' नंतर ब्लेक क्षणभर थांबला. ''मॅट, मी आणि एझ्रांने तुला जे काही मुद्दे सांगितले त्यावर जरा विचार कर. तू ताबडतोब लाम्पांगला फोन करून मादाम नॉयशी याबाबतीत बोल. तिला कळव, की इथे धोरणात थोडासा बदल झालाय त्यामुळे ती आता युनोपुढे बोलू शकत नाही. अगदी स्पष्ट शब्दात सांग. सांगशील ना?''

अंडरवुड एखाद्या पुतळ्याप्रमाणे बसून होता. त्याने आपली नजर एकदा ब्लेकवर व नंतर मॉरिसनवर रोखली व अखेर म्हणाला, ''माझं उत्तर नाही असं आहे. मादाम नॉयने युनायटेड नेशन्सपुढे बोलू नये असं मी तिला कधीच सांगणार नाही. माझ्या मते तिने बोलणं आवश्यक आहे. मला वाटतं हा विषय आपण इथेच संपवलेला बरा.''

दुसऱ्या दिवशी सकाळी मॅट अंडरवुड आपल्या ओव्हल ऑफिसमधे बसून ब्लेकबरोबर आपल्या युनायटेड नेशन्सपुढील भाषणाचीच चर्चा करत होता. इतक्यात त्याच्या टेबलावरचा फोन वाजला.

''येस्?''

''सर, तुमच्या मुलीचा फोन आहे. वेलस्ले येथून. तुम्ही लगेच घेताय?''

अंडरवुडच्या चित्तवृत्ती एकदम प्रफुल्लित झाल्या. त्याची आणि डायनाची गेल्या दोन आठवड्यांत भेट झाली नव्हती. शिवाय तिने आत्ता या वेळी ऑफिसमधे फोन करावा हे अगदीच अनपेक्षित होतं.

''मी लगेच घेतोय.''

ब्लेक हे ऐकून उठला. ''तू आपल्या लेकीशी जरा बोल. मी शेजारच्या खोलीत आहे.''

''थँक्स. पॉल.''

पॉल गेल्यावर अंडरवुडने फोन घेतला. '' डायना, आज अचानक आठवण काढलीस?''

''हाय डॅड, काय चाललंय तुमचं? ठीक आहात ना?'

''डायना, पण तू कुठून बोलते आहेस?''

''होस्टेलवरून. दुसरीकडून कुठून बोलणार?''

अंडरवुडच्या डोळयासमोर तिचा चेहरा तरळला. खांद्यापर्यंत रुळणारे चमकदार सोनेरी केस. चेहऱ्यावर कमालीचा गोडवा आणि किंचित वर उचललेला नाकाचा शेंडा. ती हुबेहूब ॲलिससारखी दिसे. अंडरवुडला आपण दिसायला चांगले वगैरे आहोत असं कधीच वाटत नसे. पण आपल्या चेहऱ्यावरचे मनमोकळे हास्य आणि बोलण्यातला एक प्रकारचा अकृत्रिम जिव्हाळा तेवढा डायनाने उचलला आहे हे त्याला पुरेपूर ठाऊक होत.

''डायना, बेटा तू कशी आहेस? सगळं ठीक तर आहे ना?

''अगदी झकास डॅड. मी अगदी झटून अभ्यास करते आहे. आणि कधीतरी संध्याकाळी स्टीव्हबरोबर भटकायलाही जाते.''

''वा, छान.''

''डॅड माझ्या प्रबंधाचा विषय ठरला आहे. 'विसाव्या शतकातील महिला नेत्यांचा अभ्यास'. कसा वाटला विषय?''

''चांगला विषय निवडलायस. म्हणजे तुला मार्गारेट थॅचर, इंदिरा गांधी, गोल्टा मायर आणि इतर स्त्रियांचा माहिती जमा करावी लागणार.''

''नुसतं तेवढंच नाही तर त्यांचं कार्य, त्यांनी आपल्या राष्ट्रांची केलेली उन्नती आणि पुरुष नेत्यांच्या व स्त्री नेत्यांच्या हाताळणीतला फरक.''

''अरे रे, मला जरा कमीच लेखणार तर तू तुझ्या त्या स्त्री नेत्यांच्या तुलनेत!''

''डॅड, तुमचा जगात भरपूर उदोउदो झाला आहे हं. आता जरा स्त्रियांना प्रकाशझोतात येऊ द्या की.''

''मी या बाबतीत तुझ्याशी पूर्ण सहमत आहे डायना.''

''त्याचकरता मी फोन केला होता. एक विनंती आहे.''

"हं, बोला बाईसाहेब."

"तुम्ही आणि रशियाचे सेक्रेटरी जनरल येल्या आठवड्यात युनायटेड नेशन्सपुढे भाषण देणार आहात हे मला ठाऊक होतंच. पण आजच्या न्यू यॉर्क टाईम्समधे मी वाचलं त्याप्रमाणे या वेळी लाम्पांगच्या प्रेसिडेंट मादाम सँग सुद्धा भाषण करणार आहेत."

"बरोबर आहे."

"डॅड, कशा आहेत या मादाम सँग?"

"तुला आवडण्यासारखी आहे ती?"

"मग डॅड मला न्यू यॉर्कला येऊन तिला भेटायची खूप खूप इच्छा आहे. जमलं तर तिची मुलाखत घ्यायची आहे. याबाबत तुमची मदत हवी आहे मला."

अंडरवुड क्षणभर विचारात पडला. "बघतो जमलं तर. युनायटेड नेशन्सपुढच्या भाषणानंतर तिचे पुढचे काय कार्यक्रम आहेत त्याची काही मला कल्पना नाही. पण का गं, तुझ्या नक्की काय मनात अहे?"

"तुम्हाला कल्पना नाही डॅड, प्रत्यक्ष तिच्याशी बोलुन तिची मुलाखत घेण्याने माझ्या प्रबंधाला किती मदत होणार आहे ते. मला तिच्याविषयी फार आदर आहे."

अंडरवुडलाही ती कल्पना पसंत पडली.

"पण ती माझ्याशी बोलायला तयार होईल? "

अंडरवुडला त्या प्रश्नाने हसूच आलं. "का नाही डायना? ती फार साधी आणि मनमोकळी आहे." आणि मग अचानक त्याला आठवण झाली. "अगं खरंच. भाषणानंतर आम्ही– नॉय सँग, मी आणि आमच्या काही इतर स्टाफवरच्या लोकांनी एकत्र जेवण घ्यायचं ठरवलंय. त्या जेवणाला मी तुलाही निमंत्रण देतोय. तू तिच्या अगदी शेजारीच बसू शकशील."

"खरंच? मग तर फारच चांगलं."

"बरं काय गं, तुला या म्हाताऱ्याला युनोच्या जनरल असेंब्लीपुढे भाषण देताना बघायची इच्छा आहे का? शिवाय मादाम सँगचंही भाषण ऐकायला मिळेल."

"हो, मी नक्कीच येईन."

"मग मी गॅलरीत तुझ्यासाठी एक जागा राखून ठेवायला सांगतो. तिथला कार्यक्रम संपला की आपण जरा वेळ चर्चा करु."

"थँक्स. पण मी सरळ जेवायच्या ठिकाणीच येईन. कुठे ठरलंय ?"

"फोर सीझन्स. बरोबर आठ वाजता."

"आणि डॅड, एकच गोष्ट, मी कोणते कपडे घालून येऊ?"

"आता हे मी कसं सांगू, डायना? तुझ्यासारख्या सुंदर तरुणीला काहीही शोभूनच दिसेल."

“ओ. के. मग मी वही आणि पेन्सिल घेऊन हजर राहीन. चालेल ना?”

“अर्थात,” अंडरवुड म्हणाला. “आणि मादाम सँगलाही ही कल्पना नक्कीच पसंत पडेल. मग शुक्रवारी भेटूच.”

नंतर अंडरवुडने ब्लेकला परत बोलवून तासभर चर्चा केली व नंतर तो ॲलिसबरोबर एकत्र जेवावं म्हणून निघाला.

ॲलिस डायनिंगरूममधे ड्रिंक घेत बसली होती. अंडरवुडने बेअराला खुणावून आपल्यासाठीही एक ड्रिंक मागवलं आणि तो सोफ्यावर ॲलिसच्या शेजारी बसला.

“आत्ता डायनाचा फोन आला होता. ती तुझ्याबरोबर आणि त्या सँगबाईबरोबर तुमच्या भाषणानंतरच्या डिनरला येणार आहे ना, तर तेव्हा तिने काय कपडे घालावे याविषयी तिला माझा सल्ला हवा होता.”

“ॲलिस, मी तुलाही त्या जेवणाचं आमंत्रण देणारच होतो.”

ॲलिसने त्याच्या बोलण्याकडे दुर्लक्ष केलं. “मी तुला या आधीही सांगितलं होतं, एकदा त्या बयेबरोबर लाम्पांगमधे ते चाळे करून स्वत:चं हसं करून घेतलंस तेवढं पुरे झालं मॅट. आता यापुढे मात्र तू तिच्याबरोबर परत कधीही दिसता कामा नयेस.”

“तू म्हणाली होतीस, एकट्याने नाही.”

ॲलिसने खांदे उडवले. “अर्थात.”

“पण या खेपेला आम्ही दोघं एकटे नसणार आहोत. मादाम नॅायबरोबर तिचे काही लोक असतील. माझ्याबरोबर तर आपली डायना असेल. तूही का नाही येत?”

“ते विसर. डायनाला भेटायची मलाही इच्छा आहे. पण मी तिला परत कधीतरी स्वतंत्रपणे भेटीन. त्या सँग बयेला भेटून राजकारणावरची तिची बडबड ऐकायची माझी अजिबात इच्छा नाहीये. तेव्हा मी बिलकूल येणार नाही. काय घडलं त्याचा सविस्तर अहवाल नंतर तू देशीलच.”

“ठीक आहे. तुझा तसाच हट्ट असेल तर. पण परत विचार कर ॲालिस.”

“एकदाच सांगितलं ना, नाही म्हणून. थँक्यू.” ती ग्लासातील ड्रिंक संपवून उठली.

“मी आता कपडे बदलून जेवायला येते. बघू तरी त्या तोकड्या वस्त्रातल्या बयेशी ज्या प्रेमाने तू वागत होतास तसा आपल्या बायकोशी वागतोयस का ते?”

असं बोलून ती ताडताड निघून गेली आणि ती गेली त्या दिशेने अंडरवुड उदासपणे बघत राहिला.

डायना अंडरवुड ‘फोर सीझन्स’ मधे केव्हाचीच येऊन बसली होती. तिचे वडील थोड्याच वेळात आपला चीफ ऑफ स्टाफ पॉल ब्लेक याच्याबरोबर आले. त्यांच्या

बरोबर नॉय सँग, मार्सोप, सीक्रेट सर्व्हिस एजंट्स आणि नॉयचे अंगरक्षक हे सगळेच होते.

अंडरवुडने स्वत: पुढे होऊन डायनाचा हात हाती घेतला आणि बरोबरच्या सर्वांशी तिचा परिचय करून दिला.

''तुमचं भाषण छान झालं,'' डायना आपल्या वडिलांना म्हणाली.

''तुला आपलं मी तुझा बाप असल्याने असं वाटतं,'' अंडरवुड म्हणाला. ''माझं भाषण तर मादाम नॉयच्या अर्ध्यानेही चांगलं नव्हतं... खरंच, तू उपस्थित असलेल्या प्रत्येक माणसावर छाप पाडलीस नॉय. तुझं रोखठोक आणि मोकळेपणे बोलणं आणि तुझी तळमळ. तुझ्या भाषणाने माझ्या मुद्दयांना चांगली पुष्टी मिळाली.''

''उगीच स्तुती करू नकोस, मॅट,'' नॉय म्हणाली. ''ते तिथे एवढ्या प्रचंड मोठ्या सभागृहात, स्टेजवर जाऊन दोन हजार लोकांसमोर भाषण करायचं म्हणजे माझ्या तर छातीत धडकीच भरली होती. आपलं भाषण सहा वेगवेगळ्या भाषांत अनुवादित होतंय आणि लोक ते ऐकतायत... पण एकंदर खूप मजा आली.''

नंतर हॉटेलाच्या व्यवस्थापकाने त्या सर्वांना अदबीने आत बसण्याच्या ठिकाणी नेलं. तेव्हा नॉय अंडरवुडच्या कानात म्हणताना डायनाने ऐकलं, ''मॅट् तुझी मुलगी म्हणजे खरोखर सौंदर्याचा आदर्श नमुना आहे.''

''थँक यू, नॉय'' अंडरवुड म्हणाला. ''पण ती मोठी होऊन इतर बाबतीत तुझ्यासारखी झाली तर मला तिचा फार अभिमान वाटेल.''

ते सगळे जेवणाच्या टेबलापाशी आले तेव्हा ब्लेकने पुढे होऊन एकेकाला त्याची जागा दाखवली. त्याने आधी नॉय सँगला बसवलं. नंतर तिच्या एका हाताला डायना व दुसऱ्या हातला अंडरवुड. नंतर तो मार्सोपसह स्वत: स्थानापन्न झाला.

जेवता जेवता अंडरवुडच्या कानावर डायना व नॉयचं संभाषण पडत होतं.

''तुम्ही मला इथे येऊन तुम्हाला काही प्रश्न विचारण्याची परवानगी दिली त्याबद्दल मी आभारी आहे.

''उलट तुझ्या प्रबंधात तू माझा समावेश केल्याबद्दल मीच तुझे आभार मानायला हवेत.''

डायना आता नॉयकडे झुकून म्हणाली, ''माझ्या डॅडींनी तुमचं भापण किती सुंदर झालं ते आधीच तुम्हाला सांगितलंय, तेच मी परत एकदा सांगते. तुमचं भाषण चालू असताना मी आजूबाजूच्या लोकांच्या चेहऱ्यावरचे भाव बघत होते. सगळेच अगदी भारून गेल्यासारखं ऐकत होते.''

नॉय हसली. ''फक्त रशियनांचा अपवाद वगळता.''

''तुमचं राजकारणाचं ज्ञान फार सखोल आहे,'' डायना पुढे म्हणाली.

नॉय क्षणभर गंभीर झाली. ''तू म्हणतेस तसं खरोखर जर मला ज्ञान असलं

तर त्याचं सगळं श्रेय माझ्या दिवंगत पतीला आहे. आणि त्यानंतर अर्थात मार्सोपला.''

आता अंडरवुड पण त्या दोघींच्या संभाषणात सहभागी झाला.

''तिच्या नम्र वागण्याने फसू नकोस डायना. तिच्या दिवंगत पतीचा आणि मार्सोपचा तिच्या राजकीय व सामाजिक विचारांवर फार मोठा पगडा आहे हे जरी खरं असलं तरी तिची स्वत:ची बुद्धिमत्ता, कर्तबगारी, हुशारी तू कमी लेखू नकोस. मी आजवर तिच्याइतकी विचारी, तर्कसुसंगत स्त्री पाहिलेली नाही. ती खरोखर एकमेवाद्वितीय आहे. माझे शब्द तू लक्षात ठेव डायना.''

स्वत:ची वही आणि पेन काढून डायना भराभर टिपणं काढीत होती.

तिने मान वर करून बघितलं. ''खरं तर मला घडलेल्या घटनांबद्दल काहीच बोलायचं नाहीये. ते सगळं पुस्तकांमधे असतंच. मला एक माणूस, एक स्त्री म्हणून तुमच्याशी बोलायचंय.'' तिने आपले डोळे नॉयच्या डोळ्यांना भिडवले. ''तुमच्या सर्व गोष्टींबद्दलच्या भावभावना मला समजून घ्यायच्या आहेत.''

नॉय जरा चमकली. ''माझ्या भावभावना?''

''उदाहरणार्थ, वेलस्ले,'' डायना म्हणाली. ''काही वर्षांपूर्वी तुम्ही तिथे शिकत होतात. आता मी तिथे शिकते आहे. मग इतक्या सगळ्या कॉलेजांमधून नेमकं तेच कॉलेज तुम्ही कसं काय निवडलंत?''

नॉय हसली. ''मी स्वत: एका लोकशाहीत लहानाची मोठी झाले. त्यामुळे मला जगातल्या एका फार मोठ्या लोकशाही देशात राहून लोकशाहीचा अभ्यास करायची इच्छा होती. मी माझ्या आईवडिलांपाशी अशी इच्छा बोलून दाखवल्यावर तेही लगेच या गोष्टीला तयार झाले. मग आम्ही कितीतरी युनिव्हर्सिटीजचे कॅटलॉग मागून घेतले. सगळ्यांत वेलस्लेचा अभ्यासक्रम चांगला वाटला.''

परत एकदा अंडरवुडने मधे हस्तक्षेप केला. ''नाही डायना, नाही. नॉय मुद्दाम विनयाने बोलते आहे. माझं तिच्याशी याबाबत बोलणं झाल्याने मला खरी गोष्ट ठाऊक आहे. तिने त्या सर्व कॅटलॉग्जमधे देण्यात आलेल्या कोर्सेसचा अगदी शास्त्रीय दृष्टिकोणातून तौलनिक अभ्यास केला आणि मगच वेलस्ले निवडलं.''

''ओह, मॅट–'' नॉय म्हणाली.

''आता नाही म्हणू नको,'' अंडरवुड म्हणाला. ''मला खरं काय ते माहिती आहे. वेलस्लेची निवड तू तुझी बुद्धिमत्ता व संवेदनशीलता वापरूनच केलीस. मी तुझ्यासारखी स्त्री खरोखर पाहिली नाही.''

''तुम्ही कॉलेजजीवनात समाधानी होता?'' डायना म्हणाली.

''होय. पण असं का विचारतेस?''

''हे बघा, मीही तिथेच शिकते. मी तिथे अगदी आरामात राहते, त्या वातावरणात. पण मी जन्माने अमेरिकन आहे. माझी गोष्ट निराळी. तुमचं तसं नव्हतं.''

नॉय विचारात पडली. "खरं तर सुरुवातीला मला हा वेगळेपणा जाणवायचा. खूप एकटं वाटायचं. भीती वाटायची. पण मग नंतर मित्रमैत्रिणी मिळाल्या. अखेर आम्ही सगळी माणसं होतो व हा धागा आम्हाला एकत्र आणायला पुरेसा होता."

"डायना आता जेवणानंतर का नाही करत तुझी प्रश्नांची सरबत्ती?" अंडरवुड म्हणाला.

"असू दे मॅट. विचारू दे," नॉय म्हणाली.

"आता एकच प्रश्न, "डायना म्हणाली.

"विचार ना."

"हा तुमच्या जरा भावजीवनाशी निगडित आहे. भावविश्वाशी निगडित आहे."

"जरूर फक्त मी उत्तर देऊ शकले तर."

"उत्तर फक्त तुम्हीच देऊ शकाल," डायना म्हणाली. "तुमच्या पतीच्या निधनानंतर तुम्ही लाम्पांगच्या प्रेसिडेंट झालात. त्यानंतरच्याच काळाबद्दल हा प्रश्न आहे."

"हा प्रश्न विचारायलाच हवा का, डायना?" अंडरवुड हस्तक्षेप करत म्हणाला.

"असू दे मॅट. माझी हरकत नाही." मग ती डायनाकडे वळून म्हणाली, "हं विचार."

डायनाला जरा स्पष्ट शब्दात मांडणं जड जात होतं पण अखेर धीर करून तिने विचारलंच. "तुमच्या पतीच्या मृत्यूनंतर तुमच्या मनात इतर कुठल्याही पुरुषाबद्दल काही भावभावना निर्माण झाल्या? "

नॉयने गंभीरपणे डायनाकडे पाहिलं. "दुसरा पुरुष?" ती म्हणाली. "तुला काय म्हणायचंय– फक्त एक मित्र म्हणून की शारीरिक पातळीवर?"

तिच्या स्पष्ट बोलण्याने डायना क्षणभर अवाक् झाली. "मला मला वाटतं मित्र म्हणून. किंवा कदाचित दोन्ही. पण आधी मैत्रीबद्दल बोलू."

"हे बघ डायना, माझ्या पतीच्या निधनाचा दुखवटा एक वर्षभर होता. त्या काळात तर मी कुण्याच परपुरुषाला भेटणंही शक्य नव्हतं. आणि आजतागायत एक अपवाद वगळता मला कुणाही पुरुषाचा सहवास इतका हवाहवासा वाटलेला नाही. आणि तो पुरुष म्हणजे तुझे वडील. स्पष्ट बोलल्याबद्दल माफ कर, मॅट."

डायनाचे डोळे चमकले. तिने एकदा आपल्या वडिलांकडे व एकदा नॉयकडे पाहिलं.

"खरंच? तुम्हाला माझ्या डॅडींचा सहवास आवडतो? "

"हे बघ डायना, तिचं म्हणणं काही जास्त मनावर घेऊ नको," अंडरवुड म्हणाला.

"खरं तर याच्या अगदी उलट आहे. आजवर कामाच्या निमित्ताने इतक्या

स्त्रियांशी माझा परिचय झाला. पण नॉयसारखी स्त्री काही माझ्या पाहण्यात नाही. दरवेळी तिचा मला आणखी सहवास मिळावा असा मी प्रयत्न केला.''

डायनाने आता नॉयकडे पाहिलं. तिच्या गालावर थोडा रक्तिमा चढल्याचा डायनाला भास झाला. मग तिने आपली नजर परत आपल्या वडिलांवर रोखली. ''का?''

''मला तिच्या सहवासात आनंद का मिळतो?''

''होय. तुमच्यासारख्या माणसाला त्या कशा वाटतात हे ऐकायची मला उत्सुकता आहे डॅड.''

''याची कारणं अगदी उघड आहेत,'' अंडरवुड म्हणाला. ती बुद्धिमान आहे. दुसरं म्हणजे चतुर आहे. शिवाय तिच्यात असे बरेच गुण आहेत की जे शब्दात मांडता येणं कठीण आहे.''

''उदाहरणार्थ?'' डायनाने विचारलं.

''तिच्या वागण्यात आपुलकी आहे. गोडवा आहे. दुसऱ्यांना आकर्षित करुन घेण्याची शक्ती आहे.''

नॉय आता हसली. ''तुझ्या वडिलांबद्दल माझं अगदी हेच मत आहे डायना. मला वाटतं आता आपण हे बोलणं इथेच थांबवू या व जेवणाकडे लक्ष देऊ या. तू स्वीट डिश खाल्लीस डायना? तो आंबा आहे. आमच्या लाम्पांगमधे आम्ही फार आवडीने खातो.''

''मला ते ठाऊक आहे,'' अंडरवुड म्हणाला. ''म्हणून तर ते खास लाम्पांगहून मागवले आहेत मी. तुला इथे अगदी घरच्यासारखं वाटावं म्हणून.''

सगळे आता बोलणं थांबवून चवीने जेवू लागले.

मधूनच डायना एखादा प्रश्न विचारी व नॉय तिचे लगेच समाधान करी.

उरलेला वेळ अंडरवुड मात्र स्वस्थपणे ऐकत होता. एकदा जेवण संपलं आणि डायनाने लगेच परत नॉयवर प्रश्नांची सरबत्ती सुरू केली.

''पुरे पुरे डायना. तिला श्वास तर घेऊ दे,'' अंडरवुड म्हणाला.

''मी तुम्हाला त्रास देतेय मादाम नॉय?''

''मुळीच नाही,'' नॉय म्हणाली.

आता डायनाने अखेरचा प्रश्न विचारला. ''मी हा प्रश्न विचारण्याचं धाडस करते आहे. मादाम नॉय तुम्ही उद्या सवड काढून वेलस्लेला भेट द्यायला येणार का? तुम्हाला पूर्वीपेक्षा काही बदल झालेला आढळेल.''

''खरं तर मला ते खूपच आवडेल,'' नॉय म्हणाली. ''प्रश्न फक्त वेळाचा आहे. मी उद्या सकाळी बोस्टनला येऊ शकेन. मग तुझ्याबरोबर तास दोन तास कॉलेजच्या आवारात फेरफटका मारीन, मात्र कुठल्याही परिस्थितीत संध्याकाळी मला वॉशिंग्टनला

पोचायला हवं. मला लाम्पांगला जायचंय ना. पण मी येईन, जरूर.''

जेवण झाल्यावर अंडरवुडने आधी स्वत: उभे राहून नॉयला खुर्चीतून उठायला मदत केली. ''आता तुला थोडी विश्रांती घ्यायला हवी, नॉय. परत उद्या त्या कॉलेजातला फेरफटका आणि लाम्पांगचा प्रवास आहेच.''

''होय.''

''डायना आपण मादाम नॉयला तिच्या हॉटेलात सोडू आणि मग नंतर मी तुला कॉलेजात सोडीन.''

''पण तुम्ही कशाला त्रास घेता डॅड? तुम्हाला वॉशिंग्टनला परतायला हवं.''

''पण माझी तशी इच्छा असली तर?''

ब्लेक पुढे झाला. ''मी तुमच्याबरोबर आलो तर चालेल?''

''काही हरकत नाही,'' अंडरवुड म्हणाला.

मग नॉयचा हात घट्ट हातात धरून अंडरवुड व त्या पाठोपाठ बाकीचे बाहेर पडले.

नॉय सँग व मार्सोप या दोघांना त्यांच्या हॉटेलात सोडायला गेलं असताना मॅटला अचानक काय झालं कुणास ठाऊक, त्याने नॉयला गुड्बाय म्हणून तिच्या ओठावर ओठ टेकले. मग तो, ब्लेक आणि डायना परत फिरले. ते सरळ केनेडी विमानतळावर आले. प्रेसिडेंटचं खास विमान त्यांना घेऊन डायनाच्या कॉलेजकडे, बोस्टन शहराकडे निघालं. लोगान एअरपोर्ट.

तिथे आलेल्या गाडीतून सुरक्षा सैनिकासह सगळा ताफा वेलस्लेकडे निघाला.

वाटेत अंडरवुडचं आणि ब्लेकचं सरकारी कामकाजाबद्दलचं बोलणं चाललं होतं. डायना शांत बसून होती.

कॉलेजच्या विस्तीर्ण आवारात प्रवेश केल्यावर अंडरवुडने इथे सतरा वर्षांची तरुण अल्लड नॉय कशी वावरत असेल असं चित्र डोळ्यांसमोर आणण्याचा प्रयत्न केला.

डायनाच्या होस्टेलची इमारत दृष्टिपथात आली तशी अंडरवुडने आपल्या अंगरक्षकांना तिथेच थांबण्याची खूणा केली. ''मी आता एकटाच माझ्या मुलीला दारापर्यंत सोडून येणार आहे.''

ब्लेकही त्यांच्याबरोबर यायला निघाला. त्यालाही अंडरवुडने थोपवलं. ''प्लीज पॉल. मला जरा डायनाशी बोलायचंय.''

अंडरवुड डायनाचा हात हातात घेऊन चालू लागला. त्यांच्या पाठोपाठ पुष्कळ अंतर ठेवून फक्त दोन निवडक अंगरक्षक चालत होते.

''गाडीत तुझ्याशी बोलताच आलं नाही डायना, सॉरी. ब्लेक असला की फार कामाचं बोलणं होतं.''

''असू दे डॅडी. माझा वेळ फार छान गेला. मी फार आनंदात आहे.''

"तुझ्या मनासारखं वोलणं झालं ना नॉयशी."

"अर्थात."

ते आता चालत चालत होस्टेलच्या मुख्य दारापाशी आले.

"खरंच, एक सांग डायना, तुझं तिच्याविषयी काय मत झालं?" अंडरवुड आधिरतेने म्हणाला.

"मादाम नॉयविषयी?"

"होय, नॉयविषयी."

आता डायनाने सरळ आपल्या वडिलांच्या नजरेला नजर मिळवली. "माझं तिच्याविषयीचं मत काय वगैरे गोष्टी राहू द्या डॅड. मला सांगा, तुम्हाला तिच्याविषयी काय वाटतं–"

"ते तर अगदी उघड आहे," अंडरवुड म्हणाला. "मला ती आवडते. सुरुवातीला अगदी पहिल्यांदा भेटल्यापासूनच."

डायना जोरात हसली. 'आवडते' फक्त? की अजून काही? तुम्ही तिच्यात गुंतला आहात." अंडरवुड क्षणभर अवाक् झाला. "वेडे, आमची अजून पुरती ओळखदेखील नाहिये."

"डॅडी, मी आता तुम्हाला सत्यच सांगू? पण तुम्ही संसारी गृहस्थ असल्याने ते तुम्हाला तितकंसं रुचायचं नाही. तुम्ही तिच्या प्रेमात पडला आहात."

आपल्या वडिलांना इतका धक्का बसलेला तिने कधीच पाहिला नव्हता. त्याला क्षणभर काय बोलावं तेच सुचेना. अखेर तो कसाबसा म्हणाला, "काहीतरीच काय डायना? खूळ लागलंय का तुला? एक तुझी आई आणि एक तू सोडलीस तर मला कुणाबद्दलही प्रेम वगैरे वाटणं शक्य नाही. आणि नॉय तर मला अजून किती परकी आहे. ती एक परस्त्री आहे. तिच्या मी प्रेमात पडणं कसं शक्य आहे?"

"आहे. शक्य आहे," डायना हट्टाने म्हणाली.

"पण तुझ्या डोक्यात ही भलती कल्पना आली तरी कुठून?"

"मी तुम्हाला आज का ओळखते आहे डॅडी?" डायना म्हणाली, "तसे तुम्ही आईशीच काय पण सगळ्या जगाशीच चांगले वागता. मिळून मिसळून मोकळेपणाने. पण ते तसं वरवरचंच असतं. तुम्ही स्वत: कुठेतरी त्यातून अलिप्त असता. त्रयस्थ असता. पण नॉयच्या उपस्थितीत तुमचं बोलणं, वागणं, एकंदर व्यक्तिमत्त्वच आतून फुलल्यासारखं, उत्स्फूर्त होतं. तुम्ही अधिक उमदे, अधिक तरुण, अधिक उत्साही होता. आज तिच्या प्रत्येक बोलण्याकडे जीव ओतून लक्ष पुरवत होता."

"पण मी दुसऱ्या कुठल्याही देशाच्या प्रेसिडेंटशी असाच वागतो."

डायना ते मान्य करीना. "तिच्याकडे काय तुम्ही प्रेसिडेंट म्हणून बघता? ती तरुण आहे. सुंदर आहे. बुद्धिमान आणि चतुर आहे. मनमोकळी आहे. तुम्ही तिच्या

प्रेमात न पडता तरच नवल होतं.''

''मूर्खपणा आहे तुझा,'' अंडरवुड रागावून म्हणाला. ''असली बाष्कळ बडबड अगोदर बंद कर पाहू. आपण दुसऱ्याच विषयावर बोलू.''

''तुम्हालाच नको असलं तर नको बोलायला डॅड,'' डायना म्हणाली. ''पण मी सगळा वेळ तुम्हाला न्याहाळत होते. तिने बोललेल्या प्रत्येक शब्दाकडे तुमचं लक्ष होतं. आणि तुम्ही तिच्याशी ज्या आर्जवाने, ज्या मृदू शब्दात बोलत होता, आणि ती तिच्याकडे बघण्याची नजर, मला तर– '' अचानक ती थांबली. ''बरं, नाही बोलत मी त्याबद्दल. मग तर झालं? फक्त वेळ मिळाला तर माझ्या बोलण्यावर जरा विचार करा. नॉयबद्दल आपल्या नक्की भावना काय याबद्दल. तुम्हाला वाटत असेल, मी लहान आहे, अपरिपक्व विचार आहेत माझे. मी स्वत:च्याच आईचं यात अहित चिंतीत आहे. पण तसा विचार न करता तटस्थपणे बघा.''

'' पण त्याने काय होईल?''

'' आपण अजून तरुण आहोत, उत्साही आहोत. प्रेम करण्याइतकं आपलं मन संवेदनक्षम आहे या विचाराने तुम्हाला एक नवं चैतन्य, एक नवी उमेद येईल. आणि मला नाही वाटत यात काही अनैसर्गिक आहे.''

आता मात्र अंडरवुडने जरा कडक पित्याचा अवतार धारण केला. ''हा तुझा निव्वळ मूर्खपणा आहे. याबद्दल एक अक्षरही पुन्हा बोलायचं नाही समजलं? म्हणे मी नॉयच्या प्रेमात आहे. वेड लागलंय तुला. ते सगळं तू विसरून जा. मीही विसरीन.''

पण नंतर विमानाने वॉशिंग्टनला परतताना तो परत परत डायनाच्या बोलण्यावर विचार करत होता. आपली मुलगी कितीही हुशार, बुद्धिमान असली तरी हे तिचं बोलणं अगदीच मर्यादेला सोडून आहे असं त्याने ठरवलं. ती मूर्ख आहे. तिने हे विचार मनातून काढून टाकायला हवे, जसे आपण काढणार आहोत. पण कितीही प्रयत्न केला तरी मन नाठाळपणे परत त्याच त्याच विषयाकडे धाव घेत होतं.

त्याच्या डोळ्यापुढे नॉयची मूर्ती उभी राहिली. तिचं बोलणं, हसणं, तिचा गंध; आणि त्याच्या हृदयाचे ठोके जोरात पडू लागले.

कदाचित आपल्या मुलीचं म्हणणं खरंही असेल. कदाचित आपण लाम्पांगच्या प्रेसिडेंटच्या प्रेमात पडलोही असू.

दुसऱ्या दिवशी सकाळी ॲलिसने आधी मॅटला अनेक प्रश्न विचारले. युनायटेड नेशन्सच्या पुढच्या भाषणाविषयी, नंतरच्या जेवणाविषयी... सरळ, आडवळणाने... हजारो प्रकारे. नंतर आपल्या मुलीकडून खरं काय ते काढून घ्यावं मधून तिने थेट वेलस्ले कॉलेजच्या होस्टेलला फोन लावला.

''हॅलो डायना. कशी आहेस तू? मला तुझी इथे खूप आठवण येतेय्.''

"मी तुझ्या डॅडींना कालच्या भाषणाबद्दल विचारलं. ते म्हणाले, चांगलं झालं. पण तुला माहितीच आहे, ते सगळ्याच गोष्टींचं कौतुक जरा बेतानेच करतात. पण काय गं? तुला कसं वाटलं भाषण?"

"फारच सुंदर. त्यांनी रशियनांवर चांगलीच टीकेची झोड उठवली."

"हे फार चांगलं झालं. त्यांची श्रोत्यांवर छाप पडली असेल."

"अर्थात मॉम. प्रश्नच नाही."

आता ॲलिसने शब्द अगदी जपून वापरत सहज विचारतोय असं दाखवलं. "आणि नंतरचं जेवण? ते कसं काय झालं?"

"माझ्या अपेक्षेपेक्षाही छान. डॅडी फार चांगले आहेत. त्यांनी मला मुद्दाम मादाम नॉय सॅंगच्या शेजारी बसवलं होतं."

"वा. मग तुला तुझ्या प्रबंधाला हवी ती माहिती मिळाली ना?"

"परत तीही सगळी डॅडींमुळेच. "

"डॅडींमुळेच ? म्हणजे?"

"म्हणजे त्यांनी इतकी मदत केली," डायना म्हणाली. "त्यांच्या प्रोत्साहनामुळेच नॉयने मनापासून, मोकळेपणे कितीतरी गोष्टी सांगितल्या. डॅडी खरंच तिच्याशी इतक्या आपुलकीने वागत होते की तिलाही काही परकेपणा उरला नाही. आणि मला तर तिने स्वतःच्या मुलीसारखं वागवलं."

"अच्छा. म्हणजे डॅडींच्या मादाम सॅंगशी वागण्याने तूही प्रभावित झालीस ना?"

"प्रभावित? ममी अगं डॅडी इतके छान वागले म्हणून सांगू?"

"म्हणजे? छान म्हणजे ? काय केलं त्यांनी?"

डायनाला आईच्या स्वरातील वेगळेपणा जाणवला असावा. ती जरा जपून शब्द वापरत म्हणाली, "डॅडींनी तिला संकोच वाटू दिला नाही. घरच्यासारखं वागवलं. त्यामुळेच मला हवे ते सगळे मुद्दे मिळाले. मी आज फार आनंदात आहे. नॉय आज आमच्य कॉलेजात येणार आहे."

"अरे वा. हे ऐकून मलाही आनंद वाटला." असे म्हणून फोन ठेवताना ॲलिसच्या चेहऱ्यावर अत्यंत कटू भाव होते.

डायनाच्या बोलण्यातून ॲलिसला काय समजायचं ते समजलं होतं.

मॅट त्या बयेसमोर दिवसभर गोंडा घोळत होता. तिच्या तालावर नाचत होता. मूर्ख! आता तर ॲलिसचा संशय अधिकच बळावला होता. त्याला असं सोडायचं नाही, चांगली अद्दल घडवायची असं तिने ठरवलं. मी फर्स्ट लेडी आहे व मीच फर्स्ट लेडी राहणार.

आठ

ती सगळी रात्र ॲलिस अंडरवुडने या कुशीवरून त्या कुशीवर तळमळत काढली. पहाटेच्या सुमाराला अखेर एकदाची झोप लागली. झोपतून जागी झाल्यावरही तिच्या मनात ते कालचेच विचार परत परत येत होते.

पलंगावर उठून बसल्या बसल्या तिचा विचार चालू होता. परवाच्या त्या जेवणाबद्दल मॅटने सांगितलेलं व डायनाने सांगितलेलं या दोन्हींतील तफावत तिला अस्वस्थ करत होती.

डायनाच्या प्रत्येक शब्दातून ॲलिसला जाणवलं होतं की मॅट नक्कीच त्या बयेच्या पुढे पुढे करत असणार. तिच्या सहवासात जसा काही नुकती मिसरूड फुटलेल्या तरुण मुलासारखा वागला असणार. तिला यातून धोक्याची चाहूल लागली. गेल्या एक वर्षापासून तो आपल्याशी ज्या त्रयस्थपणे, परकेपणे वागतोय ते लक्षात घेता तर ही गोष्ट फारच धोकादायक आहे. आणि त्यातून ती बया नॉय तरुण आहे... सुंदरही आहे म्हणे!

आपल्या बाबतीत हे असं होईल असं ॲलिसला कधी स्वप्नातही वाटलं नव्हतं. पण असं झालं होतं खरं.

ॲलिसच्या डोळ्यावरची झोप आता पार उडाली. इतके दिवस आपण त्या नॉय सँगला विशेष महत्त्व दिलं नाही ही आपली चूक झाली की काय? तिच्याबद्दल आता खास आतल्या गोटातून माहिती काढायलाच हवी.

लगेचच तिच्या मनात पॉल ब्लेकचा विचार आला.

त्याच्याइतका विश्वासू माहितगार दुसरा कोण मिळणार? तो स्वत: त्या नॉय बाईला भेटलेला होता. त्यालाच गाठायला हवं.

ब्लेकपाशी हा विषय कसा काढायचा याबद्दल ॲलिसने थोडा विचार केला.

खरं तर त्यात काहीच अडचण नव्हती. हा ब्लेक आपल्यावर भाळलेला आहे आणि आपण त्याला आपल्या बोटाच्या तालावर नाचवू शकतो याची ॲलिसला फार पूर्वीपासूनच कल्पना होती.

त्याला आपण शेजारच्याच फर्स्ट लेडीच्या ड्रेसिंग रूममधे बोलावून घ्यावं. अर्थातच अंगात शक्य तितके तोकडे कपडे असतील... फार तर एखादी झिरझिरीत नाईटी...

या विचाराने ती उल्हसित होऊन उठली. नाहीतरी मॅट अलीकडे तिच्याकडे बघतही नसे. तिला हा आपल्या सौंदर्याचा अपमान वाटे. तिने स्नान केलं आणि मंद सुगंधाची देहावर उधळण केली. नंतर तिने आपली आवडती मोतिया रंगाची तलम नाईटी घातली. चेहऱ्यावर अगदी कळत नकळत हलकीशी रंगरंगोटी केली आणि आरशासमोर उभी राहून स्वत:च्याच प्रतिबिंबाकडे बघत समाधानाने हसली. मग तिने पॉलच्या सेक्रेटरीस फोन करून पॉल ब्लेकशी बोलायची इच्छा व्यक्त केली.

''गुड मॉर्निंग पॉल, मी ॲलिस बोलतेय्.''

''अरे, ॲलिस, तू? एवढ्या सकाळी काय काम काढलंस?''

''पॉल, तू आत्ता लगेच माझ्यासाठी फक्त पाच मिनिटं सवड काढू शकशील?''

''खरं तर खूप कामं आहेत. पण तुला नाही म्हणणं कसं शक्य आहे?''

''थँक यू, पॉल. मला तुझ्या मदतीची गरज आहे.''

''कधी?''

''आत्ता,'' ॲलिस म्हणाली. ''माझं खासगी काम आहे. आपल्या या भेटीबद्दल प्रेसिडेंटला कळलं नाही तर बरं.''

''आलं लक्षात.''

''मी आत्ता फर्स्ट लेडीच्या ड्रॉईंगमधे तुझी वाट पाहते. तिथे दुसरं कुणीही नसेल.''

त्या कल्पनेने तिकडे पॉल ब्लेकच्या अंगावर गोड शिरशिरी उमटली असेल या विचाराने ती हसली.

मग तिने कपभर चहा मागवला आणि सोफ्यावर पायावर पाय टाकून घुटके घेत बसली. तिच्या डोळ्यासमोर त्या व्हीडीओटेपमधील नॉय सँग व आपला नवरा यांच्यातील जवळिकीची दृश्यं नाचत होती व ती मनोमन संतापाने घुमसत होती. पॉल ब्लेककडून आपल्याला हवी ती माहिती जर मिळवायची असेल तर त्याला थोडं नेत्रसुख देण्याने काहीच बिघडत नाही असा विचार तिच्या मनात आला.

काही मिनिटांतच पॉल उगवला. समोरच बसलेल्या तोकड्या कपड्यांतल्या ॲलिसला बघून त्याचा श्वास जड झाला. तिने जागेवरून न उठताच त्यालाच आपल्याकडे येण्याची खूण केली. तो जवळ येताच तिने त्याचा यात आपल्या कोमल हातात घेऊन जरासा दाबला. त्याची नजर आपल्या सुरईसारख्या गळ्यापाशी अडकली आहे हे बघताच ती खूष झाली. त्याचे डोळे आपल्या खोबणीतून बाहेर यायचेच तेवढे शिल्लक राहिले होते.

“तू फारच परकेपणाने वागतोयस हं” असं लाडिकपणे म्हणत तिने आपला गाल पुढे केला. त्यावर आपले कोरडे पडलेले ओठ टेकताना पॉलचं हृदय धाड्धाड् वाजत होते.

“हं आता कसं, आता तू जरा ती खुर्ची पुढे ओढून बसं ना,” असं म्हणून तिने त्याला आपल्या सोफ्यासमोरच अगदी जवळ बसायला भाग पाडलं. आता आपल्या इतक्या जवळून बोलायला लागल्यावर त्याचा अर्धाअधिक विरोध सुरुवातीलाच मावळेल हे ती ओळखून होती.

तो त्याप्रमाणे खुर्ची ओढून बसला. “तू आज काय सुंदर दिसतेयस. अप्रतिम सुंदर,” तो म्हणाला.

“थँक यू पॉल. स्त्रीची कुणीतरी आपल्या सौंदर्याचं मनमोकळेपणे कौतुक करावं अशी इच्छा असते.”

“तुला तर असं हरघडी ऐकायला मिळत असेल.”

“पण ज्याने म्हणायला हवं तो म्हणेल तर ना!” ती मनातला विषाद प्रकट करत म्हणाली. मग तिने विषय बदलला. “मला तुझ्याकडून काही माहिती हवी आहे. आणि ही गोष्ट फक्त तुझ्यामाझ्यातच राहिली पाहिजे.”“ती तू खात्री बाळग,” पॉल ब्लेक म्हणाला.

“मी तुला आज का ओळखतेय, पॉल? माझा तुझ्यावर पूर्ण विश्वास आहे. म्हणूनच तर मॅटच्या संदर्भातील काही बाब उपस्थित झाली, तसं मी तुझी मदत घ्यायचं ठरवलं.”

पॉलची नजर हळूहळू वरपासून खालपर्यंत फिरते आहे हे तिला जाणवलं.

“काय ते मनातलं बोलून टाक, ॲलिस,” तो आश्वासक स्वरात म्हणाला.

ॲलिसने मान हलवली. “काल न्यू यॉर्कला या भाषणानंतर तुम्ही सगळे ‘फोर सीझन्स’मधे जेवायला गेला होता ना? त्याविषयीच मला काही विचारायचंय. तिथे तू, मॅट, डायना आणि कोण ती बाई... नॉय सँग की कोण, ती पण होती ना?”

“आम्ही सगळे एकत्रच होतो. विमानाने बोस्टनपर्यंत बरोबर आलो.”

“त्या जेवणाच्या वेळी तिथे काय घडलं, मॅट कसा वागला ते मला तुझ्या तोंडून ऐकायचंय. मॅटने मला अगदी वरवरचं, त्रोटक सांगितलं. जसं काही सगळं इतकं रूक्ष व कंटाळवाणं होतं, की त्यात काय सांगणार, अशा थाटात. डायनाने मात्र सर्व काही सविस्तर सांगितलं त्यामुळे मला आता वेगळीच शंका येते आहे. पण जरा तूही सांगितलंस तर बरं–”

“कशाबद्दल?”

“मॅट नीट वागला तिथे?”

ब्लेक हादरला. “नीट वागला?”

“स्पष्टच बोलायचं तर त्या सँग की कोण बाईशी तो कसा वागला? तिच्यापुढे गोंडा घोळत होता? डायनाच्या म्हणण्याप्रमाणे तो तिच्याशी फार आपुलकीने वागत होता. मला वाटतंय, तो जरा नको इतक्या सलगीने वागलेला असणार. तुला काय वाटतं?”

“मला वाटतं आपुलकीने वागत होता, सलगीने असं नाही म्हणता यायचं.”

“पण एखाद्या स्त्रीशी आपुलकीने वागायच्याही दोन तऱ्हा असतात पॉल, एक म्हणजे आदर दाखवून आपुलकी व दुसरी प्रेम दाखवून.”

ब्लेकने जरा विचार केला. अखेर तो म्हणाला, “खरं तर मॅटने तिच्याबद्दल जरा जास्तच आपुलकी दाखवली. त्याने डायनासमोर तिचं उघडउघड खूप कौतुक केलं.”

त्याचं बोलणं ऐकून आपल्याला हवा तो मुद्दा काही त्याच्या तोंडून बाहेर पडत नाहीये असं बघून ती म्हणाली, “तुला काय वाटतं, माझ्या नवऱ्याने त्या नॉय सँगमधे इतका रस घ्यायची कारणं फक्त राजकीय असतील? की आणखी काही?”

पॉल ब्लेकची नजर त्या वर सरकलेल्या तोकड्या नाईटीवर खिळलेली होती. त्यामुळे प्रश्न नीट त्याच्या लक्षात यायला वेळ लागला. “खरं सांगू? मॅटला त्या लाम्पांगमधे काडीइतकाही रस नाहीये.”

“म्हणजे त्याला फक्त मादाम नॉयमधेच रस आहे, असंच ना?”

“असा माझा तर्क आहे, ॲलिस. नव्हे माझी खातरीच आहे. त्याला लाम्पांगशी काडीइतकंही कर्तव्य नाही फक्त नॉयशी कर्तव्य आहे.”

“तुला इतकी खातरी वाटायचं कारण?”

“कारणं अनेक आहेत,” ब्लेक म्हणाला. “अगदी सुरुवातीला ती पहिल्यांदा इथे आली व त्यांची औपचारिक भेट झाली तेव्हा, तिला बघताच त्याने आपले सगळे ठरलेले कार्यक्रम रद्द केले आणि सगळा दिवस तिच्याबरोबर घालवला. त्याने तिला आमचं जितकं ठरलं होतं त्याहून कितीतरी जास्त कर्ज पुढचा मागचा विचार न करता मंजूर करून टाकलं. तिच्याकडून मोठा विमानतळ पदरात पाडून घ्यायच्या ऐवजी विनातक्रार तिच्या मर्जीने तिने मान्य केला तो विमानतळ त्याने घेण्याचं कबूल केलं. खरं तर ती त्याच रात्री परत लाम्पांगला जायची होती पण मॅटने आग्रहाने तिला एक दिवस जास्त थांबवून घेतलं, व तो सगळा दिवस तिच्या सहवासात घालवला. नंतर तिची बहीण वारल्याचीच गोष्ट घे. ती काळी की गोरी हेही मॅटला ठाऊक नव्हतं. आणि तरीही तिच्या अंत्यविधीसाठी तो सगळी कामं बाजूला सारून लाम्पांगला गेला. आणि नंतर तिथे त्या दोघांनी काय रंग उधळले ते तर तू टी. व्ही. वर पाहिलं असशीलच!”

“होय, पाहिलं,” ॲलिस तुटकपणे म्हणाली. “मॅटची त्या अर्धवस्त्रा सुंदरीबरोबरची जलक्रीडा पाहिली.”

"यावरून नाही का कळत, मॅटला कशात रस आहे ते?" आता ब्लेकची नजर जरा धिटाईने ॲलिसच्या सर्वांगावरून फिरत होती. मग तो आवाजात खूप तळमळ आणून म्हणाला, "हा तुझा, तुझ्या सौंदर्याच्या, तुझ्या स्त्रीत्वाचा अपमान आहे, ॲलिस."

"वेल. म्हणूनच मी आता वेळीच सावध झाले आहे. या नॉयबद्दल जी काय माहिती असेल ती सांग. तिच्यासाठी मॅटने एवढं वेडं व्हावं असं आहे तरी काय तिच्यात?"

"मला वाटतं तिच्याबद्दल तुला सगळी माहिती आहेच. मी आणखी नवं काय सांगणार?"

"ती खूप सुंदर आहे ना?"

"आकर्षक, रसरशीत, मोहक आहे. पण सुंदर... तुझ्या इतकी सुंदर ती खचितच नाही ॲलिस."

"थँक यू, पॉल." ती क्षणभर घुटमळली. "ती विधवा आहे ना?"

"विधवा? होय."

"पण माझ्या नवऱ्याचं हे वागणं आणखी असंच चालू राहिलं तर काही दिवसांत मलाही एका विधवेचंच जिणं नशिबी येईल. लोकार्थाने नव्हे. पण मानसिकरीत्या तरी. ऐकटेपणाच्या बाबतीत. बरं, हा तिचा नवरा कसा काय वारला?"

"तो त्याच्या ऑफिसात काम करत असताना दोन अज्ञात हल्लेखोरांनी आत घुसून त्याच्यावर गोळ्या झाडल्या. त्याच्या पाठीमागे कम्युनिस्टांचा हात असावा अस मानलं जातं."

"पण हे कसं शक्य आहे?" ॲलिस जरा बुचकळ्यात पडली. "मॅट तर म्हणत होता, तिच्या नवऱ्याचे आणि कम्युनिस्टांचे चांगले संबंध होते म्हणून."

"तसंच काही नाही," ब्लेक म्हणाला. "प्रेम सँगची कम्युनिस्टांचा रीतसर पक्ष बनवून त्यांचा सरकारात समावेश करून घ्यायची धडपड होती."

"पॉल, हे तर काही नीटसं पटण्यासारखं नाही. तो खरोखर कसा वारला हे मला अगदी तपशीलवार समजावून घ्यायचंय."

"पण ॲलिस, ते आपल्याला कुठून कळणार? मी अर्थात माझ्याकडून प्रयत्न करीन."

"कसा?"

"एझ्रा मॉरिसनला काहीतरी ठाऊक असेल. अर्थातच मी त्याला याबाबत अगदी सावधगिरीने विचारीन."

"खरंच. पॉल, खरंच करशील तू असं?"

"अर्थातच. लगेचच."

"कधी?"

"आत्ता, या क्षणी." नंतर तो मोठ्या कष्टाने तिच्या देहावर खेळलेली आपली नजर वळवून उठला. "मला काही कळताक्षणीच मी येतोच."

एझ्रा मॉरिसनला प्रत्यक्ष त्याच्या ऑफिसातच जाऊन भेटलेलं बरं असं ब्लेकने ठरवलं. पण तिथे पोहोचल्यावर मात्र विषयाला सुरुवात कुठून आणि कशी करावी हे त्याला कळेना. तो थोडा घुटमळला.

"काय काम काढलंस पॉल? प्रेसिडेंटचंच काम असेल ना?"

"नाही. फर्स्ट लेडीचं."

"ओह्?"

"काम तसं खासगी आहे. तिची जरा मदत करायची आहे."

मॉरिसनने भुवया उंचावल्या. "तिला मी कुठल्याही स्वरूपाची मदत करायला तयार आहे, फक्त तिने माझं एकच काम करायला हवं. फक्त एकदाच, बस् एकदाच मला संधी दिली तर–" असं म्हणून तो अश्लीलपणे हसला.

"ते तर कुणालाही आवडेल."

"अच्छा? लेका, तूही? अर्थात मला काही तिच्यात तसा फार रस नाही आहे. फक्त ती चांगली चालू बाई आहे असं ऐकतो."

"वेल. पण ते सगळं विसर," ब्लेक म्हणाला. "ॲलिसच्या मनात तिचा नवरा चांगला घट्ट उभा आहे."

"म्हणजे?"

"म्हणजे त्याला सोडायची तिची बिलकूल इच्छा नाहीये," ब्लेक म्हणाला. "तिला फर्स्ट लेडीच राहायचंय. सेकंड लेडी नव्हे. आणि मॅट सध्या नॉय सँगबरोबर ज्या पद्धतीने वागतोय, त्यामुळे ती मनातून जराशी बिथरली आहे."

"हां... ती मादामसुद्धा काय मस्त आहे रे. तिच्याबरोबर जर काही लफडं करायला मिळालं, तर त्यालासुद्धा माझी मुळीच हरकत नाही." मॉरिसन म्हणाला.

"हेच, अगदी हेच तर. ॲलिसला आपला नवरा हेच करील अशी भीती वाटत आहे."

"पण तुला काय वाटतं, तो असं काही करील?"

"त्याने अजून काय करायचं बाकी ठेवलंय?"

"अच्छा. तर त्यामुळे आता फर्स्ट लेडी काळजीत पडली आहे. पण त्याचा तुझ्याशी काय संबंध?"

"ॲलिसला त्या मादाम नॉयबद्दल जास्तीत जास्त माहिती मिळवायची इच्छा आहे. जसं फूटबॉलच्या मॅचपूर्वी आपण विरुद्ध पक्षाबद्दल माहिती गोळा करतो ना,

तसं,'' ब्लेक म्हणाला.

''पण तिच्याबद्दल सगळी तर माहिती सगळ्यांना आहे.''

ब्लेक आता जरा पुढे झुकला. ''नॉयचा नवरा प्रेम, नक्की कसा मेला? कुणामुळे?''

''त्याचा खरं तर माझ्याशी संबंध नाही. त्याला अज्ञात हल्लेखोरांनी मारला.''

''ते सगळ्यांनाच माहितीय रे. प्रश्न असा आहे, त्याला जबाबदार कोण? कुणाचा हात होता त्या खुनामागे?'' ब्लेक क्षणभर थांबला. ''कदाचित... कदाचित ॲलिसला बघायचं असेल, की खुद्द नॉयनेच तर तो कट रचला नव्हता? अर्थात ते शक्य दिसत नाही.''

''कागदोपत्री कम्युनिस्टांचंच नाव गोवलं गेलं आहे.''

''पण तो नुसता संशय झाला,'' ब्लेक म्हणाला. ''खरं कोण असेल?''

मॉरिसनने खांदे उडवले. ''मला खरंच ठाऊक नाही. तुला खरी माहिती सी. आए. ए. कडूनच मिळू शकेल. डायरेक्टर ॲलन रॅमेजला गाठ ना.''

''पण तो सांगेल?''

''खरं तर अशक्यच.''

''मग सत्य बाहेर यायला दुसरा काहीच मार्ग नाही?''

मॉरिसन जरा घुटमळला. मग म्हणाला, ''तसं काढूनच घ्यायचं म्हटलं, तर शक्य आहे.'' मग तो ब्लेककडे रोखून बघत म्हणाला, ''ब्लेक, ही माहिती मिळणं तुझ्या दृष्टीने कितपत महत्वाचं आहे?''

''ते मानण्यावर आहे. फर्स्ट लेडी आपल्याला किती महत्त्वाची वाटते, त्यावर.''

''ओहो. हे आवडलं हं,'' मॉरिसन म्हणाला.

''हे बघ, ॲलिसने माझ्यापाशी हट्टच धरलाय. मी तिला तसं वचन देऊन बसलोय.''

मॉरिसन विचारात पडला. ''बघू. जमवू.''

''नक्की, एझ्रा?''

''प्रयत्न करीन.''

''वचन?''

मॉरिसनने हात पुढे केला. ''एक दोन दिवसांची सवड दे.''

त्याच दिवशी संध्याकाळी छान तयार होऊन एझ्रा मॉरिसन जॉर्ज टाऊनमधल्या मेरी जेन ओन्नेलच्या अपार्टमेंटमधे शिरला.

ती सी. आय. ए. मधे ॲलन रॅमेजच्या खालोखाल महत्त्वाची व्यक्ती होती, डेप्युटी डायरेक्टर फॉर ऑपरेशन्स होती. यावर कुणाचाही विश्वास बसणं कठीण गेलं असतं. ती कामात निष्णात असली तरीही पुरुषी, करारी अजिबात नव्हती. पाच फूट

दोन इंच उंचीची ती एखाद्या बाहुलीसारखी भासे नाजूक, हसरी आणि खेळकर.

मॉरिसनच्या अपेक्षेप्रमाणेच ती बेडरूममधे टी. व्ही. बघत लोळत पडली होती. दर आठवड्याला याच दिवशी ते भेटत. या भेटीची तयारी म्हणून नेहमीसारखे दोन स्कॉचचे ग्लासेस, सोडा वगैरे तयारी शेजारच्या टेबलावर केलेली होती.

थोड्याशा हास्यविनोदानंतर त्यांनी तासभर एकमेकांच्या सहवासात घालवला. अखेर थोडी भावुक होऊन मेरी म्हणाली, "एझ्रा, आठवडाभर तुझी वाट बघत बसते मी. त्यापेक्षा तुझ्या बायकोला सोडून देऊन इथेच का नाही राहात तू?"

"मेरी जेन–"

"घाबरू नको. मी गंमत केली. मला तुझ्यासाठी खूप काहीतरी छान करावंसं वाटतं," ती म्हणाली.

तिचे ते शब्द ऐकताच त्याला ब्लेकबरोबर झालेलं बोलणं आठवलं.

"तू माझ्यासाठी आणखी काय करायचं शिल्लक ठेवलंयस?" असं म्हणून तो खट्याळपणे हसला आणि म्हणाला, "ए, खरंच, एक विनंती होती."

"सांग ना."

"मेरी जेन, मला मादाम सँगबद्दल जरा जास्त माहिती हवी आहे."

मेरी जेन जराशी आश्चर्याने म्हणाली, "त्या लाम्पांगच्या बाईबद्दल?"

"तीच."

"पण तुला तर तिच्याविषयी कुणाहूनही जास्त माहिती आहे."

"अंहं, तसं नव्हे. एका विशिष्ट गोष्टीबद्दल विचारत होतो," मॉरिसन म्हणाला "तिच्या नवऱ्याच्या मृत्यूला नक्की जबाबदार कोण ते हवंय मला."

मेरी जेन आता बिछान्यावर उठून बसली. तिच्या कपाळाला आठ्या पडल्या होत्या. "हे बघ, जरी मला या प्रश्नाचं उत्तर माहिती असतं तरीही मी ते तुला सांगू शकले नसते. आणि हे तुलाही ठाऊक आहे."

"पण मी काही तुला तुझं अति महत्वाचं राजकीय वगैरे गुपित तर फोडायला सांगत नाहीये ना."

"मी तुला जास्तीत जास्त माझा अंदाज सांगू शकेन. जे काही ऑफिसमधे माझ्या उडत उडत कानांवर आलंय त्यावरून," मेरी जेन म्हणाली. "प्रेसिडेंट प्रेम आणि त्याचे कम्युनिस्टांशी जरा सलगीचेच असलेले संबंध या दोन्ही गोष्टींची अमेरिकेला जराशी चिंताच वाटत होती. लँगलेमधे या गोष्टीची वारंवार चर्चा होत असे. असंही क्वचित बोललं जाई, की कसंही करून जर प्रेम सँगची खुर्ची खाली झाली तर आपोआपच त्याची पत्नी नॉय सँग ही प्रेसिडेंट होईल, व ती शेवटी एक तरबेज, मुरलेली राजकारणी तर नाहीच! ती अननुभवी, शेवटी एक अबलाच. व नंतर निवडणुका घेण्याची जेव्हा पाळी येईल तेव्हा ती जनरल नाकॉर्नसारख्या धुरंधर

माणसापुढे टिकूच शकणार नाही. आणि सी. आय. ए. च्या दृष्टिकोणातून हा नाकॉर्न आपला माणूस आहे. तो अमेरिकेचा हितचिंतक आहे.''

"हे खरंय. तो सत्तेवर आला तर आपले बरेच प्रश्न सुटतील.''

"तो कम्युनिस्टांचा कर्दनकाळ आहे,'' मेरी जेन म्हणाली. "तो कम्युनिस्टांचं समूळ उच्चाटन करून टाकेल. आणि आपल्याला साऊथ पॅसिफिकमधे जेवढा हवा तेवढा मोठा हवाई अड्डा मिळू शकेल. त्यामुळे कसंही करून प्रेम सँगचा काटा काढला गेला तर फार बरं होईल. मग नॉयला काही दिवस राज्यावर राहू द्यायचं व नंतर लगेच होणाऱ्या निवडणुकीत राजरोस तिचा पराभव करायचा. अशा स्वरूपाचा विचार चालू होता.''

"ते सगळं झालं. पण प्रत्यक्ष या प्रेम सँगचा काटा काढण्याची जबाबदारी अखेर कुणी घेतली?'' मॉरिसन म्हणाला.

"ते मला जरी ठाऊक असलं, तरीही त्याची चर्चा मी तुझ्याजवळ करणं योग्य नाही एझ्रा. राहू दे तो विषय.'' असं म्हणून तिने आपले डोळे मॉरिसनच्या डोळ्यात एकदा रोखले आणि त्याला बिलगली. त्याबरोबर मॉरिसनचा सगळा विरोध मावळला...

...थोड्या वेळाने परत एकदा धीर करून, आडून आडून मॉरिसनने तो विषय काढला. "प्रेसिडेंट प्रेमला कुणी मारलं?''

"तू असा सोडणार नाहीस. तुला टाऊक आहे. मी तुझ्यावर भाळलेली आहे. अखेर तुझं म्हणणं ऐकल्यावाचून काही मला तरणोपाय नाही,'' मेरी जेन लटक्या रागाने म्हणाली. "माझा बॉस, ॲलन रॅमेज. तोच या सगळ्याचा कर्ता करविता आहे. अर्थात त्याने मात्र प्रत्यक्ष स्वत: काहीच केलेलं नाही. माझ्या कल्पनेप्रमाणे त्याने फक्त लाम्पांगचा सी. आय. ए. स्टेशन हेड पर्सी सीबर्ट याला कळवलं.''

"आणि सीबर्टने काय केलं?''

"मी ते खातरीपूर्वक सांगू शकणार नाही. पण साधं, सरळ, तर्कशुद्ध उत्तर असं की, त्याने अमेरिकेची ही इच्छा फक्त जनरल नाकॉर्नपर्यंत पोहोचवली. बहुधा त्यांनी अंडरवुड साहेबांचीच तशी इच्छा असल्याचंही सांगितलं असेल. झालं समाधान माझ्या रोमिओ?''

"होय, स्वीट.''

"पण एक लक्षात ठेव. हे तुला कुणी सांगितलं? मी मुळीच नाही. एखादं पाखुरू कानगोष्टी करून गेलं. माझं नाव जर यात गोवशील ना, तर खबरदार.''

"पण मी तर तुला नीट ओळखतसुद्धा नाही.''

दुसऱ्या दिवशी सकाळीच पॉल ब्लेकला फोन करून ही बातमी द्यायची ठरवली. पण फोन करण्याआधी तो परत विचारात पडला. हे खरं असेल ना? पण असणारच म्हणा. अखेल रॅमेजच्या खालोखाल सी. आय. ए.मधे तीच तर होती.

ब्लेक लगेचच फोनवर आला.

"पॉल, तू आत्ता एकटाच आहेस?" मॉरिसन म्हणाला.

"जवळजवळ आहेच म्हण."

"मी तुझ्या स्टाफबद्दल बोलत नाहिये. मला एवढंच हवंय, जवळपास कुठे प्रेसिडेंट तर नाही?"

"नाही. तो बाहेर गेला आहे. तासभर तरी येणार नाही. पण का बरं? काही हाती लागलं?"

"होय. कदाचित सगळंच."

"पण कुणाकडून कळलं?"

"सी. आय. ए. मधील एका अत्यंत विश्वसनीय उच्चपदस्थाकडून कळलंय."

"लगेच सांग ना. मला फार उत्सुकता लागून राहिलीय."

"पण फोनवर सांगणं शक्य नाही." मॉरिसन म्हणाला. "त्यापेक्षा तू इकडेच काही काम काढून सेक्रेटरी ऑफ स्टेटला भेटायला का नाही येत?"

"हा काय... निघालोच."

"मीही इथे अगदी एकटाच आहे."

बरोबर अर्ध्या तासात ब्लेक हजर झाला.

मॉरिसनने सेक्रेटरीला आता कुणालाही आत सोडायचं नाही वा फोनही द्यायचा नाही अशी सूचना केली.

नंतर मॉरिसन ब्लेकसह सोफ्यावर बसला.

"आता जवळजवळ सगळंच कोडं सुटलंय म्हण ना," मॉरिसन म्हणाला.

"आणि हा माहितगार तुझ्या अगदी विश्वासातला आहे ना?"

"प्रश्नच नाही."

"मग सांग लवकर, एझ्रा."

मग सावकाश, एकेक शब्द अगदी जपून उच्चारत मॉरिसनने मेरी जेन ओन्नेलकडून कळलेली सगळी हकिकत ब्लेकला सांगितली. अर्थात तिचं नाव गुप्त ठेवून. सगळं सांगून संपल्यावर तो म्हणाला, "आता तुझ्या डोक्यात प्रकाश पडला ना पॉल?"

"पण अजूनसुद्धा याला जबाबदार नक्की कोण व्यक्ती होती हे काही सांगता यायचं नाही ना?" ब्लेक म्हणाला.

"म्हणजे मारेकरी कुणी घातले? पण मला वाटतं हे इथे तितकंसं महत्त्वाचं नाही. हा खुनाचा कट शिजला तोही सी.आय.ए., ॲलन रॅमेज आणि सरतेशेवटी प्रेसिडेंट अंडरवुडच्या पूर्ण संमतीनेच व नंतर पार पडला तोही त्यांच्या संमतीनेच. कारण काही झालं तरी प्रत्येक गोष्ट करण्याआधी सी. आय. ए. ला औपचारिकरीत्या प्रेसिडेंटची लेखी संमती घ्यावीच लागते."

''पण समजा... या गोष्टीची अंडरवुडला कल्पना नसली तर?''

मॉरिसनने हुंकार दिला. ''माझ्या मते विचारशील तर त्याला या सगळ्या कारस्थानाची व्यवस्थित कल्पना असणार. आणि कल्पना असो वा नसो, अखेर त्याची जबाबदारी पोहोचते ती प्रेसिडेंटच्याच शिरावर.''

''माझा तर विश्वासच बसत नाहीये.''

''पण तुझा या माहितीच्या आधारे नक्की काय करायचा विचार आहे?''

आता पॉल उठून उभा राहिला. ''मी फर्स्ट लेडीला सांगणार आहे. आता तिला हे ऐकून काय वाटेल, तिचं पुरतं समाधान होईल की नाही हे फक्त तीच जाणे.''

मग तो निघाला. ''थँक्स एझ्रा. मी याची परतफेड कधीतरी करीन.''

ब्लेकचा भेटायला येतो असा निरोप येताच ॲलिस अंडरवुड त्याच्या स्वागतासाठी काळजीपूर्वक तयार होऊ लागली.

परत एकदा काळ्या झिरझिरीत वस्त्रातील आपली छबी तिने आरशात पुन्हा पुन्हा न्याहाळली. ब्लेक आत येताच परत तिने त्याला आपल्या समोर बसवून घेतलं.

पॉल ब्लेकला समोरचं हे अप्रतिम लावण्य डोळ्यात किती सामावू आणि किती नको असं झालं होतं. तिने पाच मिनिटं त्याची समाधी अजिबात भंग केली नाही.

अखेर ती हलकेच म्हणाली. ''काही बातमी हाती आली, पॉल?''

पॉलच्या चेहऱ्यावरून मात्र त्याच्या डोक्यात तो प्रश्न शिरल्याचं दिसत नव्हतं. त्याच्या मनात वेगळेच विचार येत होते. ज्या अर्थी ही आपल्याशी इतक्या... अं... मोकळेपणे वागतेय त्याअर्थी हिचं हिच्या नवऱ्याशी चांगलंच वाजलेलं दिसतंय. मग कदाचित... थोडं धाडस करून... आपण फक्त एकदाच या संधीचा फायदा उठवायला काय हरकत आहे? जास्त नको, फक्त एकदाच... आत्ताच. पण छे! नकोच ते. विस्तवाशी खेळायला न गेलेलंच बरं. विस्तव कसला आगच ही. आणि मग अचानक तो भानावर आला. ॲलिसने परत तोच प्रश्न विचारला.

''प्रेसिडेंट प्रेमच्या मृत्यूला कारणीभूत कोण असावं याची मला साधारण कल्पना आली आहे,'' ब्लेक म्हणाला.

''कोण?''

''तुझा नवरा. ॲलिस, एका अर्थी तोच या घटनेला जबाबदार आहे.''

ॲलिसला बसलेला धक्का जबरदस्तच होता. ''ते अशक्य आहे.''

''आधी माझं बोलणं तर ऐकून घे. मग काय ते ठरव.''

''मॅट?'' ती म्हणाली, ''हे असं कुणाचा खून वगैरे करवण्याचं काम मॅटचं शक्यच नाही. तू प्लीज मला काय ते सगळं सांग.''

''मग ऐक तर,'' ब्लेक म्हणाला. ''प्रेम सँगची अमेरिकेला लाम्पांगमधे लष्करी विमानतळ द्यायला अजिबात तयारी नव्हती. त्याला कम्युनिस्ट चळवळीच्या नेत्यांशी

समझोता घडवून आणून कम्युनिस्ट चळवळीला राजकीय पक्षाचा दर्जा देण्याची इच्छा होती. आणि हे धोरण अमेरिकेच्या विरुद्ध होतं हे तुझ्या लक्षात आलंच असेल.''

"हो. मला कल्पना आहे त्याची.''

"त्यामुळेच सी. आय. ए.तल्याच कुणाच्यातरी डोक्यात असा विचार आला की ह्या प्रेमची खुर्ची जर काही कारणाने खाली करता आली, तर त्याची जागा त्याची पत्नी नॉय घेईल. आणि ती एक अबला असल्याने जनरल नाकॉर्नला याचा फायदा उठवता येईल. पर्यायाने अमेरिकेचा फायदा होईल.''

"मग त्यामुळे प्रेमचा काटा काढण्याचा निर्णय कुणीतरी घेतला.''

ब्लेकने होकार दिला. मग त्याने त्यात गुंतलेल्या लोकांची नामावळीच सांगितली. आधी रॅमेज. नंतर सीबर्ट. पण अर्थात या सगळ्या प्रकाराला प्रेसिडेंट अंडरवुडची मंजुरी असणं आवश्यक होतं. "मॅटकडे सी. आय. ए. चे रोजचे रोज अहवाल पाठवले जातात. त्याच्या नजरेखालून अगदी बारीकसारीक प्रत्येक गोष्ट जाते.''

ॲलिसला अजूनही ते पटलेलं नव्हतं. "नाही पॉल. काही झालं तरी मॅट एखाद्या व्यक्तीच्या खुनाच्या कटाला संमती देणंच शक्य नाही. तो फारच मऊ, कनवाळू हृदयाचा आहे. कदाचित त्याने तो विशिष्ट सी. आय. ए. अहवाल पाहिलाच नसेल.''

ब्लेकने खांदे उडवले. "पण त्याने बघितला असण्याची शक्यता जास्त आहे. त्याला टाळून कुठलीही गोष्ट करता येणं कोणाला शक्य नाही.''

"पण ही माहिती कितपत खातरीशीर आहे?''

"अतिशय खातरीलायक.''

"तर मग मॅटच झाल्या गोष्टीला जबाबदार आहे म्हण की!'' तिचा चेहरा अचानक उजळून निघाला. "नॉय विधवा होण्यास तोच जबाबदार आहे.''

"होय.''

"वा! फारच छान! ''

ती खूष होऊन हसत मागे कलंडली. समोर बसलेल्या पॉलच्या अंगावर गोड शिरशिरी आली. तो अस्वस्थ झाला.

"त्यात काय छान ?'' ब्लेक पुटपुटला. "आणि तू या माहितीचं करणार काय?''

"मी फक्त हे नॉय सँगला सांगणार.''

"तू काय?''

"का नाही सांगू?'' ॲलिस म्हणाली. "नॉय अजून अमेरिकेतच आहे वेलस्लेतच. तू मॉरिसन करवी तिचा पत्ता काढ. त्याला म्हणावं तिला मुद्दाम स्टेट डिपार्टमेंटतर्फे चहापानासाठी बोलावून घे. त्या हवाई अड्ड्याच्याच इतर तपशिलासंबंधी चर्चा

करायच्या निमित्ताने. मग मॉरिसनला भेटायला म्हणून नॉय आली की मी तिला भेटेन. होय, समोरासमोर एका आमचा सामना होऊनच जाऊ दे. मी तिच्यापुढे सगळं उघड करणार आहे. ते ऐकलं, की ती परत माझ्या नवऱ्याच्या वाटेला जाणारच नाही. त्याच्या वाऱ्याला उभी राहणार नाही. मग तू करशील ना ती व्यवस्था?''

नॉयशी वेलस्ले येथे संपर्क साधण्यात आला. परत वॉशिंग्टनला येऊन स्टेट डिपार्टमेंटमधे तिने मॉरिसनबरोबर चहापान व चर्चेस उपस्थित राहावं अशी तिला विनंती करण्यात आली.

मग ठरल्याप्रमाणे दोघं भेटले. चर्चा झाली. पण तिला त्याचा हेतू काही कळेचना आणि अचानक काहीतरी कामाची सबब काढून मॉरिसन जायला उठला. ''मादाम नॉय, मला इजिप्तच्या फॉरिन मिनिस्टरबरोबर मीटिंग आहे म्हणून मी निघतो. पण तुम्हाला भेटायला कुणीतरी येणार आहे, तेव्हा कृपया तुम्ही फक्त दहाच मिनिटं इथे थांबावं अशी माझी विनंती आहे.''

''ठीक आहे. काही हरकत नाही,'' नॉय म्हणाली.

ती एकंदर सगळ्या प्रकाराने जरा बुचकळ्यातच पडली होती. ती चहाचे घुटके घेत तशीच बसून राहिली. इतक्यात दार उघडलं आणि एक उंच, देखणी, रुबाबदार स्त्री, आत आली.

तिचा चेहरा नॉयला खूप ओळखीचा वाटला.

इतक्यात ती स्त्रीच म्हणाली, ''मादाम सँग, मी माझी ओळख सांगते. मी ॲलिस अंडरवुड. प्रेसिडेंट अंडरवुडची पत्नी. मी येऊ?''

''अर्थात,'' नॉय जरा बावरूनच म्हणाली.

ॲलिस नॉयच्या समोरच बसली. ''तुम्ही परत माझ्याबरोबर थोडा चहा घेणार?'' ती दोघींच्या कपात चहा ओतत म्हणाली. ''माझी तुम्हाला भेटायची इच्छा होती मादाम नॉय, म्हणूनच मी मि. मॉरिसनना तुम्हाला बोलावून घ्यायची विनंती केली होती. मला तुमच्याशी जरा खासगी बोलायचंय.''

नॉयच्या काहीच ध्यानात येईना. हिला आपल्याशी काय खासगी बोलायचं असेल? ती तशीच अवाक्‌पणे बसून राहिली.

बसल्याबसल्या तिने समोर चहा ओतणाऱ्या फर्स्ट लेडीकडे जरा नीट निरखून पाहिलं. ही इतकी जगावेगळी सुंदर देखणी पत्नी लाभलेली असताना प्रेसिडेंट अंडरवुड आपल्यात इतका रस का घेतो, असा विचार तिच्या मनात चमकून गेला. नॉयच्या नजरेला ती एखाद्या शिल्पासारखी सुंदर भासली. केवळ अद्वितीय. तिच्या हालचाली अत्यंत सहज होत्या. आत्मविश्वास त्यातून व्यक्त होत होता.

तिच्या तुलनेने आपण किती उण्या आहोत. क्षुद्र आहोत. रंग, रूप, बांधा– कशाच्याच बाबतीत हिच्या जवळपास सुद्धा पोहोचणार नाही आपण.

तिला निरखून बघता बघता तिने आपली अशी गुप्तपणे भेट घ्यायचं प्रयोजन तरी काय असा नॉय विचार करत होती. तेवढ्यात ॲलिसनेच बोलायला सुरुवात केली. "मादाम नॉय, मी तुमची अशी एकान्तात भेट घ्यायचं कारण म्हणजे अगदी योगायोगानेच तुमच्या पतीच्या हत्येबद्दलची काही गुप्त माहिती माझ्या हाती नुकतीच लागली आहे."

"प्रेमच्या हत्येबद्दल मला न माहिती असलेलं काहीतरी तुम्ही जाणता?"

"मला वाटतं, मी जे काही तुम्हाला सांगणार आहे ते फक्त एक स्त्रीच दुसरीला सांगू शकेल."

नॉय मनातून अस्वस्थ झाली. "आणि ते म्हणजे... "

"तुमच्या पतीचा मृत्यू का झाला, खरं तर... त्याचा खून कोणी केला हे मला ठाऊक आहे."

हे फार धक्कादायक होते. "तुम्हाला हे ठाऊक आहे ? प्रेमच्या खुनाबद्दल?"

ॲलिसने हातातला कप खाली ठेवला. "हो. मला सगळं कळलंय."

"पण जे मला शोधून काढता आलं नाही, ते तुम्हाला... इथे आठ हजार मैलावर बसून... "

"ते कसं ते ऐकल्यांवर तुमच्या लक्षात येईलच, "ॲलिस म्हणाली. "तुम्ही विधवा का व कुणामुळे झालात हे तुम्हाला कळायला हवं. तुम्हाला अधिक दुःख द्यावं म्हणून मी हे सांगत नाहीये. पण रहस्याचा उलगडा झाला की तुम्हाला बरं वाटेल म्हणून. "

"जे सत्य असेल ते मोकळेपणे सांगा."

"ठीक आहे. ऐका तर मग. तुमची व माझ्या पतीची अलीकडे चांगलीच मैत्री झाली आहे. तुम्ही त्याच्या व्यक्तिमत्त्वाने चांगल्याच प्रभावित झालायत, होय ना ?"

"तो मला एक सज्जन माणूस वाटतो."

ॲलिसची मुद्रा कठोर झाली. "सज्जन तो आहेच. पण त्याने फसू नका. तो तुमच्याशी इतका चांगला वागतो, तुम्हाला इतका सन्मान देतो, याचं कारण त्याचं मन त्याला खातंय. तो तुमचा अपराधी आहे. आणि खरं सांगू? एक गोष्ट इथे तुम्ही लक्षात घ्या, माझा नवरा मोठा देशभक्त आहे. आपल्या मातृभूमीवर त्याचं प्राणापलीकडे प्रेम आहे. तो तिच्यासाठी काहीही करेल. आणि मग त्यासाठी आपल्या मार्गात आडवं आलेल्या कुणाचा बळी घ्यायलाही तो कचरणार नाही."

नॉय हादरली होती. "तुमच्या म्हणण्याचा अर्थ...?"

"मी उघड तुम्हाला सांगते आहे, मादाम सँग, की माझ्या पतीच्या मार्गात

तुमचा पती आडवा आला. आम्हाला जो हवाईअड्डा इतक्या निकडीने हवाय तो देण्यास प्रेसिडेंट प्रेमचा विरोध होता. त्याहीपेक्षा वाईट म्हणजे प्रेसिडेंट प्रेमची कम्युनिस्टांशी समझोता करायची तयारी होती. या गोष्टीचं प्रेसिडेंट अंडरवुडवर फार मोठं दडपण आलं होतं. त्यामुळेच प्रेम सँगचा कायमचा बंदोबस्त करण्याचा प्रस्ताव सी. आय. ए.ने जेव्हा पुढे केला, तेव्हा मॅटने त्याला जराही विरोध केला नाही. अमेरिकेच्या प्रेसिडेंटच्या मनाविरुद्ध किंवा त्याला नकळत सी. आय. ए.ला एक पाऊलही उचलणं शक्य नाही हे तुम्हाला ठाऊकच असेल. आणि काहीही असलं तरी– जाणूनबुजून अथवा नकळत पण मॅटने सी. आय. ए.च्या या प्लॅनला संमती दिलीच. आणि तुमच्या पतीचा काटा काढण्यात आला. त्यानंतर अपेक्षेप्रमाणेच तुम्ही सत्तेवर आलात. तुम्ही निरुपद्रवी होता, आणि याच कारस्थानाचा पुढचा भाग म्हणजे येत्या निवडणुकीत तुमचा पाडाव करून अमेरिकेचा एक हितचिंतक सत्तेवर आणायचा.''

नॉयच्या चेहऱ्याचा रंग उडला होता. ''माझा यावर विश्वास बसत नाही.''

''विश्वास ठेवा, मादाम नॉय सँग.''

''पण ही गोष्ट तुम्हाला कशी कळली?''

''आमच्या सेक्रेटरी ऑफ स्टेटच्या ही गोष्ट नजरेस येताच त्याने मला ती कळवली.''

''पण मग इतकं भयानक वागल्यानंतर मला इथे कशासाठी निमंत्रण दिलं गेलं? तुमचा पती माझ्याशी इतका चांगुलपणे का वागला?''

''मी तुम्हाला आधीच स्पष्ट केलंय. अपराधी भावना. मॅटचं ते वागणं कितीही भयंकर वाटलं तरी तो अंतर्यामी फार कनवाळू हृदयाचा आहे. त्याची ती कमजोरी आहे. त्याच्या हातून काहीतरी भयानक घडतं आणि नंतर त्याचं मन त्याला खायला लागतं. घडली गोष्ट तर तो काही बदलू शकत नाही. पण त्याला त्याचं फार वाईट वाटतं. अशाच प्रकारे तो तुमच्याशी चांगलं वागून झालेल्या गोष्टीची भरपाई करायचा प्रयत्न करतोय.''

नॉय बराच वेळ स्तब्ध बसून होती.

अखेर तिने विचारलं, ''पण हे सगळं तुम्ही मला कशासाठी सांगितलं.''

उत्तर देण्याआधी बराच वेळ ॲलिसने नॉयकडे रोखून पाहिलं. ''मला त्याबद्दल काही अपराधीपणाची भावना वाटत नाहीये. जे घडलं त्यात माझा काहीच दोष नव्हता. तुमच्यावर जो प्रसंग आला त्याबद्दल मला दुःख नक्कीच होतंय. पण मी तुम्हाला काही तुमचा पती परत आणून देऊ शकत नाही. मी तुमची गाठ घेण्याचं कारण वेगळंच आहे.''

''कोणतं ?''

''तुम्ही तरुण आहात, सुंदर आहात. कित्येक पुरुषांना तुम्ही आकर्षक वाटत असाल. माझ्यात नाहीत असे कितीतरी गुण तुमच्या अंगी आहेत, निदान माझ्या नवऱ्याच्या दृष्टीने!'' असं बोलून ती काही काळ तशीच थांबली, नॉयच्या चेहऱ्यावरचे भाव अजमावत. ''माझा नवरा गेले काही दिवस तुमच्यात गुरफटलाय. सुरुवातीला मनातल्या अपराधीपणाच्या भावनेतून तो तुमच्याशी सहानुभूतीने वागला. पण नंतर तो तुमच्याकडे आकर्षित झाला, आणि हीच गोष्ट मला घडायला नकोय. झालं ते तेवढ्यापुरतंच बस. मॅट शेवटी माझा नवरा आहे आणि त्याला सोडायची मला बिलकुल इच्छा नाही. मला त्याची पत्नी आणि अमेरिकेची फर्स्ट लेडी राहायचंय. मला यापुढे कसलेही पोरखेळ चालणार नाहीत. माझा नवरा काही काळापुरता तुमच्याकडे आकर्षित झाला असला, तरी त्याला आणखी उत्तेजन देण्याचा मूर्खपणा तुम्ही करू नये असं मला वाटतं. तो खरा, अंतर्यामी कसा आहे हेच मला तुम्हाला दाखवून द्यायचंय. वेळप्रसंग आला तर तो इतका कठोर होऊ शकतो, की नको असेल त्या माणसाचा बळी घ्यायलाही मागेपुढे पाहात नाही. मला फक्त एवढंच सांगायचंय, की तुमच्या पतीच्या मृत्यूच्या कटात तो सहभागी होता हे कळल्यावर तरी तुमचे डोळे उघडू दे व त्याला तुम्ही काही प्रतिसाद देऊ नका. तुमच्या दोघांमधे जे काही संबंध होते ते आता संतुष्टात यायलाच हवेत. आणि माझ्या या आजच्या बोलण्यानंतर तेवढी गोष्ट जरी साध्य करू शकलो तरी मला समाधान आहे. आता यापुढे फक्त राजकीय कारण सोडून इतर कोणत्याही कारणाकरता तुम्ही मॅटला भेटणार नाही अशी मी आशा बाळगते.''

नॉयने ॲलिसकडे रोखून पाहिलं. ''तुम्ही फारच स्पष्टवक्त्या आहात.''

''तुमच्या दोघांमधले संबंध संपुष्टात आणायचा तेवढा एकच मार्ग मला सापडला.''

''ते तर संपुष्टात आलेच आहेत,'' नॉय उभी राहात म्हणाली. ''तुम्ही मला जरा बाहेर पडायचा रस्ता दाखवला तर बरं.''

प्रेसिडेंट अंडरवुड व्हाईट हाऊसमधे परत आला आणि समोर हाय हास्कनला बघून चकितच झाला.

''मी फार कामात आहे.'' अंडरवुड त्याला फटकारत म्हणाला.

''इतके कामात, की स्टेट डिपार्टमेंटच्या ऑफिसात मादाम नॉय सँग काय करत होत्या हे सांगण्याइतकाही वेळ तुमच्यापाशी नाहीये?''

अंडरवुड चालता चालता मधेच थांबला. ''ती वॉशिंग्टनमधे आहे? छे. ती तर आज माझ्या मुलीबरोबर वेलस्लेमधे काही तास घालवून नंतर बोस्टनहून सरळ लाम्पांगला परत जायची होती.''

“पण ती इथे आहे,” हास्कन म्हणाला, “किंवा निदान काही वेळापूर्वी तरी होती. तुमचा तिला भेटायचा विचार आहे का ?”

“मुळात ती इथे आहे हेच जर मला ठाऊक नव्हतं, तर माझा तिला भेटायचा विचार असेलच कसा? पण माहितीबद्दल थँक्स, हास्कन. आता मला खूप काम आहे.”

असं म्हणून प्रेसिडेंट ताबडतोब ओव्हल ऑफिसमधे शिरला. मात्र कामाला सुरुवात करण्यापूर्वी त्याने पॉल ब्लेकला ताबडतोब भेटायला बोलावलं. तो आल्या आल्या अंडरखुडने त्याला बसायलाही न सांगता एकदम प्रश्नांची सरबत्ती चालू केली.

“हे मादाम सँगबद्दल मी काय ऐकतोय?” प्रेसिडेंट जोरात म्हणाला.

“काय ऐकलंस मॅट ?”

“ती या शहरातच आहे, हे खरं आहे?”

“होय. खरंय. सेक्रेटरी मॉरिसनला तिला भेटायचं होतं त्यामुळे त्याने मला तिच्याशी वेलस्लेमधे संपर्क साधायला सांगितला. मी त्याप्रमाणे तिला निरोप दिला. तिने आपलं परत जाणं लांबवलं आणि ती तडक इथे आली. मीच तिला स्टेट डिपार्टमेंटमधे नेऊन पोहोचवलं.”

“एका देशाची प्रेसिडेंट इथे येते आणि मला ते कळवलं जात नाही, याचा अर्थ काय ?” अंडरवुड गरजला.

“तुम्ही त्या महत्त्वाच्या मीटिंगमधे गुंतला होता.”

“मग तिने मॉरिसनची गाठ घेतली?”

“होय. मी स्वतःच तिला मॉरिसनकडे घेऊन गेलो.”

“पण मॉरिसनचं तिच्याशी काय काम होतं ?”

“माझ्या माहितीप्रमाणे लाम्पांगवरच्या आपल्या लष्करी विमानतळाबद्दलचेच काही तपशील ठरवायचे असावेत.”

अंडरवुडच्या कपाळाला आठ्या पडल्या. “पण ती चर्चा तर फार पूर्वीच झाली देखील होती.”

ब्लेक जरा अस्वस्थ होऊन अंडरवुडच्या नजरेला नजर न देता म्हणाला, “शिवाय फर्स्ट लेडीने मादाम सँगना भेटायची इच्छा व्यक्त केली होती.”

“काय? ॲलिसने नॉय सँगची भेट घेतली ?”

“असं मी ऐकतो.”

अंडरवुडने भुवई उंचावली. “हे सगळं कशाबद्दल?”

“मला खरंच ठाऊक नाही मॅट, खरंच,” ब्लेक म्हणाला.

“ओ. के, पॉल थँक्स. आता तू जाऊ शकतोस. मी काय घडलं ते स्वतःच शोधून काढीन.”

ब्लेक ऑफिसातून बाहेर पडताक्षणीच अंडरवुडने सेक्रेटरीला सांगून ब्लेअर

हाऊसमधे नॉय सँगशी फोनवर बोलण्याची इच्छा व्यक्त केली.

बरोबर एकाच मिनिटात नॉय फोनवर आली.

"तू इथे आल्याचं मला आत्ताच समजलं, " अंडरवुड म्हणाला. "खरं तर मला आश्चर्याचा धक्काच बसला. माझ्या चीफ ऑफ स्टाफच्या म्हणण्याप्रमाणे तू म्हणे माझ्या पत्नीची गाठ घेतलीस."

"होय. घेतली."

नॉयच्या आवाजात नेहमी कधीच न जाणवणारा तुटकपणा मॅटला आत्ता प्रकर्षाने जाणवला. "मी आत्ता तुला भेटू शकतो? ॲलिसच्यात आणि तुझ्यात काय बोलणं झालं ते जाणून घ्यायची मला इच्छा आहे."

"सॉरी. आत्ता ते शक्य नाही. मी आराम करते आहे. मग मी आणि मार्सोप लगेच परत जायला निघणार आहोत."

"मला भेटायला सुद्धा वेळ नाही तुला?" अंडरवुड आवाजातील दुखावलेपणा न लपवता म्हणाला. "एक मिनिट तरी वेळ काढू शकशीलच की."

"शक्य नाही," नॉय म्हणाली.

अंडरवुडला धक्का बसला. "तूच... तूच बोलतेस हे नॉय? तुला काय झालंय? काही बिनसलंय का? "

"बरंच काही बिनसलंय."

"पण मला सुद्धा नाही का सांगणार?"

फोनवर क्षणभर शांतता पसरली. मग नॉय थोडा विचार करून म्हणाली, "ठीक आहे. तू इकडे ये. मीच तुला सगळं काही सांगते. इतर कुणाकडूनही कळण्यापेक्षा माझ्याकडूच कळलेलं बरं."

आपल्या अंगरक्षकांना दाराबाहेर उभं करून अंडरवुड आत शिरला. मार्सोप त्याची वाटच बघत होता. त्याचा चेहरा अगदीच निर्विकार होता. त्याने अंडरवुडला बसायला सांगितले. "मादाम सँग तुमची एक मिनिटातच भेट घेतील."

काही क्षणातच नॉय बाहेर आली. तिचा चेहरा अतिशय गंभीर होता. हास्याची पुसटशी सुद्धा खूण नव्हती. अंडरवुड तिला बघताच उडी मारून उठला व पुढे होऊन नेहमीसारखं तिला प्रेमभराने जवळ घेऊ लागला. पण ती मागे सरकली. तिने हस्तांदोलनही केलं नाही व त्याच्या समोरच्या दूरच्या खुर्चीवर बसली.

"अच्छा.. नक्कीच काहीतरी बिनसलेलं दिसतंय," अंडरवुड म्हणाला. "नॉय, हा सगळा काय प्रकार आहे? माझ्या तर काही नीट लक्षातच येत नाहिये."

"मी सांगते," ती म्हणाली. "या गोष्टीचा माझ्या पतीच्या हत्येशी संबंध आहे. अखेर त्या गोष्टीला जबाबदार कोण हे मला कळून चुकलंय."

हे सगळं इतकं अनपेक्षित चाललं होतं की मॅट अंडरवुडला त्यावर काय बोलावं तेच कळेना. अखेर तो कसाबसा म्हणाला, "कोण?"

नॉयच्या आवाजातला, चेहऱ्यावरचा गोडवा पार कुठल्याकुठे पळाला होता. तिचा आवाज कमालीचा थंड येत होता.

"आता स्वत:ला कळत नसल्याचं सोंग करताय?"

"मला खरंच ठाऊक नाही. तू कशाबद्दल बोलतेयस तेच माझ्या लक्षात येत नाहीये," नॉयच्या चेहऱ्याकडे रोखून पाहात काही बोध होतोय का ते त्याने अजमावायचा प्रयत्न केला. पण तिच्या चेहऱ्यावरून काही कळेना. अंडरवुडने परत विचारलं, "प्रेमच्या मृत्यूला कोण जबाबदार होतं?"

"तुम्ही" नॉय ओरडली. "तुम्ही मि. प्रेसिडेंट, तुम्ही जबाबदार होता. माझ्या पतीच्या मृत्यूला तुम्ही जबाबदार होता."

आपली काही ऐकण्यात चूक झाली असावी असं अंडरवुडला वाटलं.

"काय– काय म्हणालीस तू? "

नॉयने परत तोच आरोप केला. "तुम्ही मि. प्रेसिडंट, तुम्हीच जबाबदार आहात माझ्या पतीच्या मृत्यूला."

अंडरवुड अवाक् झाला. "ठीक आहे. माझी ऐकण्यात काही चूक झाली नव्हती. मी याहून काही मूर्खपणाचं बोलणं आजवरच्या आयुष्यात ऐकलं नव्हतं."

"पण ही वस्तुस्थिती आहे."

"हा निव्वळ मूर्खपणा आहे. नॉय, तू काय बडबडते आहेस याचं तुला भान आहे का?"

ती आता ताठ बसली. "मी काय बोलते आहे त्याची मला पूर्ण जाणीव आहे. मला अत्यंत विश्वासार्ह माहितगाराकडून कळलंय की तुम्ही सी. आय. ए. द्वारा माझ्या पतीचा काटा काढला जावा अशी व्यवस्था केली– याचं कारण तो कम्युनिस्टांशी मैत्रीचे संबंध प्रस्थापित करत होता म्हणून. त्याच्या शत्रूच्या कानावर तुम्ही असं घातलं की त्याला वाटेतून दूर करण्यात यावं."

अंडरवुड आता उठून उभा राहिला. "नॉय, हे सगळं तुझ्या मनात कुणी भरवलं याची मला कल्पना नाही. हे भयंकर असत्य तू कुठे ऐकलंस?"

नॉय त्याच्या नजरेला नजर देत म्हणाली, "प्रत्यक्ष तुमच्या पत्नीकडून. मि. प्रेसिडेंट मी आज तिला भेटले. तिने मला तोंडावर असं सांगितलं. तुमची पत्नी खोटारडी आहे असं तुम्हाला म्हणायचंय का ?"

"ती खोटारडी नाहीये. पण माझ्यावर असला घाणेरडा आरोप जर तिने केला असेल तर ती आहे असंच म्हणावं लागेल. तिने तुला जे काही सांगितलं तो निव्वळ वेडेपणा आहे."

"अच्छा?" नॉय म्हणाली. "तिला तर सरळ सरळ तुमच्या सेक्रेटरी ऑफ स्टेटकडूनच कळलं. तिला ते ऐकल्यावर अस्वस्थ वाटलं. तिला माझ्याबद्दल सहानुभूती वाटली शिवाय तुमच्याशी मी भविष्यकाळात नीट विचारपूर्वक वागावं अशी सावधगिरीची सूचना तिने मला दिली. आपल्या देशाच्या हितापुढे तुम्ही एखाद्या व्यक्तीच्या जिवाचं काही बरं वाईट करायलासुद्धा कचरत नाही असं ती म्हणाली."

"नॉय. हे ती कुठल्या आधारावर म्हणाली... मला तर काही कळत नाहीये. प्रेमच्या मृत्यूशी माझा खरोखरच काही संबंध नाही. यातील एक अक्षरही खरं नाहीये. तुला तिने हे असलं सांगावं हा एक मूर्खपणा. आणि तूही ते लगेच खरं मानून त्यावर विश्वास ठेवावास हा तर मूर्खपणाचा कळसच." तो असंच आणखी बोलत राहिला. "पण खरंच, इतकं भयंकर असत्य तुला सांगण्यात ॲलिसचा काय हेतू असावा?"

"तेही तिने अगदी स्पष्टपणे कबूल केलं," नॉय म्हणाली. "तिच्या मते आपली आपापसातली जवळीक वाढत चालली होती. तुम्ही माझ्यात फारच रस घेत होता. त्यामुळे तुम्ही अंतर्यामी खरे किती स्वार्थी आणि दुष्ट आहात हे मला कळून मी वेळीच सावध व्हावं या हेतूनेच तिने मला हे सगळं सांगितलं."

"पण मी कसा आहे ते तुला ठाऊक आहे."

नॉयने मान हलवली. "नाही, खरं तर नाही. अंतर्यामी तुमचा खरा रंग, तुमचं खरं स्वरूप काय, हे मला कुठून ठाऊक असणार? शिवाय या गोष्टीत काही तरी सत्य असल्याखेरीज तुमची खुद्द पत्नी मला तुमच्याविषयी बरं-वाईट कशाला सांगेल? मॅट, माझा तिच्यावर विश्वास आहे. माझे हे आरोप तुम्हाला अगदीच अनपेक्षित असल्याने तुम्ही असत्याची ही ढाल आत्ता पुढे केली आहे. तुम्ही खोटं बोलत आहात. आणि जर खोटं बोलत नसाल, तर तुम्ही निष्काळजीपणे वागला आहात. सी. आय. ए. तुमच्या लेखी संमतीशिवाय कुठलंही पाऊल उचलू शकत नाही ही गोष्ट शेंबड्या पोरालादेखील ठाऊक असते. कदाचित त्या फर्मानावर सही करण्यापूर्वी त्यावर एकवार नजर फिरवण्याचे कष्टही तुम्ही घेतले नसतील. तुमच्या निष्काळजीपणाने माझ्या पतीची हत्या झाली असेल. काहीही असलं तरी प्रत्यक्ष वा अप्रत्यक्ष तुम्हीच जबाबदार आहात. तुम्ही अपराधी आहात. मी आज विधवा आहे ती तुमच्यामुळे, फक्त तुमच्यामुळे."

अंडरवुड तिच्याजवळ सरकून अजिजीने म्हणाला, "प्लीज, जरा न्याय्य विचार कर.'

"न्याय्य विचार? आणि मी करू?"

"हे बघ, एक वार मला या भानगडीत खोलवर जाऊन जरा तपास करण्याची तर संधी देशील? मी याबाबत ॲलिसशी बोलणार आहे. नंतर ॲलन रॅमेजशी. मी तुला नक्कीच सिद्ध करून दाखवीन, की तू हे जे काही ऐकलंस, ते धादांत असत्य

होतं. माझी पत्नी अतिशय मत्सरी आहे. तिला माझ्याबद्दलही काही खास प्रेम नाहीये. माझा तपास पूर्ण झाला की मी तुला काय ते सांगीनच– नव्हे पुराव्यानिशी सिद्ध करून दाखवीन, की तुझी जाणूनबुजून दिशाभूल करण्यात आली. मी स्वत: तर प्रेमच्या मृत्यूला जबाबदार नाहीच आहे, पण माझ्या हाताखालचीही कुणी व्यक्ती नाही.''

नॉय जोराने उठून उभी राहिली. तिने डोळे आग ओकत होते. मग ती परत आत जाऊ लागली. जाता जाता थांबून म्हणाली, ''मॅट, माझ्यापुढे काहीही सिद्ध करायची गरज नाहीये. तुम्हीच माझ्या आयुष्यातल्या या महाभयानक दु:खद घटनेला जबाबदार आहात असं मी मानते. आणि तुमचं यापुढे तोंडही बघायची इच्छा नाही.'' असं बोलून ती आत निघून गेली.

नऊ

मॅट अंडरवुड ब्लेअर हाऊसमधून व्हाईटहाऊसमधे परतला तो मनात असंख्य विचारांचा कल्लोळ घेऊनच.

ओव्हल ऑफिसमधे गेल्यावर आपण सगळ्यात प्रथम ॲलिसचा तपास लावायचा आणि तिचा गळा धरून तिने असं का केलं, ते तिच्या तोंडून वदवून घ्यायचं असा त्याच्या मनात विचार आला. त्यानंतर दुसरा विचार आला तो ब्लेक आणि मॉरिसनचा.

पण तो प्रत्यक्षात काहीच न करता नुसताच बसून राहिला. आपण काय हरवून बसलोय याची खरी जाणीव त्याला आत्ता झाली. नॉयपुढे आपलं निरपराधित्व तो अखेरपर्यंत सिद्ध करू शकला नव्हता. आता यापुढे ती आपल्याशी कदाचित कधीच बोलणार नाही या गोष्टीचं त्याला अपार दुःख झालं.

नॉयबद्दल आपल्या नक्की काय भावना आहेत? अंडरवुडला परत आपल्या मुलीने डायनाने मांडलेल्या सिद्धान्ताची आठवण झाली. खरंच आपण नॉयच्या प्रेमात असू का? पण ते कसं शक्य आहे आपण एक सज्जन, संसारी गृहस्थ आहोत. नव्हे, अमेरिकेचे प्रेसिडेंट आहोत. आपल्याला प्रेमात पडण्याखेरीज दुसरे कितीतरी उद्योग आहेत.

आता एक गोष्ट करायला हवी. हे धादांत खोटं कुणी पसरवलं ते शोधून काढायला हवं. प्रेम सँगच्या मृत्यूमागचं रहस्य उलगडून यातला खरा अपराधी शोधून काढायलाच हवा. तरच नॉयला आपण आपल्या निर्दोषपणाची खातरी देऊ शकू.

नॉयमधलं व त्याच्यामधलं एकमेकांबद्दलचं आकर्षण कमी करून, त्यांची ताटातूट करण्यासाठी तिने नॉयला हे सगळं सांगितलं हा यातला महत्त्वाचा मुद्दा नव्हता.

मुद्दा हा होता की, ॲलिसला ही गोष्ट मुळात सांगितलीच कुणी!

अखेर ॲलिसच्या तोंडून काय ते वदवून घ्यायचं या निष्कर्षाप्रत तो येऊन पोहोचला.

आपल्या टेबलावरच्या घड्याळात त्याने पाहिलं. मध्यरात्र व्हायला आली होती. ॲलिस एव्हाना गाढ झोपली असेल. पण असू दे. तिला उठवावं लागेल. समोरचे कागदपत्र हातानेच दूर ढकलून तो उठला व बाहेर पडला.

तो ॲलिसच्या बेडरूममधे शिरला तर ती गाढ झोपली होती. त्याने तिला गदागदा हलवून जागं केलं. ती कसेबसे डोळे उघडून त्याच्याकडे पाहून म्हणाली, ''हॅलो, कॅसानोव्हा.''

ती आत्ता पूर्ण झोपेच्या गोळ्यांच्या अमलाखाली आहे याची त्याला कल्पना होती. पण आज काही झालं तरी हिला सोडायचं नाही असं त्याने ठरवलेलं होतं.

''ॲलिस, मी आहे, मॅट. जागी झालीस का?''

''थोडीशी.''

''आज तू मादाम सँगची गाठ घेतलीस ना?''

''कुणाची?''

''मादाम नॉय सँग?''

आता ॲलिस जागी झाली. ''होय,'' ती म्हणाली. ''ती इथे आली. आम्ही एकत्र चहा घेतला.''

''पण तू तिला भेटायचं कारणच काय?''

''तुझी ही मैत्रीण... आहे तरी कशी.. हेच मला एका बघायचं होतं.'' मग ती परत झोपली. अंडरवुडने तिला गदागदा हलवल्यावर परत कष्टाने डोळे उघडून म्हणाली,

''ती... खूप सुंदर आहे. ठीक आहे. मी तुला दोष देत नाही.''

अंडरवुडने आपला संताप आवरण्याचा खूप प्रयत्न केला. ''तू दोष द्यावास असं मी काहीही केलेलं नाहीये.''

''अच्छा ? काहीच नाही?''

''काहीही नाही,'' तो ठामपणे म्हणाला. ''उलट मीच तुला एका गोष्टीबद्दल दोषी मानतो.''

''काय?''

''ॲलिस, तुला माझं बोलणं नीट कळतंय का तरी?''

''हे पाहा, ओरडू नकोस.''

'' ॲलिस... पण तू मादाम नॉयला इतकं भयंकर काहीतरी रचून माझ्या नावावर का सांगितलंस? मी नॉयच्या नवऱ्याच्या मृत्यूला जबाबदार नाहीये हे तुला चांगलंच ठाऊक आहे. तू जे काही बरळलीस, ते सगळं खोटं होतं.''

मग बराच वेळ ती काहीच बोलली नाही. अखेर म्हणाली. ''मी ते ऐकलं.''

''तू काय ऐकलंस? मी प्रेम सँगचा खून केला असं?''

"मी तू खून केलास असं कधीच म्हटलेलं नाहीये. एखाद्याचा प्रत्यक्ष खून करण्याइतकी धमकच तुझ्या अंगात नाही. मी फक्त एवढंच म्हटलं तू त्याच्या हत्येच्या कटाला जबाबदार होतास." असं म्हणून ती झोपली.

त्याने परत एकदा तिला उठवलं.

"ही असली भयंकर गोष्ट तुला कुठून कळली?"

"माझ्या कानावर आलंय ते."

"अगं पण कुठून? कोणी सांगितलं?"

"ते मी सांगू शकत नाही. मी गुप्ततेचं वचन दिलंय. आता जा आणि मला झोपू दे प्लीज."

अंडरवुडने तिचे खांदे पकडून गदागदा हलवले. "ॲलिस मला सत्य काय ते कळायलाच हवं. ही असली नतद्रष्ट अफवा कुणी पसरवली? तू मला कशी सांगत नाहीस तेच बघतो मी. अखेरचं विचारतोय, कुणी सांगितलं तुला?"

परत थोडा वेळ शांतता पसरली, "ब्लेक," ती हलकेच कुजबुजली.

"काय? ब्लेकने तुला असं सांगितलं? पण तो नुसता चीफ ऑफ स्टाफ आहे? त्याला काय ठाऊक असणार? त्याला ही बातमी कुणी पुरवली?"

"सेक्रेटरी ऑफ–" तिने जांभई दिली. "मॉरिसन. एर्झा. त्यानेच ब्लेकला सांगितलं."

"आणि मॉरिसनला कुठून कळलं?"

"कोण जाणे. प्लीज. मला झोपू दे."

त्याने परत तिला गदागदा हलवलं. "ॲलिस– "

"काय? "

"हे धादांत खोटं आहे. आणि हे तू लक्षात ठेव. प्रेम सँगच्या मृत्यूबद्दल मला खरोखर काहीही ठाऊक नाही. पण तू हे नॉय सँगला का जाऊन सांगितलंस? तिला असं जाऊन सांगणं म्हणजे किती दुष्टपणा. आणि मला निष्कारण त्यात गोवणं हा तर कळसच. "

ती अर्धवट जागी झाली. "निष्कारण का? त्यामागे कारण होतं."

"माझा तिच्या पतीच्या मृत्यूशी काही एक संबंध नाहीये. मग तू हे खोटं का पसरवलंस ॲलिस, का?"

आता ॲलिसला जराशी शरम वाटली. तिने जागं राहण्याचा कसावसा प्रयत्न केला. आणि म्हणाली, "मला... मला त्या बयेचे आणि तुझे संबंध आणखी वाढू द्यायचे नव्हते. मला त्या बयेला दूर करायचं होतं कायमचं... तुझ्या आयुष्यातून आणि माझ्या मार्गातून. मला तिचं परत तोंडही बघायची इच्छा नाहीये. आणि ऐक, तिचा नवरा मेला आणि ती विधवा झाली ती तुझ्याचमुळे. एर्झा मॉरिसनकडून मला

कळलं व ते खरंच आहे. जा तू. ''

दुसऱ्या दिवशी पहाटे लवकर उठून तयार होऊन मॅट अंडरवुड केव्हाचा आपल्या ओव्हल ऑफिसमधे लढाईला सज्ज होऊन बसला होता. एर्झा मॉरिसन निरोप मिळाल्यावर जरा घाबरतच आत आला.

तो बसण्यापूर्वीच अंडरवुड म्हणाला, ''तू आज मला जो काही मानसिक त्रास दिलायस, तो खरोखरच अक्षम्य आहे. त्याबद्दल तुझी कानउघडणी करायला मी तुला इथे बोलवून घेतलंय.''

मॉरिसनला काहीच बोध होईना, ''माय गॉड. चीफ आत्ता भल्या पहाटे हे काय बोलताय? मला काय ते स्पष्ट करून सांगा.''

अंडरवुडने रागाने त्याच्यावर नजर रोखली. ''तू माझ्या आणि मादाम सँगच्या मैत्रीत बिब्बा घातलास, ॲलिसच्या आणि माझ्या संबंधात संशयाचं, गैरसमजाचं बीज पेरलंस. माझा एका खुनाच्या कटात हात आहे असं बरळलास. तू हे काय केलंस?''

मॉरिसन आता मागे टेकून बसला आणि त्याने सुटकेचा निश्वास टाकला. ''हां, हां, ते होय! मी तर ते सगळं विसरलोही होतो.'' तो नीट सरसावून बसला. ''ठीक आहे, आता मी काय ते सगळं स्पष्टच सांगतो. का कुणास ठाऊक पण ॲलिसला नॉय सँगबद्दल आणि विशेषत: तिच्या नवऱ्याच्या मृत्यूबद्दल सर्व आतली माहिती हवी होती. तिने ते शोधून काढण्याची जबाबदारी ब्लेकवर टाकली. ब्लेक नंतर माझ्याकडे आला. त्याच्या म्हणण्याप्रमाणे फर्स्ट लेडीला ही माहिती कुठल्याही परिस्थितीत हवीच होती. ब्लेक माझ्या अगदी मागेच लागला. मग मी सी. आय. ए . मधल्या माझ्या ओळखीच्या एका व्यक्तीला विचारून ती माहिती मिळवली.''

''एक व्यक्ती ? कोणती?''

''सॉरी मॅट. ते सांगण्याचा मला अधिकार नाही. गुप्ततेची शपथ. जाऊ दे, ते तितकंसं महत्त्वाचंही नाही. पण त्या व्यक्तीचं म्हणणं खोटं मात्र असणं शक्य नाही. त्या व्यक्तीच्या मते हे सगळं सी. आय. ए.चंच कारस्थान होतं. आता इथल्या कुणी प्रत्यक्ष त्या खुनात सामील नव्हतं. फक्त त्यांची ती कल्पना होती. कागदावर मांडलेली. या खुनामुळे अमेरिकेचा प्रचंड फायदा होईल या हेतूने. आणि सी. आय. ए. चा प्रत्येक कार्यक्रम रोजच्या रोज तुझ्या नजरेखालून जातोच. मॅट तेव्हा याही कारस्थानाची तुला निश्चित कल्पना असणार असा मी तर्क केला.''

अंडरवुडने राग कसाबसाच आवरला. ''वेल, पण मला त्यांच्या या कारस्थानाची काहीच कल्पना नव्हती. प्रेमचा सरळ काटा काढायचा...खून? शक्य नाही. माझ्यापुढे आलेल्या एकाही कागदावर यासंबंधी एक अक्षरही लिहिलेलं मी पाहिलेलं नाही.''

''मग कदाचित त्या कारस्थानात सी. आय. ए.चा वाटा फार मोठा नसेल. तुला दाखवण्याइतका.''

"काय बोलतोयस? खुनाचा कट आणि अमेरिकेच्या प्रेसिडेंटच्या कानांवरही न घालण्याइतका बिनमहत्त्वाचा? त्यांनी या कटासंबंधी एकाही अक्षराने मला कळवलेलं नाही. तुला असं म्हणाचंय का, की सी. आय. ए.ने मुद्दाम माझ्या उपरोक्ष हे कारस्थान केलं? त्यांच्या प्रत्येक हालचालीची जबाबदारी आपोआप माझ्या शिरावर येते हे ठाऊक असूनही? काय अनागोंदी कारभार म्हणायचा हा! मी आता ताबडतोब सी.आय.ए.चा डायरेक्टर ॲलन रॅमेज याला बोलावून घेणार आहे आणि सत्य काय ते त्याच्याकडून वदवून घेणार आहे."

"गुड लक्," मॉरिसन उठत म्हणाला. " ॲलन रॅमेज सी. आय. ए.वर राज्य करतो हे तुला ठाऊकच आहे."

अंडरवुड म्हणाला, "असेल. पण अखेर त्याला प्रश्न विचारणाराही कुणी आहेच ना?"

मॉरिसन गेल्यानंतर अंडरवुडने सेक्रेटरीला सांगून एकही कॉल न देण्याची व्यवस्था केली व एकान्तात तो आता ॲलन रॅमेजला कसं हाताळायचं यासंबंधी विचार करत बसला.

थोड्याच वेळात त्याच्या असं लक्षात आलं की, सी.आय.ए.च्या डायरेक्टरला सरळ सरळ स्पष्ट शब्दातच काय ते विचारलेलं बरं. त्यावाचून दुसरा काही पर्यायच नाहीये. आणि तेही फोनवरुन नव्हे तर प्रत्यक्ष.

अखेर त्याने लँगलेला फोन लावला.

"मी मॅट अंडरवुड."

"हो. तुमच्या सेक्रेटरीने तसं मला आत्ताच सांगितलं. तुम्ही कसे आहात मि.प्रेसिडेंट? आज का आठवण काढली?"

"ॲलन, तू आत्ता व्हाईटहाऊसला ये."

"काही तातडीचं काम आहे का?"

"तातडीचंच आहे. एक क्षणाचाही विलंब झालेला मला चालणार नाही."

"वीस मिनिटांत पोचतोच."

अखेर वीस मिनिटांनंतर ॲलन रॅमेज खूप धावपळ करत कसाबसा प्रेसिडेंटच्या समोर जाऊन उभा राहिला.

"गुड मॉर्निंग मि. प्रेसिडेंट. "

त्याच्याकडे बघून साधं औपचारिक हास्यही न करता अंडरवुडने खुर्चीकडे बोट केलं. "बस, ॲलनं."

जरा घाबरूनच ॲलन रॅमेज बसला आणि पुढे काय होतं याची वाट पाहात बसला.

अंडरवुड म्हणाला, "मला लाम्पांगशी संबंधितच काही बोलायचंय."

"लाम्पांग?" रॅमेज म्हणाला. "मला वाटलं, ते आता सगळं संपलं."

"नाही. सगळं संपलेलं नाही," अंडरवुड म्हणाला. तो जरा झुकून रॅमेजच्या डोळ्यात बघत म्हणाला, "एका बाबतीत आपलं बोलणं व्हायचं जरा राहिलंच आहे."

"ठीक आहे. जे काही असेल ते."

"प्रेसिडेंट प्रेम सँगच्या मृत्यूसंबंधाने."

रॅमेज म्हणाला. "त्याबद्दल तुम्हाला काय माहिती हवी आहे?"

"त्याचा खून कुणी केला?" अंडरवुड ओरडला.

"त्याचा खून कुणी केला?" रॅमेज त्याचाच प्रश्नाची पुनरावृत्ती करत म्हणाला.

"कम्युनिस्टांनीच, अर्थात, जनरल नाकॉर्ननेच हे शोधून काढलं."

"जनरल नाकॉर्न एक नंबरचा खोटारडा आहे."

"काय ?"

"तो खून कुणी केला, ते चांगलं ठाऊक आहे मला. आपणच केला."

"आपण? म्हणजे अमेरिकेने? तुम्हाला असं तर नाहीना म्हणायचं ?"

"सी. आय. ए.ने," अंडरवुड म्हणाला. "आणि मला वाटतं सी. आय.चा अजूनपर्यंत तरी अमेरिकेतच अंतर्भाव होतो."

"सी. आय. ए.? तुमचा काहीतरी गैरसमज झालाय मि. प्रेसिडेंट. आम्ही कोणाचा खून वगैरे करण्याचा धंदा करत नाही आणि ते तुम्हाला ठाऊक आहे."

"पण लाम्पागंमधे तुमचे जे काही धंदे चालले आहेत ना, ते ठीक नाहीत," अंडरवुड म्हणाला. "आणि आज आत्ता त्याबद्दल काय ते स्पष्टीकरण मला हवंय."

"जरा स्पष्ट करून सांगितलंत तर बरं होईल, मि. प्रेसिडेंट."

"ठीक आहे. ऐक, मला असं खातरीपूर्वकरीत्या समजलंय की, प्रेम सँगचा काटा काढण्यात आपला हात होता. आता हे पूर्ण सत्य, अर्ध सत्य की संपूर्णपणे असत्य आहे हे तू मला सांगायचंस आणि या खेपेला काही बनवाबनवी चालायची नाही. तू कुणाशी बोलतोयस लक्षात आहे ना?"

ॲलन रॅमेज चांगलाच अस्वस्थ झाला होता. तो प्रेसिडेंटच्या नजरेला नजर देत नव्हता.

त्याने शब्द खुप जपून वापरत बोलायला सुरुवात केली. "सी. आय. ए. चा तसा थोडासा सहभाग होता. पण अगदी नावापुरता," तो म्हणाला. "तुम्ही जे ऐकलंत ते थोडंसं खरं असलं तरी पूर्णतया खरं मात्र नाही. मी तुम्हाला आता सगळं जसं झालं तसं सांगतो."

असं म्हणून त्याने प्रेसिडेंटच्या संमतीने एक सिगारेट पेटवली व म्हणाला, "आपल्याला लाम्पांगमधे हितशत्रू होते, हे तुम्हाला ठाऊकच आहे. प्रेसिडेंट प्रेम आपल्याला हवा तो लष्करी विमानतळ द्यायलाही कबूल नव्हता, हेही तुम्हाला ठाऊक आहे. शिवाय तो त्या कम्युनिस्ट चळवळींचा बीमोडही करायला तयार नव्हता. मग

आम्ही विचार केला की जर काही कारणाने या प्रेम सँगची खुर्ची खाली झाली–''

''याचा अर्थ काय? खुर्ची खाली होणे या शब्दांचा अर्थ काय?'' अंडरवुडने जरा दरडावूनच विचारलं.

''त्याचा अर्थ त्याला मारणे असा तुमच्या मनात आला असेल, तर तसं नक्कीच नाही. खरं तर– त्याला राजीनामा द्यायला भाग पाडणं व त्यानंतर त्याची पत्नी सत्तेवर येईल, ती तर अबलाच आहे. तिला हाताळणं सोपं जाईल. नंतरच्या निवडणुकीत तिला पाडून जनरल नाकॉर्न सनदशीररीत्या सत्तेवर येईल. तो तर आपला मित्रच आहे. त्याच्याकडून आपल्याला पाहिजे ते सर्व काही मिळेल. मग मी लाम्पांगच्या आपल्या स्टेशन हेडशी– विसाकामधल्या पर्सी सीबर्टशी सल्लामसलत केली. तुम्ही त्याला भेटला आहात ना?''

''होय.''

''हं. तर मी त्याला सांगितलं. अर्थात तत्पूर्वी मी मॉरिसनचाही सल्ला घेतलाच होता. तर मी सांगितलं की, लाम्पांगच्या प्रेसिडेंटच्या हालचालींवर आम्ही नाखूष आहोत व त्याच्याऐवजी त्याची पत्नी प्रेसिडेंट व्हावी अशी आमची इच्छा आहे.''

''पण त्याच्या हत्येसंबंधी काही बोलणं झालं नाही?''

''काहीच नाही. मी सीबर्टला एवढंच सांगितलं की भल्या मार्गाने प्रेम सँगला आपल्या वाटेतून दूर हटवणं जरूर आहे. तेव्हा पर्सी सीबर्टने जरा भोवताली चौकशी करून प्रेम सँगवर दडपण आणण्याजोगी काही गोष्ट समजते का ते पाहावं.''

''पण ही गोष्ट मला तुमच्या दैनिक अहवालात का दाखवण्यात आली नाही?''

रॅमेज परत अस्वस्थपणे चुळबुळला. ''ते सगळं बोलणं फारच प्राथमिक स्वरूपाचं होतं. आमचा सगळा आराखडा पूर्ण तयार झाल्याखेरीज तो तुमच्यापुढे घाईने आणणं मला ठीक वाटलं नाही. त्यामुळेच सगळं काही पक्कं ठरलं की मी तुमच्यापुढे ते मांडणारच होतो.''

''नंतर काय घडलं ?''

''माझ्या माहितीप्रमाणे पर्सी सीबर्टने या बाबतीत जनरल नाकॉर्नशी बोलणी केली. काही मार्गाने प्रेसिडेंट प्रेम सँगला खुर्चीवरून खाली खेचणं शक्य आहे का यासंबंधाने.''

''आणि जनरल नाकॉर्नने खुनासारखा सोपा, जवळचा रस्ता निवडला.''

रॅमेजने हात हलवून विरोध केला. ''प्रेसिडेंट, आपल्याजवळ अजून तसा पुरावा नाहीये.''

''पण खून झालाय ही तर वस्तुस्थिती आहे. नाकॉर्नशिवाय हे कृत्य कोणाचं असणार?''

रॅमेजला काय बोलावं ते कळेना. ''कोण जाणे ? त्याच्या हाताखालच्या कुणी

नाकॉर्नेला खूष करायच्या उत्साहाच्या भरात केलंही असेल. नाहीतर ते कम्युनिस्टांचं कृत्य असेल.''

''पण ते शक्य नाही. तूच तर म्हणालास प्रेम सँग कम्युनिस्टांचा कैवारी होता म्हणून.''

''तसंच काही नाही. तो फक्त त्यांच्याशी बोलणी करायला तयार होता. पण त्याने काही त्यांची प्रत्येकच मागणी मान्य केली नसती. त्यांना त्याऐवजी नॉय सँगसारखी अबलाच सत्तेवर हवी असेल तर...''

''मला हे पटत नाही. अजिबात पटत नाही. कम्युनिस्टांचा यात हात असेल असं मला नाही वाटत.''

''मग कुणाचा ते मलाही सांगता येणार नाही. आणि सीबर्टला तरी ठाऊक असेल की नाही, कोण जाणे! '' रॅमेज म्हणाला.

''पण यात सी. आय. ए.चा थोडा का होईना सहभाग होता. आणि म्हणजेच पर्यायाने मी जबाबदार ठरतो.'' तो चिडून बोलत होता. ''हे कृत्य माझा नावावर खुशाल करण्यात आलं. आणि मला त्याबद्दल एका शब्दानेही कळवण्यात आलं नाही? तुमचं हे असं काही चाललंय असं मला नुसतं कळलं जरी असतं तरी मी ते तिथेच थांबवलं असतं. हे सगळं, माझ्या माघारी करण्यात आलं.''

''मला स्पष्ट बोलण्याबद्दल क्षमा करा मि. प्रेसिडेंट. खरं तर हे कसं आणखी कुठल्या शब्दात तुम्हाला सांगावं हे माझं मलाच कळत नाहीये. पण मी आज काय ते स्पष्टच बोलतो.''

''बेलाशक,'' अंडरवुड म्हणाला.

''तुमचा अपमान करण्याचा हेतू अजिबात नाहीये माझा. पण तुम्ही स्टेट आणि डिफेन्सच्या संबंधीच्या कितीतरी महत्त्वाच्या बाबी खुशाल तुमच्या हाताखालच्या लोकांवर टाकून स्वस्थ बसला होता. मला याची कल्पना होती आणि त्याचमुळे ही गोष्ट मी प्राथमिक अवस्थेत बोलणी चालली असताना तुमच्या कानावर घालायची टाळली. मला खातरीच होती की ही कामगिरी सुद्धा तुम्ही सी. आय. ए. सोडून कुणा भलत्याच्याच अंगावर टाकली असती व सगळाच विचका झाला असता.''

तो परत खुर्चीत बसला. ''एनी वे मि. प्रेसिडेंट. आता झाली गोष्ट तर काही बदलता येत नाही. ही इतिहासजमा झालेली गोष्ट आहे. त्या बाबतीत आता काहीच करता येण्यासारखं नाही.''

प्रेसिडेंट उठून उभा राहिला. ''चुकतोयस, ॲलन तू चुकतोयस. त्याबाबतीत करता येण्यासारखी एक गोष्ट आहे, आणि ती मी नक्की करणार आहे. स्वतःच करणार आहे. कुणावरही जबाबदारी न टाकता. गुड डे, ॲलन. आपल्या दोघांमधे हा विषय परत निघणार नाही.''

रॅमेज गेल्यावर अंडरवुड झाल्या गोष्टीवर विचार करत बसला.

आता यातून एकच मार्ग आहे. त्याने तात्काळ पॉल ब्लेकला बोलावून घेतलं.

"पॉल, चीनमधे बीजिंग शहरात काही ॲनिव्हर्सरी फेस्टिव्हल होणार असून त्याला मला बोलावणं आहे, खरं ना? शिवाय चीनच्या महत्त्वाच्या व्यक्तींनाही भेटायचा कार्यक्रम?"

"होय. पण गेल्या वेळी मी हा विषय काढला होता तेव्हा तुम्ही तर तिथे जायला नकार दिला होता. त्याऐवजी व्हाईस प्रेसिडेंट जातील असं तुम्ही ठरवलं होतं."

अंडरवुड म्हणाला, "पण नंतर मी त्यावर थोडा विचार केला पॉल. मी आता स्वत:च जायचं म्हणतोय."

ब्लेक एकदम आश्चर्याने म्हणाला, "काय?"

"होय. मला वाटतं ह्या इतक्या महत्त्वाच्या प्रसंगी माझीच उपस्थिती त्यांना अपेक्षित असेल. माझ्याऐवजी तिथे व्हाईस प्रेसिडेंट आलेले आपल्या चिनी मित्रांना कदाचित आवडणार नाहीत."

"हे तर फार छान, मॅट."

"मी बीजिंगमधे दोन दिवस थांबायचं म्हणतो."

"ठीक आहे. मी तशी व्यवस्था करतो."

"आणखी एक गोष्ट पॉल. मात्र ही माझी वैयक्तिक गोष्ट आहे." असं म्हटल्यावर त्याने पॉलच्या चेहऱ्याकडे पाहिलं. आपण काय म्हणणार आहोत याची याला बहुधा आधीच कल्पना आलेली दिसते आहे. पण तरीही त्याने सरळसरळ सांगायचं ठरवलं. "बीजिंगमधे पोहोचायच्या दोन दिवस आधीच मी निघायचं म्हणतो. वाटेत दोन दिवस जरा लाम्पांगमधे थांबून मादाम नॉय सँगची थोडी समजूत काढायची आहे. तिचा माझ्याबद्दल काहीतरी मोठा गैरसमज झालाय."

ब्लेकला हे आधीच कळून चुकलं होतं. पण त्याने चेहऱ्यावर काहीच फरक दाखवला नाही.

"तू जरा आधीच मादाम नॉयशी संपर्क साधून मी खासगी कामासाठी दोन दिवस लाम्पांगला थांबणार असल्याचं कळवून ठेव. भेटीची वेळही ठरवून घे."

"लगेचच करतो."

"हां, पण त्याआधी अजून महत्त्वाची गोष्ट. मला लाम्पांगमधे पोहोचल्यावर नॉय सँगला भेटण्याआधीच तेथील सी. आय. ए. स्टेशन हेड पर्सी सीबर्ट याचीही अशाच खासगी स्वरूपाची गुप्तभेट हवी आहे. तीही ठरवून ठेव. मी लाम्पांगला पोहोचताक्षणी लगेचच ओरिएंटल हॉटेलमधल्या माझ्या सूटमधे त्याची भेट घेईन. नंतर त्याला घेऊन मी बाहेर जाणार आहे."

"ठीक आहे. मी डायरेक्टर ॲलन रॅमेजला सांगून तीही व्यवस्था करतो."

"थँक यू, पॉल."

बरोबर एक आठवड्याने एअर फोर्स वन् हे विमान प्रेसिडेंट अंडरवुडसह लाम्पांगच्या राजधानीत– विसाका येथे उतरलं.

अंडरवुड मार्सोपसह ओरिएंटल हॉटेलच्या आपल्या सूटमधे पोहोचला. मार्सोपला नॉय सँगने विमानतळावर औपचारिकरीत्या पाठवलं होतं. मादाम सँग आपल्याला त्यांच्या ऑफिसमधे नंतर भेटतील असं मार्सोपने अंडरवुडला सांगितलं. त्याचा चेहरा निर्विकार होता.

तो गेला आणि पर्सी सीबर्ट हजर झाला. त्याच्याशी विषयाला वाचा फोडणं आधी वाटलं त्याहून फार अवघड गेलं. आपण अमेरिकेचे प्रेसिडेंट असून आपल्याला पाहिजे ती गुप्त माहिती सीबर्टने न दिल्यास त्याचे फार वाईट परिणाम होतील अशी अंडरवुडने धमकी दिल्यावर अखेर सीबर्टने तोंड उघडलं. तरीही तो संपूर्णपणे सहकार्य करायला अजिबातच तयार नव्हता. अखेर अंडरवुडबरोबर नॉय सँगसमोर जायला तर तो फारच कुरकुरत राजी झाला.

नॉयने ऑफिसात प्रवेश केला तेव्हा अंडरवुड व पर्सी सीबर्ट हे तिथे अगोदरच येऊन बसलेले होते.

तिने सीबर्टचं स्वागत केलं व अंडरवुडकडे पाहून मान हलवली. "तुम्ही इतक्या लवकर परत इथे आलात ते पाहून मला आश्चर्यच वाटलं," ती म्हणाली.

मग नॉय आपल्या जागी जाऊन बसली आणि तिने अंडरवुडला सरळसरळच प्रश्न केला, "तुम्ही आत्ता इथे कशासाठी आला आहात?"

"तू माझ्यावर तुझ्या पतीच्या हत्येच्या कटात सामील असल्याचा गंभीर आरोप केला होतास," अंडरवुड म्हणाला. "मी तुला तेव्हाच म्हटलं होतं, मी या गोष्टीची शहानिशा खोलात जाऊन केल्याखेरीज राहणार नाही."

"माझ्या दृष्टीने हा विषय केव्हाच संपलाय," ती म्हणाली.

"खरं तर यावर अजून खूपच सांगण्यासारखं आहे," अंडरवुड म्हणाला. "याचं कारण तुला यातल्या कितीतरी गोष्टी अजून माहिती नाही आहेत. तू जरा माझं म्हणणं ऐकून तर घेशील ?"

"अर्थातच. फक्त त्याचा काही फायदा होणार नाही," नॉय वैतागून म्हणाली.

"मी तुला वचन दिलं होतं, तुझ्या पतीच्या मृत्यूपाठीमागचं रहस्य मी जरूर शोधून काढीन म्हणून. मला यात विनाकारणच दोषी मानण्यात येतंय आणि मी निरपराध असताना मी ते कसं सहन करू ? तेव्हा आता त्या सगळ्याचा सोक्षमोक्ष लावायलाच आज मी इथे आलोय. तू या पर्सी सीबर्टला ओळखतेसच. तो आमच्या एम्बसीचा सदस्य, तसंच लाम्पांगमधला सी. आय. ए. चा स्टेशनहेड आहे."

नॉयने होकारार्थी मान हलवली.

"वेल. तर या मि. सीबर्टचा तसा दूरान्वयानेच तुझ्या पतीच्या मृत्यूशी संबंध आला. हे मला कळताक्षणीच मी ताबडतोब लाम्पांगला आलो, त्याची गाठ घेतली आणि त्याच्या तोंडून सत्य काय ते वदवून घेतलं. आत्तासुद्धा जबरदस्तीनेच मी त्याला इथे तुझ्यापुढे घेऊन आलोय. आता सत्य काय ते त्याच्या तोंडून ऐकच. "

आता नॉयची नजर पर्सी सीबर्टकडे वळली. "हं, बोला मि. सीबर्ट. "

"मादाम सँग, तुम्ही कृपया एक लक्षात घ्या की सगळ्याचा कर्ताकरविता मी नाहीये. माझा झाल्या प्रकारात फारच थोडा हात होता. सी. आय. ए. डायरेक्टर ॲलन रॅमेज याच्याकडून मूळ आज्ञा आली. त्याने मला असं कळवलं की, प्रेसिडेंट प्रेम सँगने साऊथईस्ट एशियामधील अमेरिकेच्या धोरणाच्या विरोधी काही हालचाली केल्या आहेत. प्रेम सँग यांनी अमेरिकेचा मित्र म्हणूनच राहावं व असं काही करू नये याकरता काही उपाययोजना करणं आवश्यक वाटतं."

" प्रेम अमेरिकेचा मित्रच होता," नॉय मधेच विरोध करत म्हणाली.

"नाही मादाम. लाम्पांगची आणि अमेरिकेची ध्येयधोरणं वेगळी होत चालली होती."

"अच्छा, तर मग स्वतःच्या ध्येयपूर्तीसाठी तुम्ही खुनासारखा सोपा मार्ग निवडलात तर! " नॉय म्हणाली.

"हा असा विचारही आमच्या मनात खरोखर कधी आला नव्हता. प्रेसिडेंट प्रेम यांना सत्तेवरून दूर करण्याचा काही अहिंसात्मक मार्ग शोधावा अशी मला आज्ञा देण्यात आली होती. उदा. चरित्र्यहनन, आणि सगळ्यात महत्त्वाचं म्हणजे मला अशा तऱ्हेची काही आज्ञा मिळाली आहे असं प्रेसिडेंट अंडरवुड यांना अजिबात ठाऊक नव्हतं. त्यांचा या सगळयाशी काहीही संबंध नाही. त्यांना या तऱ्हेचा प्लॅन आहे असं कधीच सांगण्यात आलं नव्हतं. कारण.. कारणं ते या असल्या प्रकाराला कधीच संमती देणार नाहीत याची सर्वांनाच कल्पना होती. तेव्हा सर्व हालचाली अगदी गुप्तपणे करण्यात याव्या असं रॅमेजने मला सांगितलं व ते मी तंतोतंत पाळलं."

नॉयने आपली नजर मॅट अंडरवुडकडे वळवली. तिचा चेहरा परत पूर्ववत मृदू दिसत होता. ती हळुवारपणे म्हणाली, "मॅट, बरं झालं हे मला कळलं."

अंडरवुडने त्यावर काहीही प्रतिक्रिया व्यक्त न करता पर्सीला बोलत राहण्याची खूण केली.

"या बाबतीत स्थानिक लोकांपैकी कोणाची मदत घ्यावी असा विचार मी करत असताना जनरल नाकॉर्न याचं नाव माझ्या डोळ्यापुढे आलं. मी त्याला बोलावून आमची इच्छा काय आहे, ते सांगितलं. पण अर्थातच त्याने प्रेसिडेंट प्रेमचा खून करावा असं मात्र सांगितलेलं नव्हतं. प्रेसिडेंट प्रेमचे काही काळे व्यवहार वगैरे आहेत

का याचा शोध लावा असंही मी त्याच्यापाशी बोललो होतो. जनरल नाकॉर्नने मला सर्वतोपरी मदत करण्याचं कबूल केलं. यानंतर बरेच आठवडे गेले. मग अचानक मी ऐकलं की दोन अज्ञात व्यक्तींनी तुमच्या पतीच्या ऑफिसात शिरून त्यांचा खून केला. याच्याशी आमचा खरोखरच काही संबंध नाही.''

नॉयची नजर परत अंडरवुडकडे वळली, ''मॅट, मला क्षमा कर. मी उगीच तुला यात दोषी समजले.''

''हेच तर मला तुझ्या तोंडून ऐकायचं होतं,'' मॅट अंडरवुड म्हणाला. ''आता तरी पटलं ना तुला, माझा यात काहीही दोष नाही म्हणून?''

''अर्थातच,'' नॉय म्हणाली.

''प्रेम सँग यांचा खून व्हावा अशी सी. आय. ए.ची सुद्धा इच्छा नव्हती. पण ते तसं घडलं.''

''या कटापाठीमागे जनरल नाकॉर्नचा हात होता हे तुम्ही खातरीपूर्वक सांगू शकाल ?'' नॉयने विचारलं.

''त्याचा हात होता हे नक्कीच. पण त्यासंबंधाने माझ्याजवळ एक कणही पुरावा मात्र नाहीये.''

''काहीही असलं तरी या प्रकरणात जनरल नाकॉर्न याला जनतेसमोर न्यायालयात उभं करायलाच हवं '' नॉय म्हणाली. ''मि. सीबर्ट या बाबतीत तुम्ही आमची काही मदत करू शकाल? ''

सीबर्टने दुःखाने मान हलवली. ''ते शक्य नाही मादाम प्रेसिडेंट. माझी कितीही इच्छा असली तरी ते शक्य नाही. मी सी. आय. ए. साठी काम करतो. मी गुप्ततेची शपथ घेतली आहे. मी हे सगळं जनतेसमोर सांगू शकणार नाही.''

अंडरवुड म्हणाला, ''नियमाला सुद्धा अपवाद करता येतो.''

सीबर्ट म्हणाला, ''या बाबतीत ते शक्य नाही हे तुम्हालाही ठाऊक आहे मि. प्रेसिडेंट.''

''असू दे, मॅट,'' नॉय म्हणाली. ''सीबर्ट याचं म्हणणं मी समजू शकते. न्यायालय वगैरेच्या फंदात न पडता मला वाटतं मी त्याहूनही पुढचं पाऊल उचलावं.''

''ते कोणतं नॉय ?'' अंडरवुडने विचारलं.

''मी उद्याच अशी घोषणा करणार आहे की मी येत्या सार्वत्रिक निवडणुकीत जनरल नाकॉर्न यांच्या विरुद्ध उभी राहणार आहे. जनरल नाकॉर्नने आपण उभं राहणार असल्याची घोषणा एका आठवड्यापूर्वीच केली आहे. आणि जनमताचा जो, मी व माझ्या माणसांनी कौल आजमावलाय त्यावरून मी त्याला नक्कीच हरवेन व विजयी होईन असा मला आत्मविश्वास वाटतो. मी 'अबला' तर नक्कीच नाहीये.''

" या निर्णयाबद्दल तर तुझं हार्दिक अभिनंदन, नॉय," अंडरवुड म्हणाला.

नॉय उठून अंडरवुडच्या जवळ आली आणि त्याचे दोन्ही हात आपल्या हातात घेऊन म्हणाली, "मला क्षमा कर, मॅट. तू माझ्याच बाजूचा आहेस हे मला कळायला हवं होतं. तुला तुझ्या चीनच्या दौऱ्याबद्दल हार्दिक शुभेच्छा. तू आधी इथे येऊन माझा गैरसमज दूर केलास हे किती बरं झालं. परत लवकर इथे ये."

अंडरवुड हॉटेलात परतला तेव्हा पॉल ब्लेक त्याचीच वाट बघत होता. आता चीनच्या दौऱ्यावर निघायची वेळ झाली होती.

"तुझ्या प्रसन्न मुद्रेवरून तुझ्या व मादाम नॉयच्या भेटीचा उद्देश सफल झालेला दिसतोय," पॉल ब्लेक अंडरवुडला म्हणाला.

अंडरवुडने स्मितहास्य केलं. "सीबर्टच्याच तोंडून माझं निर्दोषत्व सिद्ध झाल्याने संशयाला काही जागाच उरली नाही. उलट नॉयनेच माझी क्षमा मागितली."

" आणि जनरल नाकॉर्न ?"

" नॉयला त्याचाच संशय आहे," अंडरवुड म्हणाला. "अर्थात प्रेम सँगच्या मृत्यूला तोच जबाबदार आहे असं ती सिद्ध करु शकणार नाही कधीच. पण त्याला सनदशीर मार्गाने निवडणुकीत पराभूत करून आपण सत्तेवर परत येण्याची जिद्द तिने मनाशी बाळगली आहे. ती उद्याच रेडिओ व टी. व्ही वरून तशी घोषणा करणार आहे. एकदा ती निवडून आली की जनरल नाकॉर्नला कुणी विचारणार नाही."

"मॅट-" ब्लेक खूप विचार करून म्हणाला.

"काय?"

"जनरल नाकॉर्न आपला माणूस आहे. आपण त्याच्यावर अवलंबून आहोत."

अंडरवुडने मान वर केली. "माझा त्याच्यावर विश्वास नाही." तो म्हणाला. "माझा नॉय सँगवर पूर्ण विश्वास आहे."

"एझ्रा मॉरिसन बीजिंगला पोहोचलादेखील असेल, त्याला झाली गोष्ट आवडणार नाही."

"न आवडो. कमांडर-इन-चीफ मी आहे. आणि मला झाली गोष्ट आवडली आहे."

दहा

'द ग्रेट वॉल हॉटेल' बीजिंग शहराच्या बाहेर होतं. त्याच्या दाराशी पोहोचल्यावर त्या भव्य इमारतीच्या दर्शनाने अंडरवुड खूष झाला. आतील स्वच्छता व चकचकाट दोन्ही मन प्रसन्न करणारे होते. हॉटेलचा मॅनेजर व चीनच्या पॉलिट ब्युरोचे सदस्य ताबडतोब अंडरवुडच्या स्वागताला पुढे धावले. ते त्याला लिफ्टकडे नेऊ लागले. पण अंडरवुडने चालत जिना चढून वर जाण्याची इच्छा व्यक्त केली होती.

इतका लांबचा विमानप्रवास आणि इतक्या दिवसाचा मानसिक ताण या दोन्हीमुळे देह आणि मन दोन्हीही शिणले होते. जिना चढून तिसऱ्या मजल्यावर पोहोचल्यावर त्या शारीरिक कसरतीने नाही म्हटलं तरी त्याला थोडा तजेला वाटलाच. अंडरवुड व एझ्रा मॉरिसन दोघांचे सूट्स एकमेकांलगतच होते. मॉरिसन, अर्धे सीक्रेट सर्व्हिसचे जवान आणि प्रेस रिपोर्टर्स आधीच अमेरिकेहून येऊन पोहोचले होते.

आपल्या सूटमधे येऊन जरा ताजातवाना झाल्यावर अंडरवुडला एझ्रा मॉरिसनचा निरोप मिळाला. त्याने अंडरवुडला तातडीने भेटायची इच्छा व्यक्त केली होती.

अंडरवुडचं बोलावणं जाताच मॉरिसन ताबडतोब येऊन हजर झाला. आता खोलीत दोघंच होते.

''कसा झाला प्रवास?'' मॉरिसनने विचारलं.

''फार छान. तू इथे काय काय केलंस आल्यापासून ?''

''आज सकाळी मी आधी तिएन–अन–मेन–स्क्वेअर बघायला गेलो होतो. अगदी बघण्यासारखा आहे. नंतर मग प्रीमियर ली पेंगशी माझी भेट झाली. आम्ही उद्याच्या कार्यक्रमाबद्दलच थोडी चर्चा केली. उद्या तिथे बऱ्याच लोकांची भाषणे व्हायची आहेत. पण त्यापैकी तुझं पुष्कळच महत्त्वपूर्ण असेल. पेंग तुझी ग्रेट हॉलमधे जमलेल्या समुदायापुढे ओळख करुन देईल. सुमारे १९०० प्रतिनिधी तिथे असणार आहेत, त्यांच्यापुढे मग तुझं भाषण होईल. हे झालं उद्याचं. आज दुपारी शहराचा फेरफटका व फोटोसेशन आहे. तुला ते सगळं कंटाळवाणंच होईल. पण हे सगळं त्यांच्या आणि आपल्या प्रेसला खूष करण्याकरता !''

"ठीक आहे. काही हरकत नाही." अंडरवुड म्हणाला.

"बरं तुझा लाम्पांगचा दौरा कसा काय झाला ? नॉय भेटली का?"

"अर्थात. मी पर्सी सीबर्टला तिच्याकडे घेऊन गेलो होतो. आमच्यातील सर्व गैरसमज दूर झाले असून तिची व माझी मैत्री पुन्हा प्रस्थापित झाली आहे."

"ते माझ्या लक्षात आलंच." मॉरिसन म्हणाला. "मी नुकतंच तिला पाहिलं."

"तू तिला पाहिलंस?" अंडरवुड बुचकळ्यात पडून म्हणाला.

"चिनी टेलिव्हिजनवर. पण ती इंग्रजीत बोलत असल्याकारणाने मला ती काय म्हणाली ते समजलं."

"मग कसं वाटलं तिचं बोलणं?"

"फारच प्रभावी," मॉरिसन म्हणाला, "ती परत एकदा निवडणुकीला उभी राहणार आहे. तेव्हा या सगळ्या पाठीमागे तुझा हात असणारच असा मला संशय आलाच. कारण आधी ती उभी राहणार नव्हती. मग तू तिला भेटायला गेलास आणि अचानक तिने आपला विचार बदलला."

"तिने तसा निर्णय घेण्यात माझा फार काही मोठा सहभाग आहे असं नाही. पण सीबर्टने सगळं काही तिला समजावून सांगितल्यावर तिच्या पतीच्या हत्येमागे माझा काही हात नव्हता व मी निर्दोष आहे अशी तिची खातरी मात्र नक्की पटली. एवढंच नव्हे तर नाकॉर्न दोषी आहे याचीही."

"आश्चर्य आहे."

"एझ्रा, आता ही गोष्ट तिला पटली तरी नाकॉर्न दोषी आहे हे ती पुराव्याने सिद्ध तर करू शकत नाही. मग तिच्यापुढे नाकॉर्नला निवडणुकीतच सरळसरळ हरवायचं एवढा एकच मार्ग आहे."

मॉरिसनने सिगार पेटवली.

"ते सगळं ठीक आहे. पण मॅट, जनरल नाकॉर्न आपला हुकमी एक्का आहे. विश्वासातला आहे."

"मला कल्पना आहे. माझं व ब्लेकचं तसं लाम्पांगमधे बोलणंही झालंय."

"म्हणजेच पर्यायाने नाकॉर्नचा या येत्या निवडणुकीत पराभव झालेला आपल्याला परवडणार नाही." मॉरिसन म्हणाला. "त्याच्यावरच पुढे आपण अवलंबून राहणार."

"पण नॉय सँगही तितकीच विश्वासू आहे." अंडरवुड म्हणाला.

"मला नाही तसं वाटत," मॉरिसन एकदम म्हणाला. "कदाचित तू तिच्या व्यक्तिमत्त्वाने दिपून गेला असशील. पण तिचं कम्यूनिस्टांशी वागण्याचं धोरण अगदीच मिळमिळीत आणि कचखाऊ आहे. आपल्याला कम्युनिस्टांचा खंबीरपणे सामना करू शकेल असाच राज्यकर्ता हवाय."

अंडरवुडने कपाळाला आठी घातली. "तुला जळीस्थळी सगळीकडे फक्त

कम्युनिस्टच दिसतात.''

''तेच तर माझं काम आहे मॅट. शेवटी मी तुझा सेक्रेटरी ऑफ स्टेट आहे. माझा कम्युनिस्टांवर कालत्रयी विश्वास बसणं शक्य नाही. इथे नाही, कुठेच नाही.''

''एर्झा, मी तुझा प्रेसिडेंट आहे हे विसरू नको आणि माझी त्यांच्यावर विश्वास टाकायची तयारी असताना... ''

मॉरिसनने आपला मुद्दा सोडला नाही. '' तरीही जनरल नाकॉर्न सत्तेवर आला तर आपण अगदी पूर्णपणे सुरक्षित राहू.''

''पण लोकमताचा कौल नॉयच्याच बाजूने आहे. ती नक्कीच निवडून येणार अशी मला खातरीच आहे. आपल्याला तिच्यावर विश्वास टाकणं भाग आहे. आणि त्यात कसलाही धोका नाही ही खात्री बाळग.''

मॉरिसनने दीर्घ निश्वास सोडला. ''तुझं म्हणणं खरं ठरो. कारण नाहीतर आपली परिस्थिती खरोखरच कठीण होईल. साऊथ ईस्ट एशियामधे आपल्याला आपले हात बळकट करायला हवेत. हो, त्यावरून बरी आठवण झाली. उद्या त्या चिनी प्रतिनिधींसमोर तुझं जे भाषण व्हायचंय त्याची प्रत मी वाचली. आपल्या स्टाफने चांगली तयारी केली आहे. तुझं काय मत आहे?''

''हो, मीही वाचलं,'' अंडरवुड म्हणाला. ''मी त्यात थोडे फेरबद्दल केले आहेत. जरासा त्याचा भडकपणा कमी केलाय म्हण ना.''

''पण का? जे होतं ते खरंच चांगलं परिणामकारक वाटत होतं.''

''त्याचं कारण चिनी लोकही हळूहळू भांडवलशाही आणि लोकशाहीच्या दिशेने पावले उचलत आहेत. माझी खातरीच आहे तशी. तेव्हा त्यांना अजून किती दिवस शत्रू लेखणार आपण ? ''

मॉरिसन अस्वस्थपणे म्हणाला, ''मॅट, तू काही चूक तर करत नाहीयेस? शेवटी चीनपुढचं ध्येय काय आहे हे काही आपण सांगू शकत नाही. आत्ता तरी ते एक कम्युनिस्ट राष्ट्र आहे. आणि तू जे राजकारण खेळतोयस त्याचा परिणाम म्हणून थोड्याच दिवसांत लाम्पांगचीही तीच स्थिती होणार आहे.''

''एर्झा, तू फारच बुवा निराशावादी आहेस. ''

''कदाचित असेनही किंवा नसेनही,'' मॉरिसन म्हणाला. ''आत्ता सध्या मला काळजी लागून राहिलीय ती लाम्पांगची. मी एक मित्र म्हणून तुला हे म्हणण्याचं धाडस करतोय मॅट, पण केवळ तू त्या सुंदरीने टाकलेल्या मोहिनीअस्त्राने घायाळ झालायस त्यामुळे आपल्याला खूप काही गमवावं लागणार असं दिसतंय. ''

अंडरवुड दात विचकून हसला. ''तुझं बोलणं ऐकून मला तुझ्या तोंडून ॲलिस बोलते आहे असंच वाटलं. तुझं म्हणणं खरंय. नॉय ही चीजच तशी आहे. आणि एवीतेवी कुणाच्यातरी मागे जायचंय तर मग त्या दांडम्या नाकॉर्नपेक्षा एखाद्या

सुंदरीच्या मागं गेलेलं काय वाईट?''

"प्रेमात सगळं क्षम्य आहे,'' मॉरिसन म्हणाला.

अंडरवुड म्हणाला, "थांब, अजून प्रेम वगैरे शब्द तोंडातून काढण्याएवढं प्रकरण पुढे गेलेलं नाहीये. एकच कर. तू स्वस्थ बस. निर्धास्त. सगळं माझ्यावर सोड. काळजी करूच नकोस मुळी. सगळं काही आपोआप ठीक होईल.''

आपण रेडिओ व टी.व्ही.वरून निवडणूक लढवण्याची नुसती घोषणा करताच जिकडे तिकडे एवढी खळबळ माजेल अशी नॉयने कल्पनाच केली नव्हती. गेल्याच आठवड्यात अशीच घोषणा जनरल नार्कॉर्न याने केली तेव्हा त्याला काही म्हणावा तसा प्रतिसाद मिळाला नव्हता. नॉय निवडणूक लढवणारच नाही व त्यामुळे नार्कॉर्न बिनविरोध सत्तेवर येईल अशीच सगळ्यांची धारणा होती.

आणि मग अचानक नॉयने ती घोषणा केली. फोन, कॉल्स, वार्ताहरांच्या भेटी, मुलाखती, मिरवणुका... असा नुसता एकच जल्लोष झाला.

आणि या सगळ्यात नॉय इतकी गुरफटून केली की आज सकाळी अचानक तिला जाणीव झाली, की या सगळ्या गडबडीत आपण आपला मुलगा डेन याच्याकडे अक्षम्य दुर्लक्ष केलंय. मग त्या विचाराने तिचं तिलाच खूप अपराधी वाटू लागलं.

रोज सकाळी डेन शाळेत जायला निघण्यापूर्वी त्याच्याबरोबर नाश्ता घ्यायचा असा नॉयचा नेहमीचा रिवाज होता. डेनला तिने मुद्दाम पब्लिक स्कुल– सेंट मेरीजमधे घातलं होतं. अगदी लहान असल्यापासून डेनला त्याच्या बरोबरीच्या इतर चार सामान्य मुलांसारखंच वाढवण्याचा तिचा कटाक्ष होता. रोज सकाळी नॉयचा विश्वासू ड्रायव्हर चाली नॉयच्या खासगी मर्सिडीजमधून डेनला शाळेत नेऊन सोडे व दुपारी परत घेऊन येई.

पण आज मात्र आपण त्याच्याकडे फार दुर्लक्ष केलं, अशा भावनेतून ती स्वत: ड्रायव्हरबरोबर त्याला सोडायला गेली. शाळेच्या मुख्य दरवाज्यापाशी गाडी थांबवून ती त्याला मुद्दाम चालत त्याच्या वर्गापाशी पोहोचवायला गेली, व तो वर्गात गेल्यावर चालीबरोबर परत चामादिन पॅलेसमधे आली.

खाली उतरताच तिने चालीला ओरडून सांगितळं, "चाली, आता दुपारी दोनला नेहमीसारखा तू डेनला घेऊन ये. मी दुपारभर खूप कामात असणार आहे. लक्षात ठेवशील ना ?''

"होय मादाम, रोजच्यासारखं,'' चाली म्हणाला.

आपल्या ऑफिसात पोहोचल्यावर नॉयच्या मनात पहिला विचार आला तो मॅट अंडरवुडचा. आपल्या निवडणूक लढवण्याच्या घोषणेने जनमानसात कसे उत्साहाचे वारे खेळू लागले आहेत हे खरं तर त्याला कळायला हवं. मग तिचं घड्याळाकडे

लक्ष गेलं. आत्ता त्याचं बीजिंगमधल्या ग्रेट हॉलमधे प्रचंड मोठ्या जनसमुदायासमोर भाषण चाललं असेल. आत्ता त्याला फोन करणं शक्यच नाही. मात्र थोड्याच दिवसात तो वॉशिंग्टनला परत पोहोचला की आपण त्याला जरूर फोन करायचा.

खिडकीतून तिचं लक्ष खाली गेलं, तेव्हा चाली नेहमीसारखा भुयारी पार्किंग प्लेसमधे गाडी पार्क करण्यासाठी घेऊन चालला होता. आता गाडी दुपारी दोनपर्यंत तिथेच राहणार होती.

चालीने गाडी तळघरातल्या गॅरेजमधे नेऊन लावली. व्यवस्थित बंद केली आणि तो निघाला. इतक्यात मागे काहीतरी हालचाल वाटली म्हणून त्याने चमकून मागे पाहिलं. पण त्याला काही कळायच्या आतच त्याच्या कपाळावर कसल्यातरी जड वस्तूचा फटका बसला आणि त्याची शुद्ध हरपली.

डेन आणि त्याचे दोन जिवलग मित्र दुपारी दोनला शाळा सुटल्यावर रमतगमत मेन गेटकडे येत होते.

"ए डेन, तुझी गाडी आली. जा पळ," तोरू ओरडला.

"आमची गाडी रोजच वेळेवर येते. आमचा चाली आहे ना, तो माझ्या मम्मीला घाबरतो, म्हणून उशीर करत नाही कधी," डेन म्हणाला.

"पण घाबरायचंय काय त्यात?" तोरू म्हणाला. "ती प्रेसिडेंट असली म्हणून काय झालं?"

"ते तर आहेच रे," डेन म्हणाला, "काय रे, आज भूगोलाच्या तासाला किती कंटाळा आला नाही? मला तर झोपच येत होती."

"मला तर इतिहासाचा सगळ्यात कंटाळा येतो," तोरू म्हणाला.

"बरं, उद्या भेटू रे," डेन ओरडून म्हणाला, "आणि हो, आज रात्री टी. व्ही.वर छान सिनेमा आहे. कॅसाब्लँका. तो फार छान अमेरिकन सिनेमा आहे म्हणे. उद्या सांग कसा वाटला ते."

असं म्हणून डेन सुसाटत पळत सुटला. धाडकन गाडीचं दार उघडून त्याने दप्तर आत फेकलं आणि उडी मारून सीटवर बसला. पुढे नेहमीसारखा ड्रायव्हरशेजारी. तो अजूनही खिडकीतून हात बाहेर काढून मित्रांकडे बघत जोराजोरात हात हलवत होता.

ते दिसेनामे झाल्यावर डेन आपल्याच तंद्रीत रस्त्यावरची गंमत बघू लागला. मधेच एकदम म्हणाला, "शी:, गणिताचा तास सोडला तर शाळेत इतका कंटाळा येतो हल्ली."

"हूं" ड्रायव्हर म्हणाला.

ते चौकात आले आणि नेहमीसारखी गाडी डावीकडे न वळता उजवीकडे वळली.

"हे काय ? नेहमी तर आपण त्या बाजूने जातो ना ?'' डेन ओरडला. आणि बोलता बोलताच त्याचं ड्रायव्हरकडे लक्ष गेलं. तो कुणीतरी दुसराच होता. चाली नव्हता.

"आज चाली नाही आला ? तुम्ही कोण ?''

"आज चालीला बरं नाहीये. त्यानेच मला पाठवलं, तुम्हाला आणायला.''

"पण आपण भलत्याच रस्त्याने चाललोय.''

"नाही. आपण बरोबर रस्त्याने चाललोय,'' मागच्या सीटवरून आवाज आला. डेनने घाबरून मागे वळून पाहिलं. मागच्या सीटवर एक माणूस सिनेमात दाखवतात तसा बंदूक रोखुन बसला होता. चांगल्या मोठ्या मोठ्या मिश्या होत्या त्याच्या. पण मघाशी तर हा इथे नव्हता. नक्कीच सीटखाली लपून बसला असणार. त्याने बंदुकीची थंडगार नळी डेनच्या डोक्याला टेकवली. "पोरा, आता तू गप्प बसतोस, का घालू गोळी ? चल सरक तिकडे ड्रायव्हरला चिकटून बस. हां... आश्शी... '' असं म्हणून तो माणूस उडी मारून मागचा पुढे येऊन बसला. डेन त्या दोघांमधे चेंगरला जात होता.

"ए पोरट्या, आता मुकाट डोळे बंद कर. मी तुझ्या डोळ्यांवरून पट्टी बांधणार आहे.''

क्षणार्धातच डेनच्या डोळ्याभोवती काळं फडकं आवळलं गेलं. "आई, आई हवी मला,'' छोटा डेन ओरडू लागला. परत तोच नळीचा थंडगार स्पर्श झाला. "ए पोरा, गप्प बस मुकाट्याने. आम्ही सांगतो तसं कर म्हणजे तुझी आई तुला मिळेल. आणि ऐकलं नाहीस तर याद राख, या जन्मी परत दिसायची नाही. समजलं?''

मार्सोप नॉयच्या ऑफिसात एकटाच होता. तो एक महत्त्वाचा कागद टेबलावर शोधत होता तेवढ्यात टेबलावरचा फोन कर्कशपणे वाजला. तो दचकला. हा नॉयचा खास नंबर होता. फारच थोड्या लोकांना तो दिलेला होता. फक्त आणीबाणीच्याच प्रसंगी वापरण्यासाठी.

"नॉय, नॉय,'' मार्सोपने जोरात हाक मारली. "तुला फोन आहे.'' पण काही उत्तर नाही. अखेर त्यानेच फोन उचलला.

"हॅलो, प्रेसिडेंट नॉय सँगचं ऑफिस.''

दुसऱ्या बाजूने घोगरा कुजबुजता आवाज आला, "कोण बोलतंय ?''

"मी, मिनिस्टर मार्सोप. ''

"मला ताबडतोब प्रेसिडेंट नॉय सँगशी बोलायचंय.''

"पण त्या आत्ता ऑफिसात नाहीयेत.''

क्षणभर शांतता. "मग तुम्ही हा निरोप त्यांच्यापर्यंत पोहोचवू शकाल काय? ताबडतोब?''

"होय. पण तुम्ही कोण?"

"मी लष्करातील एक अधिकारी आहे."

मार्सोपला तो आवाज ओळखीचा वाटला. कर्नल पिअरी शाव्हालिटसारखा. नार्कोर्नचा उजवा हात कर्नल शाव्हालिट. अर्थात मार्सोपला हे काही खातरीपूर्वक सांगता आलं नसतं.

"तुम्ही कर्नल शाव्हालिटच का ?" मार्सोप म्हणाला.

"हे पाहा, मी कोण ते फारसं महत्त्वाचं नाहीये. मला तातडीने प्रेसिडेंट नॉयशी बोलायचंय. पण त्या तिथे नसल्या तर मी तुमच्यापाशीच बोलतो. त्यांना एवढा निरोप सांगा. मला त्यांचा मुलगा डेन याच्यासंबंधानेच जरा काही सांगायचंय."

हे वाक्य ऐकताच मार्सोपला संकटाची चाहूल लागली. तो ओरडला "काय झालं डेनला? तो सुखरूप आहे ना? "

"अगदी छान आहे. "

हे जरा चमत्कारिकच चाललं होतं. "तुम्ही त्याच्या शाळेमधूनच बोलताय का?"

"तो अर्ध्या तासापूर्वीच त्याच्या शाळेतून निघाला हे घड्याळ बघताच तुमच्या लक्षात येईलच."

मार्सोपने घड्याळ पाहिलं. दोन वाजून बत्तीस मिनिटं. चाली रोज अगदी नेमाने, न चुकता दोनलाच डेनच्या शाळेपाशी हजर असायचा.

मार्सोपने आवंढा गिळला. "डेन– कुठाय ?"

"आमच्यापाशी आहे. "

"तुम्ही कुठे आहात? "

"ते सावकाश समजेलच. "

"पण तुम्ही म्हणता ते खरं कशावरून?"

"तुम्हाला डेनचा आवाज ऐकायचाय ? ऐका."

"होय."

मग थोडी कुजबुज, हाका मारणं, पावलांने आवाज आणि मग डेन. "मार्सोप," डेन किंचाळून म्हणाला, "मी इथे आहे, मला–."

आणि त्याला कुणीतरी खेचून बाजूला केल्याचं मार्सोपला समजलं. "ऐकला त्याचा आवाज?"

"पण तो सुरक्षित आहे का?"

"आत्ता तरी आहे. मी सांगतो तो निरोप तुम्ही प्रेसिडेंट नॉयला जसाच्या तसा सांगा."

"होय. मी तसं वचन देतो," मार्सोप म्हणाला, "निरोप सांगा."

"मला प्रेसिडेंट नॉयची तातडीने गाठ घ्यायची आहे."

"ठीक आहे. मग तुम्ही पॅलेसवर या..."

"काय वेड लागलंय का ? मी सांगेन तिथे, मी सांगेन त्या अटींवर तिनेच मला भेटायला यायला हवं."

"जर शक्य असेल तर–"

"जर शक्य झालं तर ?" फोनवरचा माणूस छद्मी हसला. "शक्य नसेल तर डेनला कायमचं विसरा म्हणावं."

मार्सोपच्या काळजाचा ठोका चुकला. पण त्याने आवाजात काही बदल जाणवू दिला नाही. "तुमचा निरोप सांगा, सर."

"ऐक तर. जवळ कागद पेन्सिल आहे ना ?"

"होय. "

"ठीक आहे. नीट उतरवून घ्या... प्रेसिडेंट नॉयने खान कोएन रोड आणि बॉट रोड जिथे मिळतात त्या चौकाच्या आग्नेय दिशेला तोंड करून उभं राहावं. पण ती एकटीच असली पाहिजे. कळलं? आता परत वाचा."

मार्सोपचा कंठ दाटून आला. पण त्याने तसंच वाचून दाखवलं.

"ठीक आहे. आणि तिने बरोबर एक तासाच्या आत तिथे पोहोचलं पाहिजे. तरच तिचा मुलगा जीवंत व सुखरूप राहील."

मार्सोप चाचरत म्हणाला, "पण प्रेसिडेंट एकट्या पॅलेसमधून बाहेर पडणं जरा कठीण आहे. त्यांच्या चोवीस तास दिमतीला जो अंगरक्षकांचा ताफा आहे, त्याचं काय करायचं?"

पलीकडचा आवाज म्हणाला, "तो तिचा प्रश्न आहे. मुलगा जीवंत पाहिजे असेल तर एकटीनेच यायला हवं."

"प्रेसिडेंट नॉयची गाडी तुमच्या ताब्यात आहे का?"

"नाही– गाडी गॅरेजमधे नेहमीसारखी उभी आहे," तो आवाज म्हणाला.

"मग मी तिला घेऊन गाडीने आलो तर?" मार्सोप अजिजीने म्हणाला.

"नाही. तिने एकटीने, तेही टॅक्सीतूनच यायला हवं. मागून कुणीही पाठलाग करत असता कामा नये. टॅक्सी अर्ध्या वाटेतच सोडून राहिलेला रस्ता तिने चालत यायला हवं. ऐकू येतंय ना?"

"होय– "

"पुन्हा एकदा सांगतो. एकटीनंच. नाहीतर पोरगा मेला म्हणून समजा."

फोन खाडकन् बंद झाला.

मार्सोपला आता परिस्थितीची खरी जाणीव झाली. एकेक क्षण मोलाचा होता. कसही करून नॉयला गाठायला हवं. आणि तिला सगळं समजावून कसं सांगायचं हा तर मोठाच प्रश्न होता.

टेबलावरचे कागद तपासल्यावर त्याला नॉयच्या आजच्या कार्यक्रमाचा आराखडा मिळाला. त्यातील वेळापत्रकानुसार ती आता शेतकीविषयक महत्त्वाच्या मीटिंगमधे असणार. रामारूममधे.

तो खोलीपाशी गेला आणि पुढचा मागचा विचार न करता सरळ आत शिरला. रीतिरिवाज पाळायची ही वेळ नव्हती. त्याला तसं तिथे अचानक आलेलं पाहून नॉय तर अवाक्‌च झाली. शिवाय मार्सोपचा चेहरा काळवंडला होता हेही तिच्या लगेच लक्षात आलं.

तो तिला खूण करून बाहेर बोलावून घेऊन म्हणाला, ''आणीबाणीची परिस्थिती ओढवली आहे.''

त्याच्याबरोबर बाहेर पडत ती घाईने म्हणाली, ''काय झालं असं एकाएकी?''

''डेन—''

त्याच्या तोंडून डेनचं नाव ऐकताच ती कासावीस झाली. ''काय झालं? लागलं? पडला? दुखापत वगैरे झाली?''

''नाही,'' मार्सोप तिला थांबवत म्हणाला. ''अजूनपर्यंत तरी तो सुखरूप आहे. नॉय त्याचं अपहरण झालंय. ते त्याला सोडायला तयार आहेत. पण त्यांना खंडणी हवी आहे.''

''त्यांची मागणी तरी काय आहे?''

''तू,'' मार्सोप म्हणाला. ''डेनला सोडायच्या मोबदल्यात त्यांना तू हवी आहेस.''

''मी? माझ्याशी काय काम असेल त्यांचं?'' नॉय म्हणाली.

मार्सोपला ते सांगणं कठीण गेलं, ''कदाचित... त्यांना तुझ्याशी बोलायचं असेल.''

''पण ते आहेत तरी कोण?''

''ते मला ठाऊक नाही नॉय. ज्या माणसाने फोन केला त्याला तुझ्याशीच बोलायचं होतं. मला त्याचा आवाज परिचित वाटला. तरी पण नक्की कोण ते मला सांगता यायचं नाही.''

''मार्सोप, तुमचं फोनवरचं संभाषण मला जसंच्या तसं सांग.''

मार्सोपने सगळं संभाषण तिला ऐकवलं व नंतर हातात एक कागदाचं चिठोरं ठेवलं.

तिने डोळे किलकिले करून ते नीट वाचलं. ''खान कोएन रोड आणि बॉट रोड,'' ती म्हणाली. ''तेथून उहान रोडकडे चालत जायचं आणि नंतर परत मागे या कोपऱ्यापाशी यायचं.'' तिने मान वर केली. ''तू फोनवर नक्की डेनचाच आवाज ऐकलास ना?''

''हो. त्याला त्यांनी जास्त बोलून दिलं नाही. पण तो डेन होता हे नक्की.''

''कदाचित नाहीतर सगळीच फसवेगिरी असायची.''

मार्सोप अडखळत म्हणाला, ''मला तसं नाही वाटत, नॉय. डेन शाळेतून

खरंचच घरी परतलेला नाहिये.''

नॉयने मार्सोपच्या दंडाला विळखा घातला. तिचा कंठ दाटून आला. ''चल, जरा गॅरेजमधे जाऊन पाहू.''

दोघं गॅरेजमधे पोहोचले. ''चाली!'' नॉय समोरचं दृश्य बघून किंचाळलीच.

मर्सिडीजच्या बाजूलाच फरशीवर चालीचं मुटकुळं पडलं होत. नॉय धावतच त्याच्यापाशी गेली व तिने त्याची नाडी पाहिली.

''नशीब, हा जिवंत आहे,'' ती मार्सोपकडे वळून म्हणाली. माझ्या ऑफिस स्टाफपैकी कुणाला तरी कळवून डॉक्टर पाठवायला सांग. आणि तू जरा नंतर याच्याजवळ थांब.''

मग नॉय स्वत: ऑफिसात जाऊन आपल्या खुर्चीत डोकं धरून बसली. मार्सोपची वाट पाहात. हे काय होऊन बसलं होतं. काही क्षणातच मार्सोप परत आला.

''चाली ठीक आहे. जराशी किरकोळ दुखापत, थोडा मुका मार असं आहे. काही काळजीचं कारण नाही. मग आता?''

''आता हा प्रकार खरोखरच घडलाय– अपहरणाचा– ही तर आपली खातरी पटली! मला वाटतं त्यांनी सांगितलंय तसं सगळं करायला हवं.''

''मी तुझ्याबरोबर येतो, नॉय,'' मार्सोप न राहवून म्हणाला.

''मी एकटी न आल्यास डेन जिवंत परत मिळणार नाही, असं तो माणूस तुला म्हणाला ना?''

''होय. म्हणाला.''

''मग मला वाटतं कशाला धोका पत्करावा? मी एकटी जाईन. माथेफिरू लोकांपुढे काय चालणार?''

''पण हे असं तू एकटीने जाणं देखील धोक्याचंच नाही का?''

''हे बघ, मार्सोप, कुणाच्यातरी जिवाला धोका आहेच ना? डेनच्या, नाहीतर माझ्या. आणि डेन हे माझं सर्वस्व आहे.'' ती विषादाने मान हलवत म्हणाला. ''फक्त एकच सांग मार्सोप. या इतक्या अंगरक्षकांना चुकवून, गुप्तपणे मी एकटी कशी जाणार आहे?''

मार्सोपलाही काही सुचेना.

''मला वाटतं आपल्या इथल्या मुदपाकखान्याला मागून नोकराचाकरांनी येजा करण्यासाठी दरवाजा आह, तू मला तिथपर्यंत सोडायला ये.'' दोघं चालत तिकडे निघाले. ''आपली स्वयंपाकीण, ज्युलियन, साधारण माझ्याच अंगकाठीची आहे. रोज या वेळी ती भाजी आणायला बाहेर पडते, आज तिच्याऐवजी त्या दरवाज्यातून मी बाहेर पडणार आहे.''

ते दोघं मुदपाकखान्यात शिरले तशी तिथे आरामात बसलेली ज्यूलियन दचकून

उठून उभी राहिली व तिने नम्रपणे अभिवादन केलं.

"ज्यूलियन–"

"काय मादाम प्रेसिडेंट?"

"तू आत्ता अंगात जे कपडे घातले आहेस, स्वेटर आणि स्कर्ट, तेच घालून तू अनेकदा बाजारात जातेस ना?"

"होय, मादाम."

"तुझ्याकडे इथे आत्ता असल्याच कपड्यांचा आणखी एखादा जोड आहे का? मला जरा त्याची जरूर आहे."

"आहे, मादाम प्रेसिडेंट, पण–"

"ज्युलियन, मला आत्ता तातडीने तुझे ते कपडे हवे आहेत. तू नेहमी बाजारात जाताना घालत असशील ते. आणि हे पाहा, या बाबतीत कुणाला एक अवाक्षर समजता कामा नये."

"मी बाहेर पडताना डोक्याभोवती शालसुद्धा पांघरून घेते."

"मग तर फारच छान. जा आणि लगेच ते कपडे घेऊन ये. मी तुझी रसोईमधे वाट पाहते."

बरोबर पंधरा मिनिटांनी रसोईतून जी नॉय बाहेर आली तिला मादाम प्रेसिडेंट म्हणून कुणी ओळखणं शक्यच नव्हतं. तिच्या अंगात मंद दगडी रंगाचा स्वेटर व फिकट निळा स्कर्ट होता. ज्युलियनच्या हातातून शाल घेऊन तिने ती डोक्याभोवती गुंडाळून शक्य तेवढा चेहरा झाकून घेतला.

"मी कशी दिसत्ये?"

"प्रेसिडेंटसारखी नक्कीच नाही."

"चला, म्हणजे आता मेन गेटमधून तर व्यवस्थित बाहेर पडण्याची सोय झाली. आता मला टॅक्सी कुठे मिळेल?"

"मुख्य दारापासून दक्षिणेला थोडं चाललीस की लगेच मिळेल. चर्चसमोर बऱ्याच उभ्या असतात."

"मला निघायलाच हवं."

मार्सोपही उठून निघाला. "नॉय, तुला एकटीला जाऊ देणं मला योग्य वाटत नाही."

"पण जाऊ दे मला, मार्सोप डेनच्या जिवाला धोका आहे."

"आणि तुझ्या जिवाचं काय?"

"त्याची काळजी करू नको. मी स्वत:ला सांभाळीन. फक्त माझ्या ऑफिसात फोनपाशी बसून राहा. मी तुझ्याशी संपर्क साधण्याचा प्रयत्न करीन. बरं, मला थोडे पैसे देऊ शकशील?"

मार्सोप खिशातून पैसे काढत म्हणाला, "आणि समजा, तुला फोन करणं जमलंच नाही तर?"

"बरोबर तासभर माझ्या फोनची वाट बघ. त्यानंतर तू पोलिसांना खबर कर." ती जायला निघाली. "मार्सोप इथे थांबून आमच्यासाठी प्रार्थना कर."

ती टॅक्सीने उहॉन चौकात आली व तिथेच उतरली. तिथे तिला जरा बावरल्यासारखं झालं. मग तिने एका तरुणाला थांबवून खान कोएन आणि बॉट रोडकडे जाण्याचा रस्ता विचारला.

त्या तरुणाने पश्चिमेकडे बोट दाखवलं. "या बाजूने तीन चार ब्लॉक्स चालत जा."

नॉयने एकवार घड्याळात पाहिलं. अजून ती दिलेल्या वेळेत होती. ती झपाझप चालू लागली. थोड्याच वेळात ती उरलेल्या जागी येऊन पोचली. मग तिने खान कोएन रोड क्रॉस करून ती त्याच्या आग्नेय कोपऱ्यात येऊन थांबली. एका झाडाच्या पुंजक्यापाशी पाठ करून वाट पाहात...

मग तिच्या अचानक लक्षात आलं की या वेषात अपहरणकर्ते कदाचित आपल्याला ओळखणार नाहीत. मग तिने डोक्याची शाल काढून घेतली.

पाच मिनिटे लोटली आणि तिला मनातून एक अनामिक हुरहुर, आशंका वाटू लागली. इतक्यात मागे पावलं वाजली. तिने मान वळवली तोच तिला डोळ्याभोवती पट्टी बांधलेला डेन दिसला. तिने त्याला धावत जाऊन उराशी कवटाळलं, त्याची पट्टी सोडली.

"डेन, डेन, कसा आहेस तू? तुला काही केलं तर नाही त्यांनी?"

"मी ठीक आहे आई. पण तू जरा मागे वळून बघ."

मागे दोन दांडगे गुंड गॉगल घालून उभेच होते. त्यांच्या अंगावर लष्करी गणवेश होता. कमरेला बंदुका लटकत होत्या.

त्यातील एका सैनिकाने डेनला बाजूला ओढलं. "तिला सोड, ए पोरा. तू आता चुपचाप घरी जा. ती मागे राहील."

"मी नाही जाणार–" डेन रडत म्हणाला.

दुसरा सैनिक पुढे झाला. त्याने डेनचं बखोट धरलं. "हे बघ, आता लगेच जातोस का–"

"पण कुठे?"

आता नॉय त्याला समजावत म्हणाली. "डेन त्यांनी सांगितल्याप्रमाणे वाग. घरी जा. त्या समोरच्या रस्ताने थोडं गेलास की तुला टॅक्सी मिळेल. त्यात बसून पॅलेसवर जा." असं म्हणून तिने टॅक्सीसाठी त्याच्या हातात थोडे पैसे ठेवले. "तिथे पोहोचलास की सरळ माझ्या ऑफिसात जा. तिथे मार्सोपकाका तुझी वाटच पाहात

असेल. त्याला सांग मी लवकरच त्याला काय ते कळवीन.''

"बास झालं बोलणं,'' एक सैनिक दरडावून म्हणाला. त्याने डेनला एक धक्का दिला. "जा, चालता हो.''

डेन घाबरला आणि पळत सुटला.

नॉय त्याच्याकडे साश्रू नयनांनी बघत होती. तो सुखरूप सुटला. आता आपलं काहीही होऊ दे.

आता दोन्ही सैनिकांनी दोन्ही बाजूंनी तिला घट्ट पकडलं, त्यांनी तिला फरपटतच त्या झाडांच्या पुंजक्याकडे नेलं.

"चला, मादाम'' एक जण म्हणाला.

"कुठे जायचंय?''

"कुणाला तरी तुमची भेट घ्यायची आहे.'' पहिला म्हणाला. "आता झपाझप चालयचं.''

डेन सँग आईने सांगितल्याप्रमाणे एक टॅक्सी पकडून सरळ पॅलेसकडे गेला. आत शिरताच तो सरळ आपल्या आईच्या ऑफिसकडे धावला. तिथे मार्सोप चिंता करत बसला होताच.

डेनला बघताच मार्सोपने आवेगाने त्याला जवळ घेतलं.

"काय झालं? तुझी आई कुठाय?''

"दोन माणसं तिला घेऊन गेली. त्यांनी मला आधी सोडलं आणि मग तिला पकडलं. मला निघून जायला सांगितलं. मग आईने टॅक्सी करून जा असं सांगितलं.''

"पण त्यांनी तिला कुठे नेलं?'' मार्सोप अजिजीने त्याला म्हणाला.

"मला काय माहीत? त्यांनी मला पळत जायला सांगितलं. नंतर ते तिला त्या झाडांकडे ओढत नेऊ लागले.''

"कुठली झाडं?''

"त्या कोपऱ्यावर, त्या उद्यानाच्या कडेला ती झाडं आहेत ना? त्यांनी माझ्या डोळ्याची पट्टी काढताच आधी मला ती झाडंच दिसली.''

"तुझ्या डोळ्याला पट्टी बांधली होती?''

"हो. ती जेव्हा सोडली तेव्हा समोर आई होती. मग त्यांनी तिला पकडलं.''

"त्यांच्याकडे बंदुका होत्या?''

"हो. आणि त्यांनी लष्करी गणवेष घातला होता.''

मार्सोपने आता डेनला जवळ घेतलं, त्याच्या चेहऱ्यावरून, केसांवरून एकदा मायेने हात फिरवला आणि म्हणाला, "छान. आता तू मला अगदी पहिल्यापासून, शाळा सुटल्यापासून सगळं सांग.''

"मी मित्रांबरोबर येत होतो. शाळा सुटल्यावर हं. मग गाडी थांबलेली बघून मी

धावत सुटलो आणि आत बसलो.''

"पण ती तुझी नेहमीची गाडी नव्हती. तुझी गाडी अजून गॅरेजमधेच आहे.''

"नाही, शक्यच नाही. तीच गाडी होती.''

मार्सोपच्या लक्षात आलं. अपहरणकर्त्यांनी तशाच बनावटीची, हुबेहूब तशीच गाडी वापरली असणार. "मग पुढे?''

"मग आम्ही घरी यायला म्हणून निघालो. पण मग त्यांनी गाडी भलत्याच रस्त्याला वळवली. मी ओरडायला लागलो, तेव्हा मागच्या सीटवरून एक माणूस उडी मारून पुढे आला आणि त्याने मला ड्रायव्हरकडे ढकललं व आपण माझ्या शेजारी बसला. त्याने खिशातून रुमाल काढून माझे डोळे बांधले.''

"तो काही म्हणाला? ते दोघं आपापसात काही बोलले?''

"नाही. ते नुसतेच गाडी चालवत राहिले आणि थोड्या वेळाने गाडी थांबली.''

"पण मग, जरा आठव बरं, साधारण किती वेळ लागला असेल तुम्हाला पोचायला?''

डेनला काही सुचेना. "मला नाही ठाऊक.''

"जरा अंदाज तर कर.''

"खूप वेळ लागला. पंधरा मिनिटं असतील. किंवा जास्तीसुद्धा.''

मार्सोपने त्यावरून काही अंदाज बांधता येतो का ते पाहिलं, पण ते अशक्यच होतं. "मग काय झालं?''

"नंतर बहुतेक आम्ही आपल्यासारख्याच भुयारी गॅरेजमधे शिरलो. मग त्यांनी मला गाडीतून बाहेर खेचलं. मग जिना लागला. तो चढून मला वर नेलं.''

"किती मजले? एक? दोन?''

"दोन. मी पायऱ्या मोजल्या ना. मग त्यांनी मला एका खोलीत ढकललं आणि मगच माझ्या डोळ्यांवरची पट्टी काढली.''

"हं, छान. आता नीट आठव बघू, खोलीत तू काय काय पाहिलंस? शहाणा ना तू, डेन?''

"चार लोक होते गणवेषातले.''

"तुझ्या ओळखीचं होतं त्यातलं कुणी?''

"नाही''

"ते एकमेकांशी बोलताना काही नावाने हाका वगैरे मारत होते?''

"छे. ते एकही शब्द बोललेच नाहीत. मुळी त्यांच्यातला फक्त एकजणच बोलत होता. त्याने मला आईचा खासगी फोन नंबर विचारला. तो जर सांगितला नाहीस, तर तुला ठारच मारीन म्हणाला. मी नंबर दिल्यावर त्याने शेजारच्या खोलीतून फोन केला.''

"हो. मीच घेतला फोन," मार्सोप म्हणाला. "त्यांनी तुझ्या आईने एकटीनेच यावं म्हणजे तुला सोडू असं सांगितलं."

"फोनवरचं बोलणं झाल्यावर त्यांनी परत माझ्या डोळ्याला पट्टी बांधली आणि आम्ही त्या भुयारी गॅरेजात आलो. तिथे गाडीत बसून त्यांनी मला खूप खूप फिरवलं आणि मग शेवटी एका जागी काही झाडं होती तिथे थांबवून मला झाडीत दडवून ठेवलं. नंतर माझ्या डोळ्याची पट्टी काढली तर आई समोर होती."

मार्सोपने निश्वास सोडला. "हो, ना. त्यांनी तिला पळवून नेलं आणि तुला हाकलून दिलं."

"पण काका, त्यांना आई कशासाठी पाहिजे होती?"

मार्सोप समोरच्या टेबलावरच्या नॉयच्या फोनकडे टक लावून बघत म्हणाला, "ते आता लवकरच आपल्याला कळेल अशी आशा आहे."

असेच ते दोघं कितीतरी वेळ इकडच्या तिकडच्या गप्पा मारत बसले. शाळेबद्दल, डेनच्या मित्रांबद्दल, फुटबॉलच्या मॅचबद्दल– पण डेनचं त्यात मन नव्हतं. त्याला आईची काळजी लागून राहिली होती.

आणि अचानकच नॉयच्या टेबलावरचा पांढरा फोन वाजला. दोघंही ताडकन उठले.

मार्सोपने लगेच फोन उचलला.

"प्रेसिडेंट नॉयचं ऑफिस," तो म्हणाला.

"मी नॉय बोलतेय," पलीकडून नॉयचा थकलेला आवाज आला.

"थँक गॉड," मार्सोप ओरडलाच. "पण तू ठीक आहेस ना?"

"मी ठीक आहे. पण डेन... नीट पोहोचला ना?"

"हो. आत्ता इथेच आहे. अगदी सुखरूप."

"त्याला सांग, आईचं तुझ्यावाचून तिथे मन लागत नाही."

मार्सोपने डेनला ओरडून सांगितलं, "डेन आईला तिथे तुझ्याशिवाय करमत नाही. पण ती ठीक आहे. नॉय, आत्ता कुणी तुझं बोलणं ऐकतंय?"

"हो आणि नाही. या खोलीतच बाकीचे बसलेत. पण दुसऱ्या एक्स्टेन्शनवरून मात्र कुणी ऐकत नाहीये."

"तुला त्यापैकी कुणाची ओळख पटतेय?"

नॉय काहीच बोलली नाही.

मार्सोपने हलकेच विचारलं, "तिथल्या लोकांमधे कर्नल शाव्हालिट आहे?"

"नाही."

"त्यांनी तुझं अपहरण केलंय का?"

नॉय जराशी घुटमळी. मग म्हणाली, "मला तात्पुरतं डांबून ठेवलंय."

तेवढ्यात मार्सोपला पलीकडून पुरुषी आवाजातलं दरडावणं ऐकू आलं.

नॉय लगेच म्हणाली, "होय होय, मी आटोपतं घेते. मार्सोप–"

"मी ऐकतोय."

"मला लवकरच सोडण्यात येईल. पण एकाच अटीवर. त्या लोकांनी जे काही सांगितलंय ते तुला करावं लागणार आहे मार्सोप. आणि हो. या गोष्टीला माझी संमती आहे."

"पुढे बोल," मार्सोप अधिरतेने म्हणाला.

"तू ताबडतोब रेडिओ आणि टी. व्ही. वरून मी येती निवडणूक लढवणार नसल्याची घोषणा कर," नॉय म्हणाली. "प्रकृती बरी नसल्याचं कारण सांग. जनरल नाकॉर्न यांना तू फोन करून असं कळव की, मी एका आठवड्याच्या आत खास निवडणूक घेण्यात यावी असा प्रेसिडेंट या नात्याने हुकूम देत आहे. तुझ्या सगळं नीट ध्यानात आलं ना?"

"हो. आलं," मार्सोप खोल गेलेल्या आवाजात म्हणाला. "तू प्रकृती अस्वास्थ्यामुळे येती निवडणूक लढवणार नाहीस. मी जनरल नाकॉर्न यांना फोन करून एका आठवड्याच्या आत खास निवडणूक घेण्यात यावी अशी तुझी इच्छा असल्याचं सांगायचं हे मी कधी करायचं, नॉय?"

"आता लगेच," नॉय म्हणाली. "आत्ता या क्षणीच खास निवडणुकीबद्दल जनरल नाकॉर्नना फोन करून कळव. उद्या संध्याकाळी तू स्वतःच टी. व्ही. वरून एक छोटंसं निवेदन कर आणि माझे डॉक्टर्स माझी देखभाल करत असल्याचं जाहिर कर."

"तुला ते कधी सोडणार?"

"निवडणूक झाल्यानंतर एक दिवसाने," नॉय म्हणाली.

आत्ता याहून काही जास्त बोलण्यात अर्थ नाही हे मार्सोपही जाणत होता. "अजून काही करायचं असलं तर सांग, नॉय."

"एकच मार्सोप. एखाद्या परदेशी महत्त्वाच्या व्यक्तीला राजवाड्यात बोलावून घेऊन त्याच्या तोंडून सगळ्या जगाला सांगा, की मी खरोखरच आजारी आहे म्हणजे मग कुणाला शंका येणार नाही."

"कुणीतरी परकीय? पण कोण?" मार्सोपने विचारलं.

पण त्याच क्षणी फोन बंद झाला.

मार्सोपने निर्जीव हातांनी रिसीव्हर खाली ठेवला. आता जे काय करायचं होतं ते त्याचं त्याने, एकट्यानेच. सगळी जबाबदारी एकट्याच्या शिरावर. त्याच्या पोटात धस्स झालं.

सगळ्यात आधी एक महत्त्वाचा फोन करायचा होता. नॉयचं मन मार्सोपला कळलं होतं. ती महत्त्वाची परकीय व्यक्ती कोण हे त्याच्या ताबडतोब लक्षात आलं होतं. मार्सोपने लगेच फोन उचलला.

बीजिंगमधे ग्रेट हॉल ऑफ पीपल या मोठ्या सभागृहात प्रेसिडेंट अंडरवुड चिनी पॉलिट ब्युरोच्या काही सदस्यांबरोबर पहिल्याच रांगेत बसला होता.

आत्ता नुकतंच त्याचं भाषण पार पडलं होतं. श्रोत्यांवर त्याची चांगली छाप पडली होती. इतक्यात एझ्रा मॉरिसन घाईने पळतच त्याच्याजवळ आला. तो हळूच अंडरवुडच्या कानात कुजबुजला, "मि. प्रेसिडेंट तुमच्यासाठी लाँग डिस्टन्स कॉल आहे."

"वॉशिंग्टनहून"

"नाही. लाम्पांगहून."

"कुणाचा फोन आहे? नॉयचा?"

"नाही. फोनवर मिनिस्टर मार्सोप आहे. तो म्हणतो फार तातडीचं काम आहे."

अंडरवुड ताबडतोबच उठला. तो काळजीत पडला होता. "बरं, फोन कुठे घ्यायचा?" तो एझ्रा मॉरिसनच्या पाठोपाठ निघाला. हॉलच्या दारापाशी एक चिनी अधिकारी त्याचीच वाट पाहात होता. तिघंही लगबगीने बाजूच्याच एका लहानशा खोलीत गेले. आत टेबलावरच फोन होता. रिसीव्हर काढून टेबलावर ठेवला होता. अंडरवुडने तो उचलला. "मार्सोप?"

"होय, मीच मि. प्रेसिडेंट. तसदीबद्दल माफ करा. पण मला तुमच्याशी फार महत्त्वाचं बोलायचंय, नॉयबद्दलच. ती–"

फोन बंद झाला.

अंडरवुड वैतागला, "डिसकनेक्टेड."

त्या चिनी अधिकाऱ्याने फोन घेऊन एक बटन दाबलं, मग कुणाला तरा–बहुधा ऑपरेटरलाच बरंच झापलं. अखेर त्याने फोन ठेवला. "मि. प्रेसिडेंट, सॉरी हं ऑपरेटर परत लाम्पांगशी संपर्क साधण्याचा प्रयत्न करतोय. आपण जरा इथे थांबा."

"जीझस" अंडरवुड हताशपणे मॉरिसनला म्हणाला. "काय घडलं असावं? आता फक्त वाट बघत बसायचं."

अखेर तब्बल पाच मिनिटांनंतर फोन परत लागला.

"मार्सोप?"

"होय. मीच बोलतोय." तिकडून आवाज आला.

"तुम्ही नॉयबद्दल काहीतरी सांगत होता," असं म्हणत अंडरवुडने खुणेनेच मॉरिसनला व त्या चिनी अधिकाऱ्याला बाहेर जायला सांगितलं. नंतर दार बंद झाल्यावर त्याने विचारलं, "मार्सोप, काय गडबड काय आहे?"

"हो, गडबड तर आहेच."

"आपण आत्ता ओपन लाईन वरून बोलतोच त्यामुळे तुम्ही सांगायला कचरताय का?"

"मी काहीच खुलासेवार सांगू शकत नाही. पण मी नुकताच नॉयशी बोललो.

तिनेच सुचवल्याप्रमाणे मी तुमच्याशी संपर्क साधला. नॉय जास्त काही सविस्तर बोलू शकली नाही. फक्त तिने मला आडून आडूनच तुमच्याशी बोलण्याचं सुचवलं. तुम्हाला असं मधेच उठवायला मला बरं वाटेना, पण–''

"छे, छे, त्याचं काय? तुम्ही योग्य केलं. पण एक गोष्ट मला कळत नाहीये. तुम्ही नॉयशी बोलू शकलात, मग तीच माझ्याशी प्रत्यक्ष का बोलत नाही? याला तर काही अर्थच नाही.''

"आपण प्रत्यक्ष भेटू शकलो तर ते मी स्पष्ट करून सांगेन.''

"तुमच्या मते, मी लाम्पांगला येणं जरुरी आहे?''

"ते शक्य झालं तर फारच बरं होईल. तिथून पुढे तुम्ही वॉशिंग्टनला लगेच जाऊ शकाल... मी पॅलेसमधे तुमची वाट पाहतोय. तुम्ही प्लीज लवकर येण्याचा प्रयत्न करा. मी भेटल्यावर सगळं काही सांगेन. प्लीज.''

अंडरवुडच्या मनावर चिंतेचं सावट पसरलं. ही चिन्हं काही ठीक दिसत नव्हती.

"मी या बाबतीत काही मदत करू शकेन?''

"ते मी काही सांगू शकत नाही, मि. प्रेसिडेंट. पण नॉयचं मत तसं पडलं. तुमची याबाबतीत मदत होईल असा तिला विश्वास वाटतोय.''

"ठीक आहे मग मी ताबडतोब तिथे येतो.''

"मी तुमची वाट बघतोय. साधारण केव्हा पोहोचू शकाल याचा काही अंदाज सांगितलात तर बरं.''

"आजच्या आजच मी इथून निघतोय. आधी आज संध्याकाळी निघून परस्पर वॉशिंग्टनला जायचं ठरलं होतं, पण आता मी सरळ लाम्पांगलाच येईन. उद्या सकाळपर्यंत नक्की तिथे पोहोचतोय मी.''

"तुमचे फार उपकार होतील, सर,'' मार्सोप म्हणाला.

"तुमचं काम तसंच अत्यंत महत्त्वाचं असलं म्हणजे झालं.''

"होय सर. खातरी बाळगा.''

अंडरवुडने एकदा दीर्घ श्वास घेतला. मग निश्वास सोडून म्हणाला, "ठीक आहे. उद्या सकाळी भेटू.''

फोन ठेवल्यावर तो क्षणभर एखाद्या पाषाणाच्या मूर्तीसारखा निश्चल उभा राहिला. तिकडे लाम्पांगमधे काय चाललं होतं, काही कल्पना करता येत नव्हती. त्याच्या मनात संशयाची पाल चुकचुकत होती. मात्र त्यानंतर आपण कशी पावलं उचलायची हे त्याचं निश्चित झालं होतं.

तो उठला आणि बाहेर कॉरीडॉरमधे आला. मॉरिसन तिथे अस्वस्थपणे येरझाऱ्या घालत होता. तो लगेचच जवळ आला.

"काय झालं मॅट?''

“तसं नक्की फोनवर काही बोलता आलं नाही. पण काही तरी गडबड आहे.”

“काही आणीबाणी उद्‌भवली आहे?”

“होय. ते मात्र मार्सोपने स्पष्ट शब्दात सांगितलं. माझी त्यांना तिथे गरज आहे.”

“म्हणजे? तू वॉशिंग्टनला जाण्यापूर्वी एअरफोर्स वन् घेऊन लाम्पांगला जाणार आहेस?”

अंडरवुडने आपल्या सेक्रेटरी ऑफ स्टेटला दंडाला धरुन बाहेर नेलं.

“माझं तिथे जाणं जरुरी आहे. फार जरुरी,” अंडरवुड म्हणाला. “न जाऊन चालणारच नाही. दुसरा काही पर्यायच नाहीये. शिवाय नाहीतरी लाम्पांगला जायचं माझ्या आधीपासूनच मनात होतंच.”

मॉरिसन अस्वस्थपणे म्हणाला, “पण मॅट, हा जरा उतावीळपणा होतोय असं नाही का वाटत? तिकडे वॉशिंग्टनमधे आधीच किती कामं साचून राहिली आहेत.”

“हो, पण लाम्पांगमधेही तितकंच महत्त्वाचं काम आहे. माझ्या लेखी ते काम सगळ्यात महत्त्वाचं आहे, इतर कुठल्याही गोष्टीपेक्षा!”

“ठीक आहे. तुला निदान तिथे साधारण काय घडलंय, तुझी गरज का आहे याची थोडी तरी कल्पना आहे. मी तर पूर्णपणे अंधारात आहे. मी काय म्हणणार?”

“मी तुला तेच तर सांगतोय एझ्रा. आधी लाम्पांग. मग बाकीचं सगळं. तू आणि ब्लेक सगळ्या वार्ताहरांना घेऊन प्रेसच्या विमानाने पुढे व्हा. अगदी काही घडलंच नाही असं भासवा. मी सीक्रेट सर्व्हिसचा ताफा बरोबर घेऊन एअरफोर्स वन्‌ने लाम्पांगला जाईन.”

“पण तिथे गेल्यावर माझ्यावर प्रश्नांचा भडिमार होईल मॅट. मी त्यांना काय उत्तर देऊ?”

“ते तुझं तू काहीही कर. ही माझी तुला आज्ञा आहे असं समज,” अंडरवुड म्हणाला.

अकरा

हाय हास्कन तिथून तातडीने बाहेर पडला तो सरळ ग्रेट वॉल हॉटेलमधल्या आपल्या खोलीकडे गेला. दार बंद करून त्याने नॅशनल टेलिव्हिजन नेटवर्कच्या न्यू यॉर्कमधल्या ऑफिसात सॅम व्हिटलॉ याला फोन लावला.

पण वॉशिंग्टनमधे तेव्हा मध्यरात्र होती हे तो विसरलाच होता. सॅम व्हिटलॉ ऑफिसात नाही अनं कळताच त्याने फोन ठेवून परत सॅमच्या घरचा नंबर फिरवला. झोपेतून उठवलं म्हणून सॅम चिडला मात्र नव्हता.

''हॅलो.''

''सॅम, तूच का? मी बीजिंगमधून हाय हास्कन बोलतोय. इथे चीनमधे आत्ता उद्या संध्याकाळचे सात वाजले आहेत, म्हणजे तुझ्या दृष्टीने तुला माझं बोलणं तर नीट स्पष्ट ऐकू येतंय ना?''

''काय? कुठून?'' सॅम व्हिटलॉ झोपेतच होता.

हास्कन खणखणीत आवाजात म्हणाला, ''बीजिंग, बीजिंग. चीनमधे.''

''हो, हो. आलं लक्षात. प्रेसिडेंटबरोबर नाही का? त्याचं भाषण कसं काय झालं?''

''भाषण मस्तच झालं. नेहमीच होतं. बेट्यानी चांगली छाप पाडली.''

''मग काय आत्ता या भलत्या वेळी हवापाण्याच्या गप्पा मारायला उठवलंस का मला?''

''नाही. प्रेसिडेंटविषयी सांगायचं होतं. त्याने ते मागचेच प्रकार परत चालू केले आहेत.''

''कुठले?''

''हेच, ठरलेल्या कार्यक्रमात आयत्या वेळी गुपचूप बदल करायचा... खरं तर आज संध्याकाळी तो बीजिंगहून निघून वॉशिंग्टनला येणार होता. गेल्या वेळेसारखीच फसवाफसवी करायचा आत्ताही त्याचा इरादा आहे. तो प्रेसचं विमान आधी पाठवणार आणि आपण लगेचच मागून निघत असल्याची नुसती बतावणी करणार. पण

प्रत्यक्षात मात्र तो मधेच लाम्पांगला थांबणार आहे.''

''काय? लाम्पांगला? पण आधी तसं ठरलेलं नसताना?''

हास्कनने होकार दिला. ''गेल्या वेळी सुद्धा असंच नव्हतं का केलं? त्या नॉयच्या बहिणीच्या अंत्यसंस्कारासाठी लाम्पांगला गेलो होता तेव्हा? तेव्हा अचानक कार्यक्रमात बदल करून तो एक दिवस तिथे जास्ती राहिला होता. ती नॉय सँगबरोबरची जलक्रीडा आठवते ना? आणि मी आणलेली ती त्यांची फिल्म काय सनसनाटी ठरली होती!''

''हो, आठवते तर. तो म्हणजे कहरच होता,'' व्हिटलॉ म्हणाला.

''पण ती मिळाली कशी? मीही गुपचूप त्याच्या मागावर तिथेच थांबलो म्हणूनच ना? आताही तसंच करण्याचं माझ्या मनात आहे. मी त्याचा सावलीसारखा पाठलाग करणार आहे. लपून छपून. मला त्यासाठी दुसरी कमर्शियल फ्लाईट घ्यावी लागेल. पण मला वाटतं, तेवढा खर्च करायला तू नाही म्हणणार नाहीस ना? मी बातमी कशी चुरचुरीत आणतो बघच.''

व्हिटलॉ क्षणभर काहीच बोलला नाही. मग म्हणाला, ''पण हा अंडरवुड अचानक मधेच असा लाम्पांगला चाललाय तरी कशासाठी?''

''ते मला अजून नीट कळलं नाहीये सॅम. पण काहीतरी काळंबेरं आहे एवढं नक्की.''

''पण तुला याचा सुगावा लागला तरी कसा?'' व्हिटलॉने विचारलं.

हॉलच्या बाहेर एझ्रा मॉरिसन आणि प्रेसिडेंट यांच्यात काहीतरी कुजबूज चालली होती. मी चोरून ऐकलं. तेव्हाच मला लाम्पांगहून प्रेसिडेंटला कसलासा फोन आला असून त्याचसाठी तो तिकडे चाललाय हे समजलं. शिवाय मॉरिसन आणि ब्लेक दोघांनी प्रेसचं विमान घेऊन पुढे व्हायचं, वॉशिंग्टनला जायचं आणि प्रेसिडेंटच्या बदललेल्या कार्यक्रमाचा कुणालाही थांगपत्ता लागून द्यायचा नाही असंही तेव्हाच त्यांचं ठरलं. नंतर मॉरिसनने असं वार्ताहरांपुढे जाहीर केलं की प्रेसिडेंट फार कामात असल्याने ठरल्याप्रमाणे प्रेस कॉन्फरन्स घेऊ शकणार नाही. त्याऐवजी स्वत: मॉरिसन प्रेसच्या विमानातच कॉन्फरन्स घेईल. त्यात तो चीन दौऱ्याविषयी सर्व प्रश्नांची उत्तरं देईल. बाकीचे प्रेसवाले या नाटकाला फसले. पण मी नाही फसणार.''

''अच्छा, तर मग इतर प्रेसवाले त्यांच्याबरोबर पुढे जाणार, पण तू मात्र त्यात नसशील, असंच ना?''

''मला लाम्पांगला जायला हवं.''

''तिथे काय चाललंय याची सुतराम कल्पनाही नसताना... उगीचच?''

''तशी नीट कल्पना नाही,'' हास्कन म्हणाला. ''पण नक्कीच त्या नॉयच्या संदर्भातलंच काहीतरी लफडं आहे. आणि आपलं मागेच काय बोलणं झालं होतं

आठवतंय ना? मी यापुढे फक्त प्रेसिडेंटच्याच मागावर राहायचं. त्याच्याच संदर्भातल्या बातम्या द्यायच्या.''

''असं बोलणं झालं होतं? असेल, असेल.''

''आणि आता तो पठ्ठा गुपचुप लाम्पांगला चाललाय... तेव्हा... मला वाटतं त्याच्या स्वागतासाठी आधीच तिथे जाऊन हजर झालेलं बरं.''

''पण तो तुला इंटरव्ह्यू देईल का?''

''तो तिथे कशासाठी चाललाय त्यावर ते अवलंबून राहील. आणि त्याने मला भेटायला नकार दिलाच तर मी लपून छपून त्याचा पाठलाग करीन.''

''तुला जर स्वतःबद्दल एवढा विश्वास वाटत असला तर...''

''सॅम, तू मला किती वर्षे ओळखतोयस?''

''पण मग तू फोन कशासाठी केलास?''

''प्रेसच्या विमानाने मी जर गेलो नाही तर मला खिशातून पैसे काढून विमानाची व्यवस्था करावी लागेल. नंतर मला टी. एन. टी. एन. कडून ते पैसे परत मिळाले म्हणजे झालं.''

''पण असं किती तिकीट असणार आहे विमानाचं?''

''तोच तर जरा घोटाळा आहे. आज संध्याकाळी अथवा रात्री लाम्पांगला जायला एकही फ्लाईट नाहीये. आणि मला तर विसाकाला प्रेसिडेंटच्या आधीच पोहोचणं भाग आहे. नाहीतर सगळाच खटाटोप वाया.''

''मग तुझं म्हणणं काय आहे?''

''मी खासगी विमान भाड्याने घेऊन लाम्पांगला जायचं म्हणतो. मी जर आत्ता लगेच निघालो, तर मी प्रेसिडेंटच्या आधीच तिथे हजर होईन.''

''ए, हास्कन...त्याला केवढा प्रचंड खर्च येईल याची काही कल्पना आहे का तुला?''

''खरंय, रे'' हास्कन म्हणाला. ''पण यातून खरंच काही खळबळजनक हाती आलं तर काय हरकत आहे जरा खर्च करायला? मात्र जर काहीच नसलं तर सगळा पैसा वाया गेला म्हणून सोडून द्यावं लागेल. आहे तयारी?''

''काय करावं ते मलाच कळेनासं झालंय. पण काय रे हास्कन, लाम्पांगमधे खरंच काहीतरी घडतंय का?''

''माझं अंतर्मन मला असं सांगतंय,'' हास्कन म्हणाला.

सॅम व्हिटला परत विचारात पडला. ''ठीक आहे. एकाच शब्दात सांगतो.''

''सांग ना,'' हास्कन अधिरतेने म्हणाला.

''जा.''

प्रेसिडेंट अंडरवुड एअरफोर्स वन् मधून विसाकाच्या विमानतळावर हजर झाला

तेव्ह रात्र झाली होती.

त्याने विमानप्रवासात थोडी झोप घ्यायचा प्रयत्न केला. पण झोप येणं कसं शक्य होतं? त्याच्या मनात विचारांचं काहूर माजलं होतं. मार्सोपसारखा विचारी, गंभीर प्रकृतीचा माणूस आपल्याला असा तडकाफडकी सगळं सोडून लाम्पांगला येण्याची विनंती करतो, तेव्हा तसंच काहीतरी कारण घडलं असलं पाहिजे. नॉयऐवजी फोनवर मार्सोप का बरं बोलला? काय झालंय नॉयला? गंभीर आजार? काही अकल्पित संकट?

असा विचार करत तो जागाच होता. पण काय झालं असावं याचा काही म्हटल्या काही अंदाज करता येत नव्हता. आता मार्सोपची गाठ होईपर्यंत सर्वच प्रश्न अनुत्तरित राहणार होते.

मार्सोपबरोबर तिथे नॉय असेल? पण जर ती फोनवर बोलली नव्हती तर ती आता तिथे कशी असेल?

पण मग ती तिथे नसली तर कुठे असणार?

अखेर एअरफोर्स वन् खाली उतरलं आणि मार्सोप आपल्याला उतरवून घ्यायला आला असणारच अशा अपेक्षेनेच अंडरवुड खाली उतरला. पण तो तर कुठे दिसत नव्हता. त्याऐवजी एक अलिशान गाडी त्याला न्यायला आली होती. त्याच्या अंगरक्षकांसाठी खास दोन गाड्याही आल्या होत्या. शिवाय नॉयच्या स्वत:च्या सुरक्षाजवानांच्या सुद्धा दोन गाड्या होत्या.

अंडरवुडच्या स्वत:च्याच विनंतीवरून मोटारसायकलस्वार, सायरन वाजवत जाण्याऱ्या गाड्या इ. गोष्टी हेतुपूरस्पर वगळण्यात आल्या होत्या. आपल्या येण्याचा गाजावाजा होऊ नये याच दृष्टीने अंडरवुडने तशी सूचना केली होती.

अंडरवुडच्या सुरक्षा जवानांची एक तुकडी घाईने ओरिएंटल हॉटेलकडे रवाना झाली. त्यांनी अगोदर तिथे जाऊन प्रेसिडेंटसाठी राखून ठेवलेल्या सूटची कसून तपासणी केली.

अंडरवुड हॉटेलपाशी पोहोचला तेव्हा हॉटेलच्या आसपासच्या बघ्या लोकांनी तिथे कुतूहलापोटी गर्दी केली होती. नॉयचे सैनिक त्यांना दूर हाकालत होते. त्यातूनच एक माणूस पुढे घुसला आणि सैनिकांची साखळी तोडून अंडरवुडकडे धावला.

त्याला बघून क्षणभर अवाक् झालेला अंडरवुड म्हणाला, "हास्कन, तू इथे काय करतोयस? तू तर प्रेसच्या विमानाने आता वॉशिंग्टनला जायचं ठरलं होतं."

हास्कन जराही न घाबरता म्हणाला, "मला मॉरिसनने तुमचा इंटरव्ह्यू घेऊ देण्याचं कबूल केलं होतं. चीनच्या दौऱ्याविषयी. आता मॉरिसन त्या प्रेसच्या विमानात इतर वार्ताहरांची प्रेस कॉन्फरन्स घेतातच आहेत, तेव्हा मी म्हटलं, आपण खुद्द प्रेसिडेंटसाहेबांकडूनच इंटरव्ह्यू मिळवावा."

“ते शक्य नाही,” अंडरवुड अतिशय वैतागून म्हणाला. “मी आत्ता अतिशय कामात आहे.”

“पण मि. प्रेसिडेंट, लाम्पांगच्या दौऱ्याविषयी तुमच्या कार्यक्रमपत्रिकेत काहीच उल्लेख नव्हता–”

“नव्हता, कारण मी इथे यायचं आधी ठरवलेलं नव्हतं. पण आता आणीबाणीची परिस्थिती उद्‌भवली असल्याने–”

“कशा प्रकारची आणीबाणी? की गेल्या वेळेसारखं?”

“हास्कन... ही गंभीर परिस्थिती आहे.”

“मला नाही सांगणार?”

आता प्रेसिडेंट घाईने आपल्या सूटकडे निघाला होता व त्याच्या मागोमाग हास्कन पळत होता. मधेच अंडरवुड थांबून ओरडला, “हास्कन, तू गेल्या खेपेला जे काही केलंस ते पुरे नाही का झालं? माझ्या खासगी आयुष्यात ढवळाढवळ केलीस. मी सुट्टीवर असताना चार आनंदाचे क्षण घालवले तर तू ते टी. व्ही. वर दाखवलंस. त्यात नॉयचे ते तसले क्लोज अप्स दाखवलेस. आम्हा दोघांबद्दल लोकांमधे नाही नाही ते गैरसमज पसरवलेस. आता या खेपेला याद राख माझ्या वाटेला गेलास तर.”

“मि. प्रेसिडेंट, तुमच्या प्रत्येक हालचालीची बातमी पुरवणं हेच मुळी माझं काम आहे. मी पेशाने एक वार्ताहर आहे व माझं कर्तव्य मी करतोय. तुम्ही जसं तुमचं करताय ना, तसंच. तुम्ही मला समजून का नाही घेत?”

“तू माझ्या वाऱ्याला देखील उभा राहू नको. मला सहनच होत नाही तुझं तोंड बघणं. मी आत्ता तुझ्याशी गप्पा मारायला रिकामा नाही. माझ्या वाटेतून बाजूला हो. माझ्या डोळ्यांसमोर सुद्धा येऊ नको. थँक यू. गुडबाय. तू गेलास की मी म्हणेन, नसती ब्याद टळली.”

अंडरवुडने आपल्या खोलीत नोकराला हाक मारली, आपलं सामान बाहेर काढून कपाटात नीट लावण्यासाठी. पण मग मधेच त्याच्या मनात आलं, खरंच, हा खटाटोप करायचा का? आपला मुक्काम इथे किती तास असणार आहे देव जाणे. मग त्याने सामान तसंच राहू दिलं आणि मार्सोपला फोन केला.

“खरंच, तुम्ही आलात म्हणून मला अगदी हायसं वाटतंय,” मार्सोप म्हणाला, “आम्हाला इथे तुमच्या मदतीची आवश्यकता आहे.”

“पण असं घडलंय तरी काय?” अंडरवुड म्हणाला.

“ते प्रत्यक्ष भेटीत बोलूच. तुम्हाला इकडे येणं शक्य आहे का मीच येऊ?”

“नको, नको. मीच येतो. पॅलेसमधे नॉयच्या ऑफिसातच ना?” अंडरवुड म्हणाला.

बरोबर अर्ध्या तासाने तो नॉयच्या ऑफिसात शिरला. तिथे मार्सोप एकटा नव्हता. नॉयचा मुलगा डेन बसलेला बघून अंडरवुडला आश्चर्यच वाटलं.

त्याने त्याचे हात हातात घेऊन विचारलं, ''डेन बेटा, तू कसा आहेस?''

''छान.''

मार्सोप उठून अंडरवुडच्या जवळ उभा राहिला होताच. त्याने अंडरवुडशी हस्तांदोलन करत त्याला बसायची विनंती केली.

अंडरवुडने बसल्यावर ऑफिसवर एकवार नजर फिरवली. नॉयची खुर्ची रिकामी होती ते त्याला खटकलं.

''नॉय कुठाय?''

मार्सोपने मोठ्या कष्टाने शब्द जुळवले. ''तिचं अपहरण करण्यात आलंय.''

हा अंडरवुडला जबरदस्त धक्का होता. त्याने काय वाटेल ते ऐकण्याची मनाची तयारी केली असली तरी हे मात्र फार होतं.

''अपहरण? पण कुणी? आणि का?''

मार्सोपने विशादाने मान हलवली. त्यालाच काही कल्पना नव्हती, तर तो अंडरवुडला काय उत्तर देणार? ''खरं तर आम्हालाही ते समजत नाहीये. तसा आम्ही अंदाज बांधलाय ...पण... नक्की काहीच सांगता येणार नाही. आता का म्हणून विचाराल, तर ते मी सांगू शकेन. आज अपहरणकर्त्यांनी असं कळवलंय, खुद्द. नॉयकरवीच फोनवर... की ती येत्या सार्वत्रिक निवडणुकीत उभी राहणार नसल्याचं मी दूरदर्शनवरून घोषित करावं.''

''पण तेवढ्यासाठी ते लोक या थराला गेले? नॉयने निवडणूक लढवण्याला काही व्यक्तींचा विरोध असणार हे उघडच होतं. पण म्हणून तिचं अपहरण?''

''तेच तर. त्यांनी तिच्या जिवालाच अपाय करण्याची धमकी दिलीय.''

''पण हे घडलं कसं? मला जरा नीट पहिल्यापासून सांगता का?''

मार्सोपने शेजारी बसलेल्या डेनकडे बोट दाखवलं. ''त्या सगळ्याची सुरुवात काल दुपारी डेनच्या शाळेपासून झाली.''

''काय झालं डेनला? डेन, तूच सांग ना मला.''

पण डेनने नकार दिला. ''नको. मी नको. काकांनाच सांगू दे, मला भीती वाटते.''

''ठीक आहे, मार्सोप, तुम्ही तरी सांगा.''

मार्सोपने सांगायला सुरुवात केली.

''नॉय जेव्हा जेव्हा शक्य असेल तेव्हा क्वचित डेनला सोडायला शाळेत जाते. कालही तिला वेळ मिळाला म्हणून ती गेली. ते दोघं नेहमीसारखे घरच्या मर्सिडीजने गेले. आमचा ड्रायव्हर चाली, जुना. विश्वासातला आहे.''

''त्याच्या प्रामाणिकपणाबद्दल तुमची अगदी खातरी आहे?'' अंडरवुडने विचारलं.

"शंकाच नको. ते पुढे कळेलच. डेनला शाळेत सोडल्यावर चालीने नॉयला पॅलेसवर आणून सोडलं आणि नेहमीसारखा गाडी गॅरेजमधे ठेवायला गेला. नंतर दुपारी मात्र तो एकटाच डेनला आणायला जाणार होता. दोन वाजता. पण प्रत्यक्षात घडलं ते असं, की चाली गाडी ठेवायला भुयारी गॅरेजमधे गेला. तिथेच कुणीतरी त्याच्यावर हल्ला केला. तो तिथे बेशुद्धावस्थेत पडलेला नंतर आम्हाला सापडला. नशीब तो वाचला."

"आणि डेनला शाळेत आणायला भलताच माणूस गेला."

"नुसता माणूसच बदलला नाही तर, वेगळी हुबेहूब नॉयच्याच गाडीसारखी दिसणारी गाडी घेऊन दुसराच कुणीतरी तिथे डेनसाठी थांबला होता. डेन नेहमीसारखा दोस्तांबरोबर गप्पागोष्टी करत शाळेच्या बाहेर आला आणि समोर गाडी उभी दिसताच पळत येऊन आत चढला. गाडी जराशी पुढे गेली आणि मग ड्रायव्हर बदलल्याचं त्याच्या लक्षात आलं."

अंडरवुडने डेनकडे पाहिलं.

"अच्छा. म्हणजे आधी त्यांनी तुला पळवून नेलं होतं. तुला ते साधारण कुठे नेतायत याची काही कल्पना आली होती?"

डेनने मान हलवली.

"फक्त ड्रायव्हरने नेहमीपेक्षा वेगळ्या रस्त्याने गाडी काढली ते मला कळलं."

"वेगळ्या रस्त्याने?"

"आम्ही शाळेपासून थोडं पुढे आल्यावर नेहमी डावीकडे वळतो. पण त्या ड्रायव्हरने गाडी उजवीकडे घेतली."

"मग तुला पुढे काय दिसलं?"

मार्सोप मधेच म्हणाला, "डेन नंतरचं काहीच बघू शकला नाही मि. प्रेसिडेंट. एक गुंड गाडीच्या मागच्या भागात बंदूक घेऊन आधीच लपून बसला होता. त्याने डेनला बंदुकीचा धाक घातला. तो पुढे येऊन डेनच्या शेजारी बसला आणि त्याने बिचाऱ्याचे डोळे बांधले."

"त्याचमुळे आपल्याला कुठे नेण्यात आलं हे तो सांगू शकत नाही, राईट?" अंडरवुड म्हणाला.

"फक्त त्यांचा गाडीच्या प्रवास पंधरा ते वीस मिनिटांचाच होता एवढंच तो सांगू शकला," मार्सोप म्हणाला.

"तर मग आपण वीस मिनिटे लागली असं धरून चालू," अंडरवुड म्हणाला.

"मला काही आठवत नाही," डेन म्हणाला. "खूप वेळ लागल्यासारखं वाटलं."

अंडरवुडच्या काय ते लक्षात आलं. "हो अरे, डोळे बंद असले की तो वेळ जास्तच वाटतो."

मग मार्सोपला डेनकडून आत्तापर्यंत जी काही हकिकत कळली होती ती त्याने

तशीच्या तशी अंडरवुडला सांगितली. डेनचे डोळे जेव्हा उघडण्यात आले तेव्हा त्याला दुसऱ्या मजल्यावरच्या एका खोलीत आणलेलं होतं. खोलीत फारसं सामान नव्हतं. पण वरकरणी ती बैठकीची खोली वाटत होती. तिथे लष्करी गणवेषातील चार लोक होते.

अंडरवुड त्याचं बोलणं कान देऊन ऐकत होता. काही पुसटसा माग लागेल, काही धागादोरा हाती येईल म्हणून. पण व्यर्थ. अपहरणकर्ते चांगले मुरलेले होते. नवशिके नव्हते.

"मग त्यांनी आईला फोन केला," डेन म्हणाला. "ते मला म्हणाले, की आई जर त्यांच्या म्हणण्याप्रमाणे वागली तर तिला मी परत भेटू शकेन."

"पण त्यांनी तिला काय सांगितलं ते तुला ऐकू आलं?"

"नाही. यांनी फोन केला तेव्हा ती तिथे हजर नव्हती. ते मार्सोपकाकांशी बोलले. मला थोडंसंच ऐकू आलं. त्यांनी आईला कुठेतरी भेटायला बोलावलं होतं."

अंडरवुडने खालचा ओठ चावला. "तू त्यांच्या ताब्यात असल्याबद्दल मार्सोपची लगेच खातरी पटली नव्हती?"

"बहुधा नसावी. कारण त्यातल्या एकाने मला फोनपाशी ओढत नेलं आणि मार्सोपकाकांना फक्त 'मी इथे आहे' एवढंच सांगायचं म्हणून सांगितलं. मी आणखी काही बोललो तर मारायची धमकी दिली. मी घाबरलो."

"मग तुझ्याशी बोलल्यावर मार्सोपची खातरी पटली, तू त्यांच्या ताब्यात आहेस अशी?"

"हो."

अंडरवुडने आता परत आपला मोहरा मार्सोपकडे वळवला. "आता मला सांगा डेनला सोडून त्या बदल्यात नॉयला त्यांनी कुठून आणि कसं नेलं?"

मग नॉय स्वयंपाकिणीचे कपडे घालून मागच्या दारातून गुपचूप कशी बाहेर पडली, टॅक्सीने कशी गेली ते मार्सोपने सांगितलं. नंतर ती ठरलेल्या ठिकाणी पोहोचल्यावर त्यांनी डेनला सोडलं पण त्याच क्षणी तिला मागून धरलं आणि पळवून नेलं हेही सांगितलं.

"मग त्यांनी तिला फोनवर माझ्याशी बोलायला भाग पाडलं."

"ती स्पष्ट शब्दात बोलत होती?"

"अगदी न अडखळता. त्यांनी काय बोलायचं ते नक्की तिच्याकडून पाठ म्हणून घेतलं असणार."

"ती घाबरल्यासारखी वाटत होती?"

मार्सोप हसला. "नॉय आणि इतक्या सहजासहजी घाबरणार? ती अगदी शांतपणे बोलत होती."

“तिला सोडण्यापूर्वी त्यांनी काय अटी घातल्या आहेत हे जरा स्पष्ट सांगा.”

“ती नार्कॉर्नच्या विरोधात येत्या सार्वत्रिक निवडणुकीत उभी राहणार नाही. मी ही गोष्ट उद्या सायंकाळी दूरदर्शनवरून जाहीर करायची आहे. तिची प्रकृती अचानक फार बिघडल्याने ती निवडणूक लढवणार नसल्याचं घोषित करायचं आहे. पण निवडणूक येत्या आठवड्याच्या आतच घेण्यात यावी अशी तिची इच्छा असल्याचंही मी जाहीरपणे सांगावं अशी त्याची अपेक्षा आहे.”

“आणि त्यानंतर?”

“नंतर काय? नार्कॉर्न निवडून येईल आणि नॉयची सुटका होईल.”

अंडरवुड उभा राहिला आणि अस्वस्थपणे येरझाऱ्या घालू लागला. “तुमचा याच्यावर विश्वास बसतो, मार्सोप?”

“का नाही?”

“एक लक्षात घ्या...” त्याने डेनकडे एक कटाक्ष टाकला आणि मग हलक्या आवाजात मार्सोपला म्हणाला, “एकदा निवडणूक पार पडल्यावर ते आपलं वचन पाळतील याची काय हमी? ते कदाचित नाही पण सोडणार तिला.”

मार्सोपच्या डोक्यात हे आलंच नव्हतं. “ते तिला अजिबातच सोडणार नाहीत?”

अंडरवुडने मान हलवली. “असं मला वाटतं. कारण नंतर नॉय अशी गप्प राहणार आहे थोडीच? ती त्यांचं भांडं फोडल्यावाचून राहील का? ती जाहीरपणे अपहरणाबद्दल सर्वांना सांगेल.”

“पण कुणी असं झालं असेल यावर विश्वास ठेवील का?”

“पण नार्कॉर्नच्या डोक्याला पुरेसा त्रास त्यातून होईल. त्याच्या काही लोक तरी नक्की विरोधात जातील.”

मार्सोप आता अगदीच अगतिक झाला. “पण... मग ते तिचं काय करतील?”

अंडरवुडने परत एकदा डेनकडे पाहिलं आणि मार्सोपच्या कानात कुजबुजला. “ते बोलून दाखवायलाच हवं असं नाही.”

“पण आपण त्यांच्या सगळ्या अटी पूर्ण केल्या तरी ते असं वागतील?”

“तशी शक्यता पुष्कळच आहे, मार्सोप. आता मला सांगा, नॉय तुमच्याशी फोनवर जेव्हा बोलली तेव्हा तिने मी इथे यावं हे तुम्हाला स्पष्ट सांगितलं?”

“तुमचं नाव घेऊन अर्थातच नाही.”

“ते तर शक्यच नव्हतं त्या अपहरणकर्त्यांसमोर, नाही का?”

“ती मला फक्त एवढंच म्हणाली, की मी कुणीतरी परदेशी महत्त्वपूर्ण व्यक्तीला इथे बोलावून घ्यावं आणि त्या व्यक्तीच्या तोंडूनच सगळ्या लोकांना सांगावं की नॉय खरोखरच आजारी आहे. म्हणजे लोकांचा विश्वास बसेल.”

“तिच्या मनात नक्की मलाच बोलावून घ्यावं असं असेल?”

“मग नाहीतर दुसरं कोण असणार? शिवाय तुम्ही इथे जवळच चीनमधे आहात याची तिला कल्पना होतीच की!”

अंडरवुड विचारात पडला. “मी इथे येऊन नक्की काय करू शकेन असं तिला वाटलं असेल?”

मार्सोपने हताशपणे खांदे उडवले. “मला खरोखरच काही कल्पना नाही. कदाचित तिला असं वाटलं असेल की, तुमच्या आगमनाची बातमी सगळीकडे पसरली की त्याचं अपहरणकर्त्यांवर दडपण येईल.”

अंडरवुडला ते तितकंसं पटलं नाही. “मी इथे असल्याचं कुणालाही ठाऊक नाहीये.”

“उद्याच तुमच्या देशात तुमच्या सगळ्या वर्तमानपत्रांतून हे छापून येईल बघा. तुम्ही इथे लाम्पांगमधे आहात हे, का आला आहात हे त्यांना ठाऊक नसलं तरी. शिवाय आमचे असंख्य गुप्तहेर आहेतच की सर्वत्र संचार करत. त्यांना कळायला काय वेळ?”

“पण मी विसाकात आल्याचं अपहरणकर्त्यांवर खरोखर दडपण येईल असं तुम्हाला वाटतं?”

“व्यक्तिशः मला काही तसं वाटत नाही,” मार्सोपने कबूल केलं. “पण तुमचे आणि नॉयचे खूप चांगले संबंध आहेत. तिला तुमच्याविषयी फार आदर आहे. त्यामुळे तुम्ही तिच्या सुटकेकरता नक्कीच काहीतरी प्रयत्न कराल अशी तिला आशा वाटत असणार.”

“सुटकेसाठी प्रयत्न...” अंडरवुड विचारात पडला. अचानक तो उठून चुटकी वाजवून म्हणाला, “एकजण आहे, मदत करू शकेल असा.”

“एकजण?”

“पर्सी सीबर्ट.”

“लाम्पांगमधला सी. आय. ए. स्टेशन हेडच ना?”

“होय, तोच, सीबर्ट. तोही नॉयला ओळखतो. शिवाय त्याच्या विसाकात असंख्य ओळखी आहेत. निदान कुठपासून सुरुवात करायची याबद्दल तर तो नक्कीच काहीतरी सांगू शकेल.”

“मग तुम्ही सीबर्टची गाठ घ्याल?”

“लवकरात लवकर.” अंडरवुडने फोन उचलून विसाकातील अमेरिकन एम्बसीचा नंबर फिरवला. ऑपरेटरने फोन उचलला.

“पर्सी सीबर्ट आहे?” अंडरवुड म्हणाला.

“कोण बोलतोय?”

“अमेरिकेचा प्रेसिडेंट.”

ऑपरेटर गोंधळात पडलेला दिसला. "काय प्रेसिडेंट?"

"होय," अंडरवुड करड्या आवाजात म्हणाला. "मला पर्सी सीबर्टशी तातडीने बोलायचं आहे."

"पण सर, ते आत्ता बाहेर गेले आहेत. कुठे ते कुणालाच माहिती नाहीये. ते उद्या सकाळी एम्बसीत येतील तेव्हा मी त्यांना निरोप देऊ शकेन."

"ठीक आहे. मग निरोप द्या," अंडरवुड म्हणाला. "सीबर्टला सांगा, अमेरिकेच्या प्रेसिडेंटचा फोन आला होता. त्यांना ताबडतोब ओरिएंटल हॉटेलमधे सकाळी लवकरात लवकर भेटा." नंतर प्रत्येक शब्दावर जोर देत अंडरवुड म्हणाला, "ही अत्यंत महत्त्वाची, गंभीर बाब आहे व माझं पर्सी सीबर्टला भेटणं अत्यंत आवश्यक आहे."

दुसऱ्या दिवशी सकाळी अंडरवुडने चहा व ब्रेकफास्ट संपवला व पर्सी सीबर्टची वाट पाहात बसला. इतक्यात दारावर टकटक करून सीक्रेट सर्व्हिस डायरेक्टर फ्रँक ल्युकास आणि त्याचे दोन एजंट आत आले.

"तुम्हाला भेटायला आले आहेत," ल्युकास म्हणाला.

"आत पाठवा," अंडरवुड म्हणाला.

"ठीक आहे," ल्युकास म्हणाला. "पण शेजारच्या खोलीत मला दोन अंगरक्षक तुमच्या संरक्षणासाठी ठेवावे लागतील."

प्रेसिडेंट जरा रागावूनच म्हणाला, "मला सी. आय. ए.च्या लाम्पांगमधील स्टेशन हेडशी अत्यंत महत्त्वाचं आणि खासगी स्वरूपाचं काही बोलायचंय आणि ते कुणीही, अगदी कुणीही ऐकू नये, एक शब्ददेखील कुणाच्या कानावर पडू नये अशी माझी इच्छा आहे."

"तरी पण, माझं म्हणणं असं होतं की—" ल्युकास कुरकुरत म्हणू लागला.

"मला इथे कुणीही नकोय," अंडरवुड मधेच म्हणाला. "फक्त ही खोली तसेच आजूबाजूचा सर्व परिसर इलेक्ट्रॉनिक डिटेक्टरच्या साहाय्याने नीट तपासून बघा, कुठे बग्ज वगैरे बसवलेले नाहीत ना, ते."

"ते आधीच केलंय मि. प्रेसिडेंट. छुपे मायक्रोफोन वगैरे कुठेच नाहीयेत."

"छान," अंडरवुड म्हणाला. "आता तुम्ही तुमच्या एजंट्सना घेऊन बाहेर थांबा. आणि मगच पर्सी सीबर्टला आत पाठवा."

ल्युकास निघून गेल्यावर अंडरवुड आता पर्सी सीबर्टला काय काय आणि कसं सांगायचं याचा मनाशी विचार करत बसला.

एकाच मिनिटात पर्सी सीबर्ट उगवला.

प्रेसिडेंटने उठून त्याच्याशी हस्तांदोलन केलं आणि दोघं बसले.

"मि. प्रेसिडेंट, परत इतक्या लवकर आपली इथे गाठ होईल असं वाटलं

नव्हतं. तुमचा निरोप मला मिळाला त्यावरून काहीतरी आणीबाणीचा प्रसंग उद्‌भवला असावा अशी माझी कल्पना झाली.''

''होय, परत एकदा प्रेसिडेंट नॉयच्याच संदर्भात घडलंय ते आणीबाणीच म्हणावी लागेल. फार गंभीर स्वरूपाची आणीबाणी?''

''असं झालं तरी काय?''

''प्रेसिडेंट नॉय बेपत्ता आहे याची तुम्हाला कल्पना आहे?''

''काय? माफ करा– पण मला तुम्ही काय बोलताय हेच काही समजतच नाहिये.''

अंडरवुडने पर्सी सीबर्टच्या डोळ्यांत रोखून पाहात त्याच्या बोलण्यातला सच्चेपणा अजमावून पाहिला. पण पर्सी सीबर्टला खरोखरच आपल्या बोलण्याने धक्का बसलाय हे त्याच्या लक्षात आलं.

''नॉयचं अपहरण झालंय,'' अंडरवुड म्हणाला.

सीबर्टचे डोळे खोबणीतून बाहेर यायचे तेवढे बाकी होते. ''मला नाही खरं वाटत.''

''पण असं झालंय खरं,'' अजूनही पर्सी सीबर्टकडे रोखून बघत अंडरवुड म्हणाला. ''मला वाटलं झाल्या प्रकाराबद्दल तुम्हाला थोडीफार माहिती असेल.''

सीबर्ट अजूनही त्या धक्क्यातून पुरेसा सावरला नव्हता. ''मी हे आत्ता पहिल्यांदाच तुमच्या तोंडून ऐकतोय.''

''मला वाटलं होतं सी. आय. ए. च्या नजरेतून कुठलीच गोष्ट सुटत नाही म्हणून,'' अंडरवुड म्हणाला.

''तसं झालं असतं तर किती बरं होतं. पण दुर्दैवाने तसं नाहीये. अपहरण, तेही खुद्द नॉय सँगचं? याची मात्र आम्हाला पुसटशी सुद्धा बातमी लागली नाही. नक्की घडलं तरी काय?''

अंडरवुडने थोडक्यात झाला प्रकार सांगितला. बीजिंगमधे आपल्याला कसा अचानक मार्सोपचा फोन आला इथपासून त्याने सांगायला सुरुवात केली. ''नॉयची मी लगेच इथे निघून यावं अशी इच्छा असल्याचं समजताच मी आलो.'' मग अंडरवुडला डेन व मार्सोप या दोघांच्या तोंडून जी जी हकिकत कळली होती ती सगळी त्याने पर्सी सीबर्टला सांगितली. प्रत्यक्ष डेनला सोडून नॉयला त्यांनी कसं उचलून नेलं, नॉयचा नंतर मार्सोपला कसा फोन आला, तिने आपलं नाव निवडणुकीतून मागे घेण्याची कशी सूचना दिली इत्यादी सगळं.

सीबर्टने शांतपणे सगळं ऐकलं आणि नंतर फक्त इतकंच म्हणाला, ''विश्वास न बसण्याजोगंच आहे.''

''भर दिवसाढवळ्या एका राष्ट्राच्या प्रेसिडेंटचं अपहरण खरोखरच अविश्वसनीय वाटण्याजोगंच आहे. बरं पण आता सगळी हकिकत ऐकल्यानंतर हे कुणाचं काम

असावं याबद्दल तुम्ही काही अंदाज वर्तवू शकाल?''

पर्सी सीबर्टने हताशपणे खांदे उडवले.

''मला काही म्हटल्या काही कल्पना करता येत नाहीये मि. प्रेसिडेंट.''

''पण या अपहरणाचा फायदा कुणाला सर्वांत जास्त होण्यासारखा आहे हे सांगू शकाल?''

आता पर्सी सीबर्ट सरसावून बसला. ''मला वाटतं ही गोष्ट उघडच आहे मि. प्रेसिडेंट.''

''तरी पण मला तुमच्या तोंडून ऐकायची आहे.''

''ठीक आहे. मग आता असं पाहा, नॉय स्वत:चा निर्णय बदलून अचानकच जनरल नाकॉर्नविरुद्ध निवडणुकीत उभं राहण्याची घोषणा करते आणि त्यानंतर लगेचच–''

''पण काय हो, तुमच्या गुप्तहेरांनी ज्या काही बातम्या काढल्या असतील, त्यानुसार नॉय या निवडणुकीत नाकॉर्नचा पाडाव करून निवडून येण्याची कितपत शक्यता होती?''

''लोकमताचा कौल अजमावता असंच दिसतं की नॉय सँगचा विजय निश्चित होता. लोकांचा तिला भरघोस पाठिंबा आहे. जनरल नाकॉर्नला अर्थातच इतका काही नाही.''

या उत्तराने अंडरवुडचं समाधान झालेलं दिसलं. ''छान. बरं आता तुम्ही मघाशी काय म्हणत होता... नॉय निवडणूक लढवण्याची घोषणा करते आणि लगेचच काय?''

''–लगेचच तिचं अपहरण होतं. तिला मुक्त करण्यासाठी त्यांनी एकच अट घातली आहे ती म्हणजे तिने निवडणुकीस उभं राहता कामा नये.''

''आणि त्यामुळे फायदा कुणाचा होणार आहे?''

''जनरल सॅमॅक नाकॉर्नचा. मग त्याला सगळं मैदान मोकळंच. तो बिनविरोध नवा प्रेसिडेंट म्हणून निवडून येणार. लाम्पांगमधील बहुसंख्य लोक या त्याच्या विजयाने नाखूष होतील. पण आपल्या अमेरिकन सरकारमधील बहुतेक लोक तुमचा अपवाद वगळता– खूष होतील. कारण जनरल नाकॉर्न अमेरिकेचा हितचिंतक आणि कम्युनिस्टांचा वैरी आहे.''

अंडरवुडने सगळं ऐकून घेतल्यावर अखेरीस विचारलं, ''मग तुम्हाला असं तर नाही ना सुचवायचं की, याही कारस्थानापाठीमागे डायरेक्टर ॲलन रॅमेज आणि सेक्रेटरी ऑफ स्टेट एझ्रा मॉरिसन यांचा हात असू शकेल?''

''गुड गॉड, नाही. रॅमेज आणि मॉरिसन यांच्या हातून हे असलं नीच कृत्य घडणं शक्यच नाही. आणि विशेषत: तुम्हाला नॉय सँगबद्दल वाटणारी आस्था लक्षात घेता शक्यच नाही.''

"पण मग तुमच्या म्हणण्याचा अर्थ असा लावायचा का की जनरल नाकॉर्नच याचा खरा सूत्रधार असेल? कारण त्यालाच यातून काही लाभ होणार आहे."

"मी तसा आरोप करत नाहीये. मी फक्त एक शक्यता बोलून दाखवली इतकंच. कदाचित खुद्द नाकॉर्नने नसेलही हे केलं. कदाचित त्याच्या अनुयायांपैकी कोणी अतिउत्साहाच्या भरात त्याच्या अनुमतीशिवायच हे कृत्य केलं असेल. तीही शक्यता आहे. पण खरं सांगायचं तर जनरल नाकॉर्न इतका उलट्या काळजाचा माणूस आहे की, त्याने केलं नसेलच असं नाही."

"म्हणजे एकूण जनरल नाकॉर्न हा यातला पहिल्या क्रमांकाचा संशयित म्हणावा लागेल."

अंडरवुडने यावर खूप विचार केला. एकूण सगळी लक्षणं काही ठीक दिसत नव्हती.

"मग मि. सीबर्ट तुम्हाला काय वाटतं, मी जर स्वत: जनरल नाकॉर्नची गाठ घेतली तर प्रश्न सुटायला थोडी मदत होईल?"

"जर तुम्ही अमेरिकेचे प्रेसिडेंट या नात्याने त्याला कम्युनिस्टांचं निर्दालन करायला मदतीचा हात देऊ केलात, त्याला कम्युनिस्टांविरुद्ध कारवाई करण्यासाठी हवी ती शस्त्रास्त्रे पुरवलीत तर कदाचित तो या अपहरणाच्या प्रकाराचा सखोल तपास करेलही. पण तसं सुद्धा काही खातरीने सांगता नाही यायचं. त्याला आपण प्रेसिडेंट व्हावं असं वाटत असणारच."

"आणि मला मात्र सध्या सत्तेवर असलेल्याच प्रेसिडेंटने त्या जागी राहावं असं वाटतं."

"कठीण आहे."

"मला वाटतं जनरल नाकॉर्नला भेटण्यावाचून दुसरा काही पर्यायच दिसत नाहीये."

"बघा खडा टाकून. एखादेवेळी नेम अचूक बसेलही," सीबर्ट म्हणाला. "अर्थात त्यावर अवलंबून राहू नका."

प्रेसिडेंट अंडरवुड चामादिन पॅलेसमधे नॉयच्या ऑफिसमधे तिच्याच खुर्चीत बसून जनरल नाकॉर्नची वाट पाहात होता. त्याने आधीच मार्सोपला फोन करून जनरल नाकॉर्नला भेटण्याची व्यवस्था करून ठेवली होती. भेटीसाठी ठरवलेली वेळ उलटून गेली होती आणि आता प्रेसिडेंट अंडरवुड अस्वस्थ झाला होता. इतक्यात फोनवर नॉयच्या सेक्रेटरीने जनरल नाकॉर्नच्या आगमनाची सूचना दिली.

पूर्ण लष्करी गणवेषातला जनरल नाकॉर्न आत आला. तो अंडरवुडपेक्षा उंचीने जरा कमी पण प्रचंड देहाचा आडव्या बांध्याचा माणूस होता. त्याच्या छातीवर

अगणित पदकं झळकत होती आणि त्याने आपली टोपी तेवढी हातात काढून घेतली होती. तो शांतपणे अंडरवुडच्या समोर बसला. अंडरवुडने मुद्दामच स्वत: बसायला नॉयची खुर्ची निवडली होती. त्याने जनरल नाकॉर्नकडे रोखून पाहिलं, पण त्याचा चेहरा इस्तरी फिरवल्यासारखा निर्विकार होता.

"मला इथे बघून तुम्हाला आश्चर्याचा धक्का नाही बसला?"

"नाही," नाकॉर्न शांतपणे म्हणाला. "एक तर आमचं लाम्पांगचं गुप्तहेरखातं आपली कामगिरी चांगल्या तऱ्हेने बजावतं. दुसरी गोष्ट तुमचं एअरफोर्स वन् हे काय कुणाच्या डोळ्यात भरल्यावाचून राहणार आहे का?"

"पण मी इथे का आलोय हे जाणून घ्यायची तुम्हाला उत्सुकता नाही?"

"आहे तर," नाकॉर्न आजूबाजूला नजर फिरवत म्हणाला. "खरं तर मादाम प्रेसिडेंट नॉय सुद्धा आत्ता तुमच्याबरोबर इथे असतील असं मला वाटलं होतं."

"तुमचं गुप्तहेर खातं तुम्ही म्हणता तितकं उत्तम जर आहे तर मग मादाम सँग बेपत्ता आहे हे एव्हाना तुमच्या कानावर यायला हवं होतं, जनरल."

जनरल नाकॉर्नचा चेहरा बदलला.

"बेपत्ता? मी समजलो नाही."

"म्हणूनच तर मी तुम्हाला भेटायला बोलावलं," अंडरवुड शांतपणे म्हणाला "तिचं अपहरण करण्यात आलंय."

"अपहरण? पण हे धाडस कोण करणार–"

"हा प्रश्न विचारण्यासाठीच खरं तर मी तुम्हाला इथे बोलावलं. मला वाटलं याचं उत्तर तुम्हीच देऊ शकाल."

"मी?" जनरल नाकॉर्न म्हणाला. "मला तर या अपहरणाबद्दल काहीच ठाऊक नाही. आणि का असावं?"

अंडरवुडचा चेहरा कठोर झाला. "त्याचं कारण या अपहरणाचा जास्तीत जास्त फायदा तुम्हाला आहे. जनरल, फक्त तुम्हाला एकट्याला."

"तो कसा काय?"

"आपण निवडणूक लढवणार असल्याचं तुम्ही घोषित केलंत. त्यानंतर लगेचच नॉयने स्वत:ची उमेदवारी घोषित केली. आता ती जर तुमच्या विरुद्ध उभी राहू शकणार नसेल, तर तुम्ही आपोआपच बिनविरोध निवडून याल."

पहिल्या प्रथमच नाकॉर्नने आवाजातनं काही भावना व्यक्त केल्या. "तिचं अपहरण मी केलं असं तुम्हाला सूचित करायचंय?"

"मी फक्त एवढंच जाणतो, की तिच्या या अशा अदृश्य होण्याने तुमचा फायदा होतोय."

नाकॉर्नचा चेहरा अतिशय गंभीर झाला.

“मी आपल्या पदाचा आदर करतो. पण तरीही आज मला मोठ्या नाइलाजाने असं म्हणावं लागतंय, की तुम्ही माझी क्षमा मागायला हवी. तुम्ही माझ्यावर फार गंभीर आरोप करताय. हा माझा अपमान आहे.”

“ठीक आहे. या प्रकरणाशी तुमचा खरोखर काही संबंध नाही अशी माझी खातरी पटवून द्या. मी तुमची अवश्य क्षमा मागेन. या क्षणी मात्र माझी तशी खातरी नाहीये. आणि याचं कारण ऐकायचंय? अपहरणकर्त्यांनी असा संदेश पाठवलाय, की प्रेसिडेंट नॉय निवडणुकीला तुमच्या विरोधात उभी राहणार नसल्याचं जाहीरपणे सांगितलं जाईपर्यंत तिला ते सोडणार नाहीत.”

“हे ऐकून मलाही धक्काच बसला मि. प्रेसिडेंट. नॉयच्या विरोधात उभं राहण्याचं आव्हान मी स्वीकारायला तयार आहे. खरं तर मी तिचा पराभव करून दाखवीन अशी माझी जिद्द आहे. मला खुल्या रिंगणात तिला पराभूत करायचंय. तिने नावच काढून घ्यावं असं मला वाटणंच शक्य नाही.”

अंडरवुड आता अतिशय चिडला होता. तो खुर्चीतून उठून जोरात म्हणाला, “मग शोधून काढा तिला.”

नाकॉर्न मात्र जागचा हलला नाही. “तुम्हाला तिच्या ठावठिकाण्याबद्दल काही धागादोरा हाती आलाय?”

त्याला काय काय सांगावं याबद्दल अंडरवुडने थोडा विचार केला. जनरल नाकॉर्नचा हात जर या प्रकारात असला तर आपल्याला काय काय दुवे मिळाले आहेत हे त्याला सांगून टाकणं धोक्याचं होतं.

“माझ्याकडे एकही धागादोरा नाही,” अंडरवुड म्हणाला. “पण तुमच्या हाताखाली इतकी मोठी फौज आहे. तुम्हाला तिचा तपास करणं काय जड आहे?”

नाकॉर्न उठून उभा राहिला. “अपहरणाच्या केसमधे तपास करणं इतकं सोपं नसतं. एक मार्ग म्हणजे ज्या व्यक्तीचं अपहरण झालंय तिच्या हितशत्रूंचा तपास करणं. मला वाटतं मादाम सँग यांना आजवरच्या ज्या व्यक्तींनी पत्र वा फोनद्वारे कुठल्याही प्रकारच्या धमक्या दिल्या असतील त्यांची माहिती मला आमच्या कॉम्प्युटरवर मिळू शकेल. शिवाय विरोधी पक्षातील जे जे लोक मादामविषयी आकस बाळगून आहेत त्यांचीही गुप्तपणे तपासणी करावी लागेल. याहून आणखी काही करणं शक्य होईल असं मला तरी वाटत नाही. पण अर्थात मी कसून प्रयत्न करीन.”

“माझ्या मते तुम्ही अजून एक गोष्ट करणं आवश्यक आहे,” अंडरवुड म्हणाला.

“आणि ती कोणती?”

“तुमच्या स्वतःच्या हाताखालच्या सगळ्या लोकांची कसून तपासणी करा. तुमच्यावर ज्यांचा गाढ विश्वास आहे आणि तुम्हीच निवडून आलं पाहिजे अशी

ज्यांची तीव्र इच्छा आहे अशा सगळ्यांची.''

''ते मला शक्य नाही मि. प्रेसिडेंट. माझ्या हाताखालचे सर्वचे सर्व लोक विश्वासू आहेत, प्रामाणिक आहेत. त्यांची जशी माझ्यावर तशीच प्रेसिडेंट नॉयवरसुद्धा श्रद्धा आहे.''

''जनरल नाकॉर्न, मी आत्ता तुमच्याशी एका बलाढ्य दोस्तराष्ट्राचा कमांडर-इन-चीफ या नात्याने बोलतो आहे हे विसरू नका. तुम्ही तुमच्या अखत्यारीत असलेली सगळी हुकूमत वापरून प्रेसिडेंट नॉयला शोधण्याचा जारीने प्रयत्न करत नाही आहात असं जर माझ्या लक्षात आलं तर, भविष्यकाळातील या दोन्ही राष्ट्रांच्या संबंधांवर या गोष्टीचे फार गंभीर परिणाम होतील हे लक्षात ठेवा.''

''मी ते लक्षात ठेवतोच आहे. पण मी मला जे जे शक्य आहे तेवढंच करू शकेन. प्रेसिडेंट नॉयने निवडणुकीतून आपली उमेदवारी मागे न घेतल्यास त्यांची सहजी सुटका करणं शक्य होईल अशी हमी मी देऊ शकत नाही. गुड डे.''

ओरिएंटल हॉटेलमधे परत येत असताना मॅट अंडरवुडचं मन विषादाने भरून गेलं होतं. पर्सी सीबर्ट आणि जनरल नाकॉर्न. दोहोंच्याही भेटीतून काहीच निष्पन्न झालेलं नव्हतं. आता पुढे काय करायचं, कुठलं पाऊल उचलायचं, काही म्हटल्या काही समजत नव्हतं. त्यापेक्षा थोडी विश्रांती घ्यावी आणि मगच चामादिन पॅलेसमधे मार्सोपला भेटायला जावं असा त्याने मनाशी विचार केला. जनरल नाकॉर्नच्या सूचनेप्रमाणे मार्सोपची मदत घेऊन नॉयच्या हितशत्रूंची एक यादी तयार करावी लागेल, व त्यातील जमेल तेवढ्या माणसांशी संपर्क साधावा लागेल.

खोलीच्या दारातच सेक्युरिटी चीफ फ्रॅन्क ल्युकास एका व्यक्तीशी हुज्जत घालताना दिसला. अंडरवुड जवळ गेल्यावर ती व्यक्ती म्हणजे दुसरं तिसरं कोणी नसून तो रिपोर्टरचा बच्चा हाय हास्कनच होता हे त्याने पाहिलं.

फ्रँक ल्युकासनं प्रेसिडेंटसाठी दार उघडून धरलं होतं. प्रेसिडेंट हाय हास्कनकडे दुर्लक्ष करून आत शिरला.

''प्रेसिडेंटसाहेब, मला जरा फक्त दोनच मिनिटं तुमच्याशी बोलायचंय,'' हास्कन फ्रँक ल्युकासला न जुमानता ओरडून म्हणाला.

''पण मला तुझ्याशी एक अक्षरही बोलायचं नाहीये. आता चीनच्या दौऱ्याची चर्चा करायच्या मी मन:स्थितीत नाहीये.''

''मला चीनच्या दौऱ्याविषयी बोलायचंच नाहिये,'' हास्कन म्हणाला.

''नाही? मग कशाविषयी?''

''लाम्पांगबद्दलच,'' हास्कन म्हणाला.

''लाम्पांगबद्दल काय?''

“मला इथे चाललेल्या रहस्याचा पत्ता लागलाय” हास्कन फ्रँक ल्युकास व त्याच्या साथीदाराकडे सहेतुक पाहात म्हणाला. “ठीक आहे. तुम्ही मला जर खोलीत घेणार नसाल तर मग आपण इथे उघड्यावरच बोलूया.”

अंडरवुड क्षणभर विचारार पडला. हा रिपोर्टर चांगला धोकेबाज प्राणी होता. त्याने चेहऱ्यावरचा हास्कनबद्दलचा राग न लपवता ल्युकासकडे वळून म्हटलं, “एक दोन मिनिटांकरता आत पाठवा त्याला. बघूया काय म्हणतोय ते.”

ल्युकासने नाइलाजानेच हास्कनला आत सोडला. अर्थात त्याची नीट तपासणी केल्यानंतरच हास्कनने आत पाऊल टाकून खोलीचं दार बंद केलं.

आत दोघेही खोलीच्या मध्यावर समोरासमोर उभे होते. “काय भानगड आहे?”

“मी सगळं नीट स्पष्ट करून सांगतो, पण जरा बसलो तर चालेल?” हास्कन म्हणाला.

“हं, बसा,” अंडरवुड तुटकपणे म्हणाला.

हास्कन सोफ्यावर बसला व अंडरवुड शेजारच्या खुर्चीत बसला.

“तुम्ही इथे राजकीय काम काढून आलेला नसून काही खासगी कामाकरता आला आहात, बरोबर?” हास्कन म्हणाला.

“हे सांगण्याकरता तुम्ही माझा वेळ घेताय?” अंडरवुड चिडून म्हणाला.

“नाही. आणखी बरंच आहे.”

“अच्छा? मग कळू दे तरी मला.” अंडरवुड उपहासाने म्हणाला.

हास्कनने बोलण्यापूर्वी एकदा दीर्घ श्वास घेतला. “मला जे काही सांगायचंय ते मादाम नॉय सँगच्या संदर्भात आहे.”

“आणि ते म्हणजे–”

“मादाम नॉय बेपत्ता आहे. मी हे अगदी खातरीपूर्वक सांगू शकतो.”

“हा निव्वळ बकवास आहे? तू कुठे ऐकलंस हे?” अंडरवुड हास्कनचं बोलणं ऐकून चांगलाच चरकला होता. त्याने मुद्दाम पांघरलेली औपचारिकता सोडून हास्कनचं बोलणं लक्षपूर्वक ऐकायला सुरुवात केली.

“हा बकवास वगैरे नाहीये मि. प्रेसिडेंट,” हास्कन अंडरवुडकडे रोखून बघत म्हणाला, “ही वस्तुस्थिती आहे. ती सिद्ध करण्यासाठी पुरेसा पुरावा अजून माझ्या हाती आलेला नाही. पण त्याला फारसा वेळ लागणार नाही. नॉय बेपत्ता आहे. आणि तिला शोधून काढण्याकरताच तुम्ही इथे आलेले आहात असा माझा अंदाज आहे.”

अंडरवुडने हास्कनच्या नजरेला नजर मिळवली. “हा बकवास तू कुणाकडून ऐकलास?”

“चामादिन पॅलेसच्या अवतीभवती रेंगाळून माझे कान सतत उघडे असतात मि.प्रेसिडेंट. माणसं बोलतात. सारखे प्रश्न विचारत गेलं की कधीतरी कंटाळून उत्तर

देतात. मादाम नॉयच्या हालचालीवर सतत गेले दोन दिवस मी लक्ष ठेवून होतो. आणि अचानक गेल्या दोन दिवसांत तिचं नखही कुणाच्या दृष्टीस पडेनासं झालंय याचा अर्थ न कळण्याइतका दुधखुळा मी नक्कीच नाही. मि. प्रेसिडेंट, मला वाटतं आतातरी लपवाछपवी पुरे झाली. मला तुमच्या रहस्यात सामील करून घ्या.''

अंडरवुड अस्वस्थ झाला. ''तुला सामील वगैरे करून घ्यायला खरोखरीच काही रहस्य वगैरे असेल तर ना?!''

''तर मग तुम्ही मला काय ते सांगणार नाही?''

''सांगण्यासारखं काही नाहीच. पण जरी असतं तरी मी सांगितलं नसतं. तुला नक्कीच नसतं,'' अंडरवुड म्हणाला.

तुम्ही फार मोठी चूक करताय मि. प्रेसिडेंट.''

''तशी मी करत तर नाहीच आहे. पण तू उगाच अंधारात बाण मारतोयस हास्कन. जा तू.''

''मी तुम्हाला अजून एक अखेरची संधी देतोय मि. प्रेसिडेंट.''

''गुडबाय हास्कन.''

हास्कन खांदे उडवून उठला. तो अंडरवुडच्या जवळ उभा राहून म्हणाला, ''मला जाण्यापूर्वी एवढं शेवटचं बोलू दे. तुम्ही इथे का व कशासाठी आलायत् ते शोधून काढल्याखेरीच मी राहणार नाही. आणि मी माझ्या एकट्याच्या हिमतीवर ते शोधून काढीन. तुमचं ऋण मानायची मला गरज भासणार नाही. मादाम नॉयचा शोध मी स्वत: माझ्या पद्धतीने घेणार आहे. वॉशिंग्टनच्या तीन हजार वार्ताहरांमधे मी सर्वोत्कृष्ट वार्ताहर आहे हे मी आत्मस्तुतीचा धोका पत्करून तुम्हाला सांगतोय. मी कुठल्याही परिस्थितीत या गोष्टीच्या मुळाशी गेल्यावाचून राहणार नाही. मग तुम्ही मला मदत करा अथवा नका करू.''

हास्कनचं बोलणं ऐकून अंडरवुड हादरला. दाराकडे चाललेल्या हास्कनकडे तो अवाक् होऊन बघत राहिला. त्याच्या तोंडच्या एका वाक्याने अंडरवुडच्या मनात घर केलं– वॉशिंग्टनमधल्या तीन हजार वार्ताहरांमधे मी सर्वोत्कृष्ट वार्ताहर आहे...

अंडरवुडने स्वत: एकेकाळी वार्ताहराचं, बातम्यांचा माग काढायचं काम केलंच होतं की! पण त्यात तो फारसा यशस्वी ठरला नव्हता. एका गुप्तहेराची चतुराई, धूर्तता, चाणाक्षपणा मुळी त्याच्या अंगातच नव्हता. हास्कनची या बाबतीत मदत घेतल्यावाचून आपल्याला तरणोपाय नाही हे त्याला आता कळून चुकलं. आता दोघांमधले मतभेद चटकन संपवून टाकून त्याला आपल्यात सामील करून घेण्याची वेळ आली होती.

हास्कन खोलीच्या बाहेर पडता पडताच त्याला अंडरवुडची हाक ऐकू आली, ''थांब, हास्कन.''

"येस् मि. प्रेसिडेंट?" हास्कन मागे वळला.

"परत ये आणि बस इथे. तुला सगळं सांगतो."

हास्कन मुकाट्याने परत येऊन बसला.

"स्पष्टच बोलायचं तर तुझं आणि माझं कधी नीट जमलंच नाही हास्कन," "अंडरवुड म्हणाला. "गेले किती वर्षं आपण एकमेकांना ओळखतोय. पण आपल्याला एकमेकांचा कायम रागच येत गेला. रागावू नकोस पण तू फार चोंबडा आहेस. जिथे तिथे सारखं नाक खुपसतोस. या गोष्टीचा मला राग यायचा. पण तुझ्या अंगचा हाच गुण– तुझी ही जिज्ञासू वृत्ती आज मला उपयोगी पडेल असं मला वाटायला लागलंय. आपण दोघंही झालं गेलं विसरून जाऊया. मी तुला सामील करून घ्यायला तयार आहे, फक्त तू गुप्ततेची शपथ घ्यायला तयार आहेस? तू मला दगा तर देणार नाहीस?"

"ही जर शंका तुमच्या मनात असेल तर देवाशपथ सांगतो मि. प्रेसिडेंट तुम्ही मला सांगितलेलं एक अक्षरसुद्धा माझ्या तोंडून बाहेर फुटणार नाही."

"मी तुझ्यावर विश्वास ठेवतोय," अंडरवुड म्हणाला. "आपण वॉशिंग्टनमधले सर्वोत्कृष्ट रिपोर्टर आहोत असा दावा मगाशी तू जाता जाता केलास ना?"

"होय. वार्ताहराला लागणारी चिकाटी, एखाद्या सुतावरून स्वर्ग गाठण्याची धूर्तता आणि ता वरून ताकभात ओळखण्याचा चाणाक्षपणा माझ्या अंगी आहे असं मी अभिमानाने म्हणेन."

"याच गोष्टीचा मला उपयोग करून घ्यायचाय."

"ठीक आहे. मी सहकार्य करायला तयार आहे."

प्रेसिडेंटने मान डोलवली. "आत्ता माझ्यापुढे जे संकट उभं आहे ते मी तुला थोडक्यात स्पष्ट करून सांगतो. फक्त एकच वचन दे. ही समस्या सुटून सर्व काही ठाकठीक होईपर्यंत तू घाईने ही बातमी फोडणार नाहीस."

"वचन दिलं."

"मी उदाहरणादाखल म्हणून तुला एक केस सांगतो. लाम्पांगमधेच राहणारी एक व्यक्ती आहे. एक स्त्री. ती सकाळी आपल्या मुलाला शाळेत सोडून येते. परत आणायला मात्र ड्रायव्हर गाडी घेऊन जाणार असतो. पण ड्रायव्हरला त्याआधीच गाठून मारहाण करून जायबंदी अवस्थेत टाकलं जातं. मुलाला आणायला गाडी जाते. ती हुबेहूब तशीच दिसणारी दुसरी गाडी असते. मुलाचं अपहरण करण्यात येतं आणि आईला एकटीला मुलाला भेटायला बोलावण्यात येतं. ती तिथे येताच तिचं अपहरण केलं जातं व मुलाला सोडलं जातं. तिच्या सुटकेच्या मोबदल्यात जी काही खंडणी मागितली जाते ती खंडणी भरणं माझ्या फार जिवावर आलंय."

हास्कनने नकारार्थी मान हलवली. "तुम्ही मला पुरतं विश्वासात घेत नाही, मि.

प्रेसिडेंट.''

''कसं काय?''

''मला उदाहरण वगैरे नकोय. मला प्रत्यक्ष घडलेली घटना तुमच्या तोंडून ऐकायचीय. तुमच्या उदाहरणातली स्त्री म्हणजे नॉय सँग व तो मुलगा म्हणजे डेन सँग हे मला कळून चुकलंय.''

अंडरवुडने सुस्कारा सोडला. ''नावं घ्यायला मला फार जड जातंय हास्कन.''

''मग मला तुमची मदत करणं जमणार नाही.''

अंडरवुडने आता हार मानली. ''ठीक आहे. तुझा अंदाज बरोबर आहे. नॉय आणि डेन. तुला ठाऊक आहेच, नॉय बेपत्ता आहे. तिचं अपहरण करण्यात आलंय. खंडणी म्हणून त्यांनी पैशाची मागणी केलेली नाहीये. तिने येत्या निवडणुकीतून आपलं नाव उमेदवार म्हणून काढून घ्यावं असं सांगितलंय.''

हास्कन आ वासून बघत राहिला. ''काही धागादोरा हाती आलाय?''

''काहीच नाही अजून. नुसता संशय आहे. पण पुरावा काही नाही.''

''संशय सुद्धा कित्येकदा धागादोरा पुरवू शकतो.''

''पण नॉयला शोधून काढायचं कसं?''

''वेल्. आता निदान मला एवढं तरी कळलं की हे नॉय व तिचा मुलगा डेन याच्या संदर्भात घडलंय तेव्हा त्यावरून—''

''मार्सोपलाही त्यांनी यात गुंतवलं. कारण डेनला पळवून नेलं असताना त्यांनी जो फोन केला तो मार्सोपनेच घेतला.''

हास्कन आत्मविश्वासाने म्हणाला, ''आपण यातून काहीतरी मार्ग नक्की काढू. हे कोडं लवकरच सुटेल. फक्त तत्पूर्वी मला जे काही घडलं ते अगदी जसंच्या तसं, एकही तपशील न वगळता ऐकायचंय. अगदी कितीही क्षुल्लक तपशील असला तरी. मग मी माझ्या पद्धतीने आधी मार्सोपला नंतर डेनला प्रश्न विचारीन. पण आधी तुमच्यापासूनच सुरुवात करू. सगळं अगदी पहिल्यापासून सांगा...''

बारा

प्रेसिडेंट अंडरवुडने मिनिस्टर मार्सोपला फोन लावला.

"मार्सोप, मी प्रेसिडेंट अंडरवुड. आपल्याला मदत करू शकेल अशी व्यक्ती आत्ता इथे आहे."

"मादाम नॉयला शोधून काढण्याच्या कामी?"

"होय, नॉयला शोधायच्याच कामी."

"डिटेक्टिव्ह आहे?"

"खरं तर नाही. त्याचं नाव आहे हाय हास्कन. हा वॉशिंग्टनमधला वार्ताहर आहे. एका फार मोठ्या टी. व्ही. नेटवर्कसाठी काम करतो."

"पण तो ही बातमी कुठे प्रसिद्ध तर करणार नाही?" मार्सोपने काळजीने विचारलं.

"नाही. हास्कनने गुप्ततेची शपथ घेतली आहे. तो स्वत: पेशाने जरी वार्ताहर असला तरी त्याच्या अंगचं कौशल्य व त्याची कार्यपद्धती एखाद्या निष्णात डिटेक्टिव्हलाच साजेशी आहे," अंडरवुड म्हणाला. "घडलेल्या घटनांबाबत त्याची डेनला आणि तुम्हाला काही प्रश्न विचारण्याची इच्छा आहे. डेन तिथे आहे?"

"हो. सध्या काही दिवस मी त्याला शाळेत न पाठवण्याचंच ठरवलंय."

"ठीक आहे. मग मी हास्कनला घेऊन लगेच येतो."

बरोबर पस्तीस मिनिटांनंतर ते चौघंही नॉयच्या ऑफिसात बसले होते.

डेन आणि मार्सोप जवळजवळ सोफ्यावरती बसून होते. समोरच हातात वही आणि पेन घेऊन हास्कन बसला होता. अंडरवुड मात्र जरासा दूर बसला होता. त्या तिघांच्या संभाषणात आपला मधे अडथळा नको म्हणून.

हास्कन आता डेनकडे वळला. "हे बघ, मी तुला आता काही सोपेसोपेच प्रश्न विचारणार आहे. मात्र तू त्यातल्या प्रत्येक प्रश्नाचं अगदी नीट आठवून उत्तर द्यायचं हं."

"हो, चालेल," डेन म्हणाला.

"तर मग आपण अगदी सुरुवातीपासून बघू. आता शाळा सुटली. मग तू

निघालास पुढे?''

डेनने सगळं परत सांगायला सुरुवात केली. अंडरवुडने परत एकदा ते सगळं ऐकलं. आता आपल्यापेक्षा या हास्कनला या माहितीतून आणखी वेगळा असा काय बोध होणार आहे देव जाणे!

पण मग अचानक हास्कनने मधेच डेनला एक अगदी निराळाच प्रश्न विचारला. तो विचारण्यामागे त्याचा काय हेतू होता, हे अंडरवुडला कळेना.

''मग तुझ्या या अगदी जवळच्या तिघा वर्गमित्रांबद्दल आणखी काही खास सांगायचंय डेन?''

''काय सांगायचं?''

''आधी मला त्या तिघांची नावं सांग.''

''माझा सगळ्यात जवळचा मित्र आहे तोरू. आणि बाकीचे दोघं आहेत, सोरिक आणि सासी.''

''त्या सगळ्यांची पार्श्वभूमी सांगशील?''

डेन बुचकळ्यात पडला. ''पार्श्वभूमी म्हणजे काय?''

डेन खूपच लहान आहे आणि हे सगळं त्याच्या बिचाऱ्याच्या आकलनापलीकडचं आहे हे हास्कनच्या लक्षात आलं. त्याने प्रश्न वेगळ्या शब्दात परत विचारला.

''डेन, त्या तिघांचे वडील काय काय करतात ते तुला ठाऊक आहे?''

डेन विचारात पडला. ''तोरूच्या बाबांचा कारखाना आहे.''

''कसला कारखाना?''

''ते मला नाही माहीत. पण... अं... हं... चिनी मातीच्या बश्या तयार करण्याचा. सोरिकचे बाबा एक मासिक छापतात. आणि सासीचे बाबा वकील आहेत.''

''आपल्या वडिलांना काय काय आवडतं याबद्दल तुझे मित्र एकमेकांना काही सांगत असतील नाही?''

''आवडतं म्हणजे?''

''अरे म्हणजे प्रत्येक माणसाला काही काही छंद असतात ना वेगवेगळे. कुणी पोस्टाची तिकिटं जमवतो तर कुणी पिसं, काड्यापेट्यांचे छाप... तसं...''

''हां हां तसं होय? तोरूचे बाबा विदेशी गाड्या जमवतात. सोरिकचे बाबा गोष्टी लिहितात आणि सोरिक त्यांना मदत करतो. आणि सासीचे बाबा ना खूप खूप पैसे साठवतात. ते खूप श्रीमंत आहेत.''

हास्कन हसला. किती निर्व्याज मन आहे याचं. ''बरं डेन, आता तू जरा आठव हं. तू मर्सिडीजमधनं चाललायस. आणि तुझे डोळे बांधलेले आहेत.''

मग परत एकदा त्या क्षणापासून पुढचं सगळं डेन सांगू लागला.

''पण डेन त्यांनी तुला नक्की दुसऱ्याच मजल्यावर नेलं ना?''

“हो नक्की.”

“आणि त्या फ्लॅटमधे किती लोक होते म्हणालास?”

“चार.”

“जरा त्यांचं वर्णन कर बघू. ते कसे होते सगळे दिसायला... उंच... बुटके... जाड... बारीक? मिश्या होत्या का नाही? एखादी जन्मखूण किंवा जखमेचा व्रण तुला दिसला?”

डेनने आपल्या स्मरणशक्तीला खूप ताण दिला. पण त्याच्या लहानग्या मेंदूला ते सगळे लष्करी गणवेषातले लोक एकसारखेच दिसले होते.

“बरं तुला ज्या खोलीत डांबून ठेवलं होतं, ती खोली काय रिकामी होती?”

“नाही, बसायला काही काही ठेवलेलं होतं.”

“पण काय? आठवतंय?”

डेनला नीटसं काही आठवत नव्हतं. फक्त थोड्या लाकडी खुर्च्या, एक कोच आणि एक टेबल.

“खोलीला खिडक्या होत्या?”

“दोन.”

“त्यातून तुला बाहेरचं काही दिसत होतं?”

“नाही. त्यांनी मला खिडकीच्या जवळ एकदाही जाऊ दिलं नाही. पण मला एकदाच ओझरतं दिसलं. त्या फ्लॅटच्या बरोबर समोरच्या बाजूला रस्त्याच्या पलीकडे आणखी एक फ्लॅट होता.”

“रस्त्याच्या पलीकडे, समोरच्या बाजूला? की शेजारी?”

“नाही, रस्त्याच्या पलीकडचाच फ्लॅट होता तो, खिडकीतून दिसणारा.”

मग त्यांनी डेनच्या आईला फोन केला. ते फोनवर काय बोलले ते काही डेनला ऐकू आलं नव्हतं. पण आपली आई तिथे नसून मार्सोपच फोनवर बोलतोय एवढं त्याला कळलं.

“तू मार्सोपकाकांशी बोललास?”

“त्यांनी मला फोनपाशी फरपटत नेलं आणि ओरडून सांगितलं, आपण इथे आहोत एवढंच फक्त सांगायचं त्या तुझ्या काकाला. बाकी एक अक्षरही बोलायचं नाही. मी तेवढं बोलल्यावर त्यांनी फोन हिसकावून घेतला आणि मला ओढत लांब नेलं.”

अंडरवुड ही सगळी प्रश्नोत्तरं ऐकत होता. पण या सगळ्यातून नक्की काय निष्पन्न होणार आहे आणि हाय हास्कन या सगळ्याचा असा काय मोठा आपल्यापेक्षा वेगळा अर्थ लावणार आहे हेच त्याला कळेना.

हास्कनने आता आपला मोहरा मार्सोपकडे वळवला होता.

"त्यांनी तुमच्यापाशी असा निरोप दिला की नॉयने एकटीने खान कोएन रोड आणि बोट रोडच्या नैर्ऋत्येच्या कोपऱ्यापाशी यावं?"

"कोपऱ्यापासून पुढे चालत जावं आणि परत उलटं माघारी येऊन त्याच जागी डेनची वाट बघत थांबावं."

"मला जरा विसाका शहराचा नकाशा मिळू शकेल?"

"नॉयच्या टेबलाच्या खणात आपल्याला नकाशा नक्कीच मिळेल." असं म्हणून मार्सोपने थोडं शोधलं व एक नकाशा काढून हास्कन समोर टेबलावर पसरला.

"हा बघा मि. हास्कन, हाच तो कोपरा."

हास्कनने तो बारकाईने पाहिला. "याच्या अगदी लगतच एक बाग दिसते आहे. जवळपास बरीच झाडीदेखील आहे."

मार्सोप परत आपल्या जागी बसल्यावर हास्कनने आपली प्रश्नोत्तरे पुढे सुरू केली.

सगळे प्रश्न विचारून संपल्यावर तो म्हणाला, "थँक यू, मार्सोप साहेब. थँक यू डेन." मग तो उठून अंडरवुडपाशी आला.

"आता माझ्या मनात या प्रकरणाची प्राथमिक पार्श्वभूमी तर तयार झाली. चला, आता कामाला लागू या. माझी यापुढची कल्पना अशी आहे की, आता आपण सगळ्यांनी परत एकदा डेनच्या शाळेत त्याला घेऊन जायचं आणि त्या दिवशी जे जे काही घडलं ते सगळं अगदी तसंच्या तसं, त्याच क्रमाने पुन्हा परत एकदा घडवून आणायचं. कित्येकदा त्याचा फायदा होतो. आपण दोन गाड्या घेऊन जाऊ. मी एक छोटी व्होल्व्हो गाडी भाड्याने घेतलीय, त्यात तुम्ही आणि मी जाऊ सर. आणि चालीची प्रकृती आता बरी आहे ना? मग चालीला नेहमीसारखं डेनला घेऊन शाळेत जाऊ दे. आपण त्यांचा पाठलाग करू."

एकंदर चार गाड्या एका पाठोपाठ एक सेंट मेरीज स्कूलकडे निघाल्या होत्या.

पहिली गाडी नॉयची मर्सिडीज ४५० सेडान होती. त्यात डोक्याला बँडेज गुंडाळलेला चाली ड्रायव्हर डेनसह होता. दुसऱ्या गाडीत सीक्रेट सर्व्हिस, डायरेक्टर फ्रँक ल्युकास एका मदतनिसासह बसला होता. त्यानंतर हाय हास्कन आणि प्रेसिडेंट अंडरवुड यांची व्होल्व्हो चालली होती. आणि शेवटी संरक्षणासाठी सीक्रेट सर्व्हिसची आणखी एक गाडी चालली होती.

शाळेच्या मेन गेटपाशी आल्यावर सगळे खाली उतरून एकत्र जमले. मग सगळ्यांना तिथेच थांबायला सांगून हास्कन एकटाच डेनला सोबत घेऊन शाळेच्या मुख्याध्यापिकेला भेटायला गेला. तो तिथे जाऊन काय करणार होता त्याची अंडरवुडला काहीच कल्पना नव्हती.

शाळेच्या आवारात शिरल्यावर डेनला उत्साह आला. त्याने जवळजवळ ओढतच हास्कनला मुख्याध्यापिकेच्या ऑफिसात नेलं.

बाहेरच्या स्वागतकक्षात मुख्याध्यापिकेची सेक्रेटरी बसली होती. डेनला अनपेक्षित असं हजर झालेलं पाहून तिला धक्काच बसला.

"डेन सँग, तू कसा काय आलास? तुझं अपहरण झाल्याचं आम्हाला मार्सोपसाहेबांकडून कळलं होतं."

"हो, पण नंतर त्यांनी मला सोडलं."

मग सेक्रेटरीचं लक्ष हास्कनकडे गेलं. "डेन, आणि हे कोण?"

"हे एक अमेरिकन रिपोर्टर आहेत. मला पळवून नेणाऱ्या गुंडांना ते शोधून काढणार आहेत. त्यांना आपल्या मॅडमना भेटायचंय."

सेक्रेटरी उठली. "बसा हं एक मिनिट" असं म्हणून ती आत गुप्त झाली. परत आली आणि म्हणाली, "हं, आता जा आत."

पण हास्कनने डेनला तिथेच थांबायला सांगितलं आणि आपण एकटाच आत गेला.

मुख्याध्यापिका उत्सुकतेने वाट पाहात होत्या.

हास्कनने स्वतःची ओळख करून दिली.

मुख्याध्यापिका म्हणाल्या, "काल इथे झालेल्या त्या भयानक प्रकाराबद्दलच तुम्ही भेटायला आला आहात ना?"

"हो. अमेरिकेचे प्रेसिडेंट मॅथ्यु अंडरवुड यांच्याबरोबर मी इथे आलोय. ते आत्ता खुद्द इथे तुमच्या शाळेच्या गेटपाशी सीक्रेट सर्व्हिसच्या माणसांबरोबर थांबले आहेत. मी एक मित्र या नात्याने त्यांना मदत करू पाहतोय. मी माझ्या तपासाची सुरुवात तुमच्या शाळेपासूनच करावी म्हणतो."

"पण त्याने काय होणार आहे?" मुख्याध्यापिका म्हणाली. "आम्हालाच तर या प्रकाराबद्दल कितीतरी उशिरा मार्सोपसाहेबांकडून कळलं. काय घडलं ते आमच्यापैकी कुणीच पाहिलेलं नाही."

"खरं तर ते मलाही ठाऊक आहे. मला तुमची फक्त एकाच बाबतीत थोडी मदत हवी आहे. डेन जेव्हा गाडीत बसून गेला तेव्हा त्याच्याबरोबर त्याचे जे तीन मित्र होते त्यांच्याशी मला जरा बोलायचंय."

"त्यांचा आत्ता इतिहासाचा तास चाललाय."

"मी, तुमच्या परवानगीनेच अर्थात, त्यांना जरा बाहेर बोलावून घेऊन त्यांच्याशी बोलू शकतो?"

"त्यांची नावं?"

"तोरू, सोरिक, सासी."

मुख्याध्यापिकेचा चेहरा जरा खुलला. "फार गुणी मुलं आहेत तिघंही. हुशार. सज्जन. मला वाटतं तुम्ही इथेच थांबा. मी स्वतःच त्यांना घेऊन आलेलं बरं."

गेटपाशी थांबलेल्या अंडरवुडला डेन व हास्कन ऑफिसच्या बाहेर पडलेले दिसले. थोड्याच वेळात एक बाई तिघा मुलांना घेऊन तिथे आल्या. त्यांना पाहून डेन खूष होऊन उड्या मारू लागला. मग आपल्या सीक्रेट सर्व्हिसच्या माणसांना तिथेच सोडून अंडरवुड त्यांना जाऊन मिळाला.

डेनने चालत येता येताच आपल्या तीनही मित्रांची अंडरवुडशी अदबीने ओळख करून दिली. ते तिघंही जरासे घाबरलेच.

"मग आता काल तू आपल्या गाडीकडे कसा गेलास ते मि. हास्कनना दाखवणार का, डेन?" अंडरवुड म्हणाला.

"हो. आता दाखवतो लगेच," डेन मित्रांना खूण करत म्हणाला. मग ते चौघंही गाडीच्या दिशेने पळू लागले. हास्कन आणि अंडरवुडही त्यांच्या पाठोपाठ पळतच निघाले.

मेन गेटपाशी सगळे थांबले. "कालही अगदी तशीच तिथे मर्सिडीज उभी होती," डेन म्हणाला.

"पण काल तुला न्यायला आलेली मर्सिडीज ही नव्हे. ती दुसरीच होती." हास्कन म्हणाला.

"माझ्या नाही ते लक्षात आलं," डेन म्हणाला. "मी तर ती आमचीच गाडी समजून आत शिरलो."

"तुमच्या काही वेगळं लक्षात आलं मुलांनो?" हास्कन डेनच्या मित्रांना उद्देशून म्हणाला.

"नाही," सोरिक आणि सासी म्हणाले.

"हो... कालची गाडी डेनची नव्हती. मी पाहिलं ना;" तोरू पुढे होऊन म्हणाला. "पण गाडी सुरू होऊन भर्र्कन पुढे निघून गेल्यावर माझ्या ते लक्षात आलं. मी डेनला हाक सुद्धा मारली. पण गाडी केव्हाच लांब गेली होती."

हास्कनने आता तोरूकडे निरखून माहिलं. "अरे वा. तुला गाड्यांबद्दल चांगली माहिती दिसतेय् की. तुला कसं काय ओळखू आलं, ही डेनची गाडी नाही ते?"

"माझ्या बाबांना गाड्या जमवायचा छंद आहे ना," तो अभिमानाने म्हणाला.

"बरं मग सांग बघू तोरू, कालची गाडी आजच्या गाडीपेक्षा कुठल्या बाबतीत वेगळी होती ते?"

"तिची चाकं वेगळी होती," तोरू लगेच म्हणाला. "डेन काल ज्या गाडीत बसून गेला तिची चाकं परदेशी बनावटीची होती. म्हणजे चाकं नाही... चाकांचे स्पोक्स परदेशी बनावटीचे होते. वेगळ्या फॅशनचे."

हास्कन ते ऐकून खूष झाला. "वा, फार हुशार मुलगा आहेस हं तू तोरू. नेहमीच्या मर्सिडीज गाड्यांवर ते तसले, तू म्हणतोस तसे स्पोक्स दिसत नाहीत?"

"नाही. ते त्या प्रकारचे स्पोक्स इथे मिळत नाहीत. ते परदेशातूनच मागवावे लागतात. विसाकामधला एकच कार डीलर ते काम करून देतो."

"अच्छा? त्याचं नाव ठाऊक आहे?"

"मुशिझुकी. इथे जवळच त्याचं दुकान आहे. तो गाड्यांच्या वेगवेगळ्या फॅशनेबल गोष्टी विकतो. तो अशा प्रकारचे स्पोक्स गाडीच्या चाकांवर बसवून देतो."

"काय नाव म्हणालास? मुशिझुकी?"

"हो, तोच. मी जातोना बाबांबरोबर त्याच्याकडे."

"तुमच्या बाबांच्या गाडीला आहेत का असली तू म्हणतोस तसे स्पोक्स लावलेली चाकं?"

"नाही रे बुवा. ती फार महाग असतात."

"आणि डेनच्या घरच्या गाडीला पण नाहीत, नाही का?"

"नाही. तुम्हीच बघाना."

"पण काल डेनला, ज्या मर्सिडीजमधून पळवून नेलं गेलं, त्याच्या चाकांना मात्र तसे स्पोक्स होते ते तू पाहिलंस."

"हो. नक्की."

"म्हणजे ते नक्कीच त्या लोकांनी मुशिझुकीकडून बसवून घेतले असतील."

"हो. विसाकात तेवढा एकच माणूस ते विकायला ठेवतो."

हास्कन आता तोरूकडून अंडरवुडकडे वळला. "आपल्याला एक दुवा अखेर हाती लागला असं म्हणायला हरकत नाही."

"मलाही अशी आशा वाटू लागलीय."

हास्कनने प्रेसिडेंटचा दंड पकडला. "मला वाटतं मि. मुशिझुकी यांना ताबडतोब भेटायला जायला हवं."

तोरू त्यांच्याबरोबर निघाला. तो डेनबरोबर चाली चालवत असलेल्या मर्सिडीजमधे बसला.

हास्कनने सोरिक आणि सासी या दोघांना परत वर्गात नेऊन पोहोचवलं आणि मग प्रेसिडेंट अंडरवुडच्या बरोबर निघाला. प्रेसिडेंटच्या गाडीच्या पुढे व मागे एक एक सीक्रेट सर्व्हिसची गाडी होतीच.

"थोड्याच वेळात हा सगळा ताफा एका मोटारदुरुस्तीच्या दुकानापाशी येऊन पोहोचला. दुकानात शोरूम होती व शोकेसमधे निरनिराळ्या आधुनिक गाड्यांची चित्रे व एक प्रचंड पिवळी गाडी होती. दुकानाच्या मागे गाड्या पार्क करण्यासाठी खास सोय होती. त्यांनी तिथे मार्सोपलाही फोन करून बोलवून घेतलं होतं. सर्वजण गाड्या पार्क केल्यावर उतरले. डेन व तोरू या दोघांच्या पाठोपाठ सगळे दुकानापाशी आले. दुकानात निळे कामगारासारखे कपडे घातलेला माणूस एक गाडी दुरुस्त करत

बसला होता. तोरूने पुढे होऊन त्याला आपली ओळख करून दिली. "मी तोरू. मी माझ्या बाबांबरोबर नेहमी तुमच्याकडे येतो."

"हो, हो. आठवलं," मुशिझुकी म्हणाला आणि त्याने कुतूहलाने बाहेर थांबलेल्या लोकांकडे पाहिलं," माझ्याकडे काही काम होतं?"

तोरू आता मुशिझुकीच्या अगदी जवळ जाऊन त्याच्या कानात कुजबुजू लागला. त्याने हास्कन व अंडरवुड यांच्याकडे बोट दाखवून ते कोण आहेत व इथे कशासाठी आले आहेत ते स्पष्ट करून सांगितलं.

खुद्द अमेरिकेचे प्रेसिडेंटच आपल्या दारात येऊन हजर झाले आहेत म्हटल्यावर मुशिझुकी जरासा घाबरलाच. पण तोरूने त्याला सर्व काही नीट समजावून सांगितल्यावर तो हात पाय धुऊन जरा व्यवस्थित तयार होऊन बाहेर त्यांना भेटायला आला. त्याने अदबीने तीनतीनदा झुकून त्या पाहुण्यांचं स्वागत केलं.

"मी मर्सिडीज गाड्यांच्या चाकांना जे वायर स्पोक्स लावून देतो त्याबद्दलच माहिती हवी आहे ना तुम्हाला?" मुशिझुकी म्हणाला.

"आख्ख्या या गावात तुम्ही सोडून दुसरं कुणीच हे काम करत नाही असं आमच्या कानावर आलंय," हास्कन म्हणाला.

"खरंय ते."

"आणि लाम्पांगमधे आणखी कुणी आहे हे काम करणारं?" हास्कन म्हणाला.

"नाही. मी एकटाच आहे. हे काम तसं फार कठीण आहे. शिवाय खूप खर्चाचंही आहे."

"मग अशा आत्तापर्यंत किती गाड्यांना तुम्ही ते स्पोक्स बसवून दिले?"

"गेल्या दहा वर्षांत फक्त चार. त्यांपैकी एक तर नमुन्याला मी माझ्या ऑफिसातच ठेवलीय. आणि माझी तीन नेहमीची गिऱ्हाइकं आहेत त्यांच्यासाठी."

"तर मग उरली तीनच, नक्की?"

"होय. तीनच."

"पण ही तसली चाकं तिघांनी कशासाठी बसवून घेतली?"

"काही खास कारण नाही. गाडीला जरा नटवायला. बस्."

हास्कन एक पाऊल पुढे झाला. "मि. मुशिझुकी त्या तिघांची नावे आणि पत्ते मला मिळू शकतील?"

"हो. का नाही?" असं म्हणून तो आत जाऊन एक लांब रजिस्टर घेऊन आला. तो पाने चाळू लागला.

अंडरवुड हास्कनच्या कानात कुजबुजला, "तुला काय वाटतं हाय?"

"त्याच्याकडे त्या नावांची खरोखरच नोंद असली तर आपल्या हाती फार मोठा दुवा लागलाय असं म्हणावं लागेल."

“पण मुळात डेनच्या मित्रांना प्रश्न विचारण्याची कल्पना तुला सुचलीच कशी?”

हास्कन दात विचकून हसला. “वार्ताहर म्हणून आज इतकी वर्षं काम करतोय. तो अनुभव उपयोगी पडला. नेहमीच मोठ्या माणसांपेक्षा घडलेल्या गोष्टीतील बारकावे मुलांच्या जास्ती लक्षात राहतात, त्यांची स्मरणशक्ती जास्ती तीव्र असते असा माझा अनुभव आहे.”

इकडे मुशिझुकीने एका कोऱ्या कागदावर त्या रजिस्टरमधून काही मजकूर खरडला व तो कागद घेऊन तो हास्कनपाशी आला. “हीच ती नावं. मि. सुरोफोन्ग. हा लाम्पांगच्या टूरिझम डिपार्टमेंटमधे वरच्या हुद्द्यावर आहे, खोंग रोडवर राहतो. हा दुसरा मि. प्रेयून. त्याचं स्वत:चं जडजवाहिराचं दुकान लोए माल या भागात आहे. आणि हा तिसरा आहे मि. रतनदिलक. हल्ली तो माझ्याकडून काही काम करून घेत नाहा, पण त्याचा पत्ता आहे ‘माई साई अपार्टमेंट्स.’ ते टासमान रोडवर आहे. या तिघांनीही माझ्याकडून आपापल्याला मर्सिडीज सेडान गाड्यांना तसले स्पोक्स बसवून घेतले आहेत. आणखी काही.”

त्याचे आभार मानून सर्वजण पार्किंग लॉटकडे निघाले. अंडरवुडने हास्कनकडे तो विसाकाचा नकाशा बघायला मागितला. मग मार्सोपने खिशातून एक पेन काढलं आणि त्या तिघांचीही घरे साधारण कुठल्या भागात येतील ते पाहून तिथे खुणा केल्या.

अंडरवुडने तो नकाशा आपल्याकडे घेतला आणि तो मार्सोपला म्हणाला, “मार्सोप, तुम्ही असं करा, तोरूला शाळेत पोहोचवा आणि चामादिन पॅलेसमधे नॉयच्या ऑफिसात जाऊन थांबा. नाही तर नेमका त्या लोकांचा फोन यायचा. मी आणि हाय हास्कन जरा या लोकांचा तपास करतो. डेनलाही तुम्हीच घेऊन जा.”

मग अंडरवुड व हास्कन त्यांचा निरोप घेऊन देवाचं नाव घेऊन हास्कनच्या छोट्या व्होल्व्होमधे बसले.

पहिल्या दोन्ही पत्त्यांवर जाऊन तपास केला पण त्यांच्या पदरी निराशाच आली. त्यात शिवाय एक तास वाया गेला ते वेगळंच. मि. सुराफोन्ग याने मोठ्या अभिमानाने आपल्या फिक्या पिवळट रंगाच्या मर्सिडीजची चाके त्यांना नेऊन दाखवली. आपली मर्सिडीज गेली कित्येक वर्षं याच रंगाची आहे असं सिद्ध करणारी कागदपत्रके त्याच्याजवळ होती. त्याच्याशी अंडरवुडने राजकारणावर जराशा गप्पा मारल्या. पण त्याला राजकारणात आणि नॉय सँगमधे काहीही रस नव्हता. त्याला त्यातलं काही कळतही नव्हतं असं दिसलं.

मि. प्रेयून याने सुद्धा अत्यंत अगत्याने उठून आपली पार्क केलेली मर्सिडीज नेऊन दाखवली. तिचा रंग पहिल्यापासूनच किरमिजी होता. त्याने नॉयचं फक्त नाव

ऐकलं होतं पण त्याला ती येत्या निवडणुकीत उभी राहणार आहे का नाही वगैरे विषयात काही गम्य नव्हतं. तो हाडाचा व्यापारी होता.

"सगळंच मुसळ केरात," अंडरवुड कुरकुरतच म्हणाला. "आता तो फक्त विचित्र नावाचा माणूस राहिला. काय म्हणे, रतनदिलक."

हास्कन हातातल्या चिठ्ठीकडे बघत म्हणाला, "हे नाव मला कुठेतरी ऐकल्यासारखं वाटतंय. मला वाटतं मी जरा पॅलेसवर फोन करून मिनिस्टर मार्सोपनाच विचारून बघतो. असं म्हणून त्याने प्रेयूनच्या दुकानातलाच फोन फिरवला. मार्सोपचं आणि त्याचं दोन मिनिटं काहीतरी बोलणं झालं.

हास्कन फोन ठेवून परतला तो समाधानाने. "मि. प्रेसिडेंट, अखेर आपल्या श्रमांना फळं येण्याची चिन्हे दिसतायत. हा रतनदिलक लाम्पांगच्या आर्मीमधे मेजर आहे. तो कर्नल शाव्हालिटचा मदतनीस आहे. यानेच मादाम प्रेसिडेंटचं अपहरण केलं असणार, असं आता मला वाटायला लागलंय. आणि त्यांनी तिला नक्कीच टासमान रोडवरच्या त्या 'माई साई अपार्टमेंट'मधेच ठेवलं असणार. त्या अपार्टमेंट ब्लॉकच्या पार्किंग लॉटमधे काळ्या रंगाची मर्सिडीज सेडान असणार अशी माझी खातरी आहे. चला निघूया."

अंडरवुड मात्र जागच्या जागी स्तब्ध उभा राहिला. त्याचा चेहरा सचिंत दिसत होता. "जरा थांब. हा एवढा सीक्रेट सर्व्हिसचा ताफा घेऊन का आपण तिथे जाणार आहोत? हा लवाजमा पाहून अपहरणकर्ते बिथरतील. गोळीबार करतील. आणि नॉयच्या जिवाला त्यातून धोका उत्पन्न होईल."

"वेल्. मग काय करायचं?"

"आधी जरा मी सीक्रेट सर्व्हिस डायरेक्टर फ्रँक ल्युकास याच्याशी बोलतो."

प्रेसिडेंट अंडरवुडने ल्युकासला जवळ बोलावून घेतलं.

"फ्रँक, मला तुझी जरा मदत हवीय."

"नुसता हुकूम करा, सर."

"इथे जरा नॉयच्या संदर्भात एक गंभीर घटना घडलीय याची तुला कल्पना आलीच असेल ना?"

"होय सर. ती वॉशिंग्टनला तुमच्याबरोबर होती तीच बाई ना?" ल्युकासचं बोलणं जरासं रांगडंच होतं.

"तीच ती. ती लाम्पांगची प्रेसिडेंट आहे."

"मला ठाऊक आहे ते, सर."

"तिचं अपहरण करण्यात आलंय–"

"मला साधारण तशी कल्पना आलीय सर," ल्युकास म्हणाला. "भिंतीला कान असतात."

“तिला त्यांनी साधारण कुठे दडवून ठेवलं असावं यासंबंधी माझा व हास्कनचा एक आडाखा आहे. आम्हाला अगदी गुपचूप तिथे जाऊन अड्ड्यावर छापा घालायचाय. पण त्यासाठी गुन्हेगार बेसावध असताना जायला हवं. आम्हाला पाऊल फार जपून उचलावं लागेल ल्युकास. सीक्रेट सर्व्हिसचा ताफा घेऊन वाजत गाजत गेलेलं चालणार नाही. मी, अमेरिकेचा प्रेसिडेंट व्यक्तिश: त्यांना जाऊन भेटल्यावर कदाचित हा प्रश्न अहिंसात्मक मार्गाने सुटूही शकेल.”

“पण त्यांनी तसं करायला नकार दिला तर?”

“पण ते काहीही झालं तरी माझ्या पाठोपाठ मला तुझी आणि बाकीच्या अंगरक्षकांची वरात नकोय, समजलं? तुम्हाला पाहून बिथरून जाऊन त्यांनी नॉयच्या जिवाचं काही बरं वाईट केलं तर...”

“पण प्रेसिडेंटसाहेब, मी असा जिवावरचा धोका तुम्हाला पत्करू देणार नाही.”

“या खेपेला, फक्त या खेपेला, ल्युकास. हॅरी ट्रूमन नाही एकटाच जायचा सगळीकडे? मी तोच आहे असं समज. ही माझी वैयक्तिक दृष्ट्या महत्त्वाची बाब आहे. राजकीय दृष्ट्या नव्हे. तू मला अगदी मोकाट सोड असं कुठे म्हणतोय मी? फक्त, सावलीसारखा मागे येऊ नको. योग्य अंतरावर थांब.”

ल्यूकासला ते पटणं शक्य नव्हतं. “माफ करा मि. प्रेसिडेंट, ट्रेझरी सेक्रेटरीसाहेबांच्या जर ही गोष्ट कानावर गेलीच तर ते मला फाडून खातील.”

अंडरवुडने खांदे उडवले. “त्याची काळजी नको. त्याने तुला चार शब्द सुनावण्याआधीच मी त्याची हजेरी घेईन. मी अजून प्रेसिडेंट आहे. हे विसरू नको.”

ल्युकास कुरकुरत म्हणाला, “ठीक आहे, जशी तुमची मर्जी.”

“माझी हीच इच्छा आहे. ”

ल्युकासने मान हलवली. “तुम्हाला मग तत्पूर्वी आम्ही एक इलेक्ट्रॉनिक उपकरण खिशात ठेवायला देऊ.” असं म्हणत त्याने गाडीत जाऊन एक अगदी लहानसा रेडिओ ट्रान्समीटर आणला. “हा ट्रान्समीटर तुम्ही खिशात ठेवू शकता किंवा त्याहून सोपं म्हणजे आपल्या कमरपट्ट्यात खोचू शकता. जर संकटसमयी माझी व माझ्या जवानांची गरज पडलीच तर फक्त हे बटण दाबायचं की झालं. मला संदेश मिळेल व मी लगेच मदतीला धावून येईन.”

“थँक्स फ्रँक,” प्रेसिडेंट म्हणाला व त्याने तो छोटा ट्रान्समीटर आपल्या कमरपट्ट्याच्या आत दडवला.

ल्युकासने खाली वाकून आपली पँट घोट्याच्या वर सरकवली व आपल्या पोटरीला टेपने अडकवलेलं स्मिथ अँड वेसन ६६ पिस्तुल प्रेसिडेंटच्या हातात ठेवलं. “मला वाटतं, सर तुम्ही आता स्वत:च्या जिवावर उदार होऊन इतका मोठा धोका पत्करलाच आहे, तर आणखी थोडा पत्करा. हे पिस्तुल जवळ असू दे. देवा

रे, आयुष्यात कधी आपल्याला अमेरिकेच्या प्रेसिडेंटच्या हातात स्वसंरक्षणासाठी पिस्तुल द्यायची वेळ येईल अशी मी कधी स्वप्नातदेखील कल्पना केलेली नव्हती. ट्रेझरी सेक्रेटरीपासून मला तुम्ही नक्की वाचवाल ना प्रेसिडेंट?''

अंडरवुडने हातातलं पिस्तुल उलटं पालटं करून पाहिलं. ''त्याची काळजी नको ल्युकास. तुला कोणीही काही रागावणार नाही. फक्त ही चीज कशी वापरायची ते एकदा जरा दाखव ना.''

ल्युकासने दाखवलं.

प्रेसिडेंट अंडरवुडने ते खिशात टाकलं.

''मला वाटतं आता मी पूर्ण तयार आहे.''

''आणखी एकच मोलाचा सल्ला. अशा तऱ्हेच्या परिस्थितीत उगीच कुणाला धमकावण्यासाठी, घाबरवण्यासाठी पिस्तुल बाहेर काढू नका.'' तो क्षणभर थांबला. ''जर खरोखरीचाच धोका असेल, तर कमरपट्ट्यातील बटण आठवणीने दाबा आणि अगदी दुसरा काहीच पर्याय नसेल, कुणी तुमच्यावर प्राणघातक हल्ला केला असेल किंवा करणार असेल, तरच या पिस्तुलाचा वापर करा.''

टासमान रोडवर थोडं पुढे गेल्यावर हाय हास्कनने डोळे किलकिले करून खिडकीबाहेर पाहिलं आणि गाडी थांबवली. ''आपलं ठिकाण आलं.''

अंडरवुडनेही निरखून पाहिलं व म्हणाला, ''हो, असं दिसतंय खरं.''

दूरवर एक पाच मजली पांढरी इमारत दिसत होती. त्यावर मोठ्या लाल अक्षरात लिहिलं होतं : ''माई साई अपार्टमेंट्स.''

''मला वाटतं ही गाडी इथे जरा लांबच उभी करावी आणि उरलेली वाट आपण चालतच जावं,'' हास्कन म्हणाला.

कडेला गाडी उभी करून दोघे चालत निघाले.

''आता काय करायचं? ''

''मी प्रवेशद्वारापाशी जाऊन फ्लॅटच्या मालकांच्या नावांची यादी आणि पोस्ट बॉक्स दिसतायत का ते बघतो. या रतनदिलकचं अपार्टमेंट दुसऱ्या मजल्याच्या एका कोपऱ्यात आहे ना याची खातरी करून घेतो.''

''पण त्याने जर दुसरंच नाव घेतलं असलं तर कसं कळणार आपल्याला?''

''पण त्याला दुसरं नाव घ्यायचं कारणच काय? हा त्याच्या स्वतःच्या मालकीचा फ्लॅट आहे.''

ते हळूहळू त्या इमारतीच्या जवळ पोहोचले.

''मला काळजी फक्त एकाच गोष्टीची वाटते आहे.'' अंडरवुड म्हणाला, ''त्यांनी जर का आपल्याला इकडे येताना पाहिलं तर ते लगेच सावध होतील आणि

नॉयला घेऊन दुसरीकडे पळ काढतील. त्यांना आत्ता आपण दिसत असू? ''

"नक्कीच,'' हास्कन म्हणाला. "त्यांच्यातला कुणीतरी खिडकीतून रस्त्यावरच्या येणाऱ्या जाणाऱ्यांवर पाळत ठेवून नक्कीच असेल. शिवाय माझा आणि विशेषत: तुमचा चेहरा कुणीही सहजी ओळखेल मि. प्रेसिडेंट.''

"मला तर वाटतंय मी कोण आहे हे ओळखल्यानंतर त्यांची माझं काही वाकडं करायची हिंमत व्हायची नाही. मी इथे आहे याचं दडपण येऊन ते कदाचित नॉयला देतीलही सोडून.''

"ते विसरा,'' हास्कन म्हणा. "तुम्हाला काय वाटलं ते तुमच्याशी समझोत्याची बोलणी वगैरे करतील? ते उलट्या काळजाचे लोक आहेत. त्यात आपण त्यांना कोंडीत पकडलं तर ते अंगावरच येतील. तुम्ही कोण वगैरे विचार करायच्या ते मन:स्थितीत तरी असतील का? त्यांना नॉयकडून शरणागतीची जाहीर कबुली हवी आहे. एकदा आपण त्यांच्या दृष्टीस पडलो की ते एकतर गोळीबार तरी करतील, नाहीतर इथून पळ तरी काढतील. त्यांचं अगोदर ठरलंच असेल, अशा परिस्थितीत काय करायचं ते.'' त्याने एकदा प्रेसिडेंटकडे नीट निरखून पाहिलं. "मला तर वाटायला लागलाय आपण दोघांनीच काही वेडं धाडस करण्याऐवजी सीक्रेट सर्व्हिसला बोलावून घ्यावं हे बरं.''

पण अंडरवुडने या गोष्टीला जोरात विरोध केला. "सीक्रेट सर्व्हिस जर मधे पडली तर मग गोळीबार अटळच होईल. आणि नॉय. तिला समजा काही झालंच तर... नाही ! मी हा धोका पत्करायला तयार नाही.''

एव्हाना ते इमारतीच्या अगदी जवळ येऊन पोहोचले होते.

हास्कन आणि अंडरवुड दोघांनी एकवार सावधपणे मागे वळून पाहिलं. एक माणूस फळाची गाडी घेऊन सडकी नासकी फळं विकत चालला होता. एक मोठी फोर्ड गाडी रस्त्यात उभी होती. त्या गाडीच्या आडोशाला एक म्हातारी बसली होती. एक तरुण दिव्याच्या खांबाला रेलून सिगारेटचा धूर सोडत पेपर वाचत उभा होता.

"यांच्यापैकी एक जन तरी नक्कीच टेहळणीसाठी गुप्तपणे उभा आहे,'' हास्कन कुजबुजला. "आपल्याला फार जलद हालचाल करायला हवी. मला वाटतं तुम्ही पुढे व्हा आणि त्या खालच्या बाजूला ओळीने मेलबॉक्सेस अडकवलेल्या आहेत ना, त्यांच्यावरची नावं वाचा. मी मागच्या बाजूने जाऊन वर जायला आणखी एखादा जिना वगैरे आहे का ते बघतो. कधी कधी आगीसारख्या आणीबाणीच्या प्रसंगी बाहेर पडण्याचा एखादा मार्ग मागच्या बाजूने असू शकतो. मात्र आपण हालचाल अगदी सहज करतोय असं दाखवायला हवं. त्यांना आपला संशय येता कामा नये.

दोघंही आता मेन गेटमधून आत शिरले. ठरल्याप्रमाणे अंडरवुड पुढच्या बाजूला

तर हास्कन मागच्या बाजूला गेला. अंडरवुडला हवे ते सापडले. एका मेलबॉक्सवर रतनदिलक : २०४ असं लिहिलं होते. हा फ्लॅट दुसऱ्या मजल्यावर होता.

तो तिथेच घुटमळला. हा बेटा हास्कन मागे काय उचापती करतोय देव जाणे! इतक्यात मागून पावलांचा हलकासा आवाज आल्याने तो मागे वळला. हास्कन झपाझप चालत त्याच्याकडेच येत होता.

"मागे मला वाटलं होतं तसा एक जिना आहे. आणीबाणीच्या प्रसंगी वापरायचा," हास्कन धापा टाकत उत्साहाने म्हणाला. "आत्ता त्या गुंडापैकी एकजण तिथून बाहेर डोकावत होता, संशयाने. याचा अर्थ बाकीचे नक्कीच आतमधे आहेत आणि त्यांचा वेळप्रसंग आलाच तर मागून पळ काढायचा येत असणार."

अंडरवुड त्यावर काही बोलणार इतक्यात एक म्हातारी हातात इस्तरीच्या कपड्यांचं गाठोडं घेऊन हळूहळू जिना चढताना त्यांना दिसली. "आपण आता त्या म्हातारीचा फायदा घेऊन तिच्या आडोशाने आत शिरू आणि दुसऱ्या मजल्यावर लपून बसू म्हणजे ती परत गेली की आत घुसता येईल," अंडरवुड म्हणाला.

दोघंही म्हातारीच्या पाठोपाट वर गेले. जाता जाता हास्कन अंडरवुडला म्हणाला, "आपण त्या फ्लॅटचा पुढचा दरवाजा फोडून आत घुसायचं म्हणजे सगळ्यांना रंगे हाथ पकडता येईल. मला वाटतं त्यासाठी आपण आपल्या सीक्रेट सर्व्हिसची मदत घेतलेली बरी."

अंडरवुडने तात्काळ कमरपट्ट्यात लपवलेल्या ट्रान्समीटरचं बटण दाबून फ्रेंक ल्युकासला इशारा केला आणि लगेचच खिशातून स्मित अँड वेसन पिस्तुल काढून हातात घेतलं.

दोघंही पळतच दोन मजले चढले. वळल्यावर २०४ क्रमांकाचा फ्लॅट होताच. "आता आपण दरवाजा फोडू, तुमच्याकडे पिस्तुल आहे ना?" हास्कन म्हणाला. अंडरवुडने पिस्तुल दाखवलं. "छान. मग ते वापरायला लागेल अशी मनाची तयारी ठेवा."

मग दोघं मिळून चार पावलं मागं सरकले आणि मग एकाच दमात सर्व शक्तीनिशी दोघांनीही त्या दरवाज्याला धडक दिली. मोठा आवाज होऊन दार निखळून पडलं व ते फ्लॅटच्या बैठकीच्या खोलीत शिरले.

आत एकंदर चार गणवेशधारी सैनिक होते. दोघं मागच्या दरवाज्यातून पलायनाची तयारी करत होते. त्यांच्या मागेच तिसरा होता. आणि चौथा महाकाय माणूस, हाच बहुधा मेजर रतनदिलक असावा, नॉय सँगच्या कानशिलावर बंदूक टेकवून उभा होता. अचानक काड्कन आवाज होऊन दार कोसळलेलं पाहताच सगळे गुंड स्तंभित झाले. मेजर रतनदिलकचं लक्ष विचलित झालं. अंडरवुडच्या कानात सेक्युरिटीच्या फ्रेंक ल्युकासचे शब्द घुमत होते– 'दुसरा काहीच पर्याय नसेल तरच

पिस्तुलाचा वापर करा.' त्याच्या हातातलं पिस्तुल आता रतनदिलकवर रोखलेलं होतं. एक क्षणभरच, जेव्हा रतनदिलक विचलित होऊन नॉयच्या कानापासून त्याचं पिस्तुल हललं होतं, त्या क्षणाचा फायदा घेऊन अंडरवुडने देवाचं नाव घेतलं आणि गोळी झाडली. त्या जबरदस्त आवाजाने तो स्व:तही दचकला. रतनदिलक तत्क्षणीच खाली कोसळला. हास्कनने चपळाईने त्याची बंदूक काढून घेतली आणि अंडरवुडने चित्त्यासारखी झेप घेऊन आपलं पिस्तुल रतनदिलकच्या कपाळाला टेकवलं. "हरामखोर," अंडरवुड कडाडला. "तुला नॉयचं अपहरण करायचा हुकूम कुणी दिला ते बऱ्या बोलाने सांग, नाहीतर तुझा कोथळाच बाहेर काढीन."

छातीवर हात दाबत अखेरचे आचके देत रतनदिलक कसंबसं म्हणाला. "न... न... नार्कॉर्न."

परत बाहेर गोळयांची फैर झडलेली ऐकू आली आणि नंतर तीन गुंड हात वर करून शरणागती पत्करून अंडरवुडपाशी आले. त्यांना ढकलत हातात रोखलेली बंदूक घेऊन फ्रँक ल्युकास आत आला.

अंडरवुडने सुटकेचा नि:श्वास टाकला. मग त्याने थरथर कापणाऱ्या नॉयला जवळ घेतलं आणि तिचे पाझरणारे डोळे खिशातल्या रुमालाने पुसले. तिनेही आजूबाजूच्या लोकांची पर्वा न करता त्याच्या भरदार छातीचा आसरा घेतला.

तेरा

प्रेसिडेंट अंडरवुड आणि हाय हास्कन या दोघांनी नॉयला हास्कनच्या व्होल्व्हो गाडीतून पॅलेसमधे पोहोचवलं.

दारात अंडरवुडचा निरोप घेताना नॉय त्याचा हात घट्ट धरून म्हणाली, ‘‘मॅट, आज रात्रीचं जेवण तू इथेच घे. येशील ना? ताबडतोब जा आणि हॉटेलमधला सूट सोडून सगळं सामान घेऊन इकडेच ये. रात्री इथल्या गेस्ट बेडरूममधेच झोप. उद्या सकाळी लवकर वॉशिंग्टनला जायला निघायला लागेल ना?’’

‘‘हो. चालेल.’’ अंडरवुड आनंदून म्हणाला.

अंडरवुड आणि हास्कन दोघं मूकपणे ओरिएंटल हॉटेलात परतले.

खाली उतरल्यावर अंडरवुडने हास्कनचे दोन्ही हात घट्ट दाबले. ‘‘मित्रा, तुझे आभार कसे मानायचे तेच मला कळत नाहीये.’’

‘‘मित्र म्हटल्यावर आभार कसले?’’ हास्कन म्हणाला, ‘‘उद्या वॉशिंग्टनमध्ये भेटूच. ’’

‘‘हास्कन, आता रात्री शांतपणे झोप आणि उद्या मला सकाळी बरोबर दहा वाजता मुऑंग विमानतळावर भेट. आता तू माझ्याबरोबरच वॉशिंग्टनला येणार आहेस, समजलं? आणि वाटेत खूप बोलायचंय.’’

‘‘थँक यू मि. प्रेसिडेंट.’’

हास्कन भाड्याने घेतलेली गाडी परत करण्यासाठी गेला. अंडरवुडने खोलीत जाऊन नोकराला सामानाची आवराआवर करायला सांगितली आणि तो बाथरूममधे शिरला.

अंडरवुड आणि त्याचा नोकर सामानसह खाली आले तर समोरच नॉयची अलीशान गाडी हजर होती. पॅलेसमधे गेल्यावर अंडरवुडचं सामान गेस्टरूममधे नीट लावून त्याचा नोकर तळमजल्यावर त्याला देण्यात आलेल्या खोलीत झोपायला गेला.

अंडरवुड नॉयची वाट बघत ऑफिसात बसला होता. पाचच मिनिटांत मंद सुगंधाचा दरवळ आत शिरला आणि पाठोपाठ प्रसन्न हसणारी नॉय.

''मॅट, डॉक्टरांनी मला आता मी पूर्ण बरी झाल्याचं सर्टिफिकेट दिलंय तेव्हा जरा मला दोन महत्त्वाची कामं पुरी करू दे. मगच आपण जेवायला जाऊ.''

हिच्या मनात तरी काय आहे असा विचार करत अंडरवुड सोफ्यावर स्वस्त बसून होता.

नॉयने सेक्रेटरीला फोन करून मार्सोपला बोलावणं पाठवलं.

मार्सोप आत आला तो प्रफुल्लित चेहऱ्यानेच. ''मी दूरदर्शनवाल्यांना कळवलंय की माझ्याऐवजी प्रत्यक्ष मादाम सँगच आता बोलतील.''

''हो. पण मार्सोप, आपल्या जुन्या मित्राला तू आणलंयस ना बरोबर?''

''अर्थात. जनरल सॅमॅक नाकॉर्न बाहेर थांबलाय. अर्थात बेड्या घालूनच. दोन पहारेकऱ्यांच्या सोबतीने.''

मार्सोपने तिची रजा घेतली. नॉय अंडरवुडकडे बघून म्हणाली, ''छान. एक काम पार पडलं. आता दुसरं.''

काही क्षणांतच दार उघडलं आणि बेड्या घातलेल्या नाकॉर्नला आत आणण्यात आलं. त्याच्या अंगावर अजूनही पूर्ण गणवेश होता. फक्त नजर मात्र खाली झुकलेली होती.

''मादाम, मला यात निष्कारण गोवण्यात आलंय. मी निरपराध आहे.''

''जनरल, तुम्हाला गुन्हेगार ठरवण्यासाठी माझ्यापुढे पुरेसा सबळ साक्षीपुरावा आलेला आहे. तुमचा उजवा हात कर्नल शाव्हालिट व इतर तीन साथीदारांनी त्यांचे कबुलीजबाब दिलेले आहेत. मी आता तुमची शिक्षा फर्मावणार आहे.''

नाकॉर्न ओठ चावत म्हणाला, ''ठीक आहे. सांगा.''

''खरं तर मी तुम्हाला मृत्युदंडाची शिक्षा देऊ शकले असते. पण ती मी देणार नाहीये. जन्मठेपेची सुद्धा नाही. मी तुम्हाला लाम्पांगमधून कायमचं हद्दपार करत आहे. तुम्हाला थायलंडमध्ये पाठवण्यात येईल. तिथे तुम्ही पाहिजे तेवढे दिवस कुठेही राहू शकता. मात्र तुम्ही परत लाम्पांगमधे येण्याचं धाडस कधीच करू नका. तुम्ही दिसताक्षणी तुम्हाला गोळी घातली जाईल हे लक्षात ठेवा. जा तुम्ही.''

तो गेल्यावर नॉय अंडरवुडपाशी आली आणि त्याचा दंड पकडून म्हणाली, ''माझ्या शिरावरचं ओझं हलकं झालं मॅट. आता आपण डेन आणि मार्सोपबरोबर जेवण करायला मोकळे झालो.''

जेवण आणि त्यानंतर थोड्या गप्पागोष्टी झाल्या व मार्सोपने त्याची रजा घेतली. मग डेनला झोपायला दाईबरोबर पाठवण्यात आलं. अंडरवुडनेही आता लगेच जाऊन झोपावं, कारण उद्या लवकर वॉशिंग्टनला जायला निघायचंय अशी नॉयने सूचना केली.

अंडरवुड आज्ञाधारकपणे तिच्या मागून निघाला. दुसऱ्या मजल्यावर चालता चालता एक मोठं नक्षीकाम केलेलं दार लागलं. त्याच्याकडे निर्देश करून नॉय

म्हणाली, "ही माझी खोली."

एखाद्या लहान मुलाच्या अधीरतेने अंडरवुडने तिच्या चेहऱ्याकडे पाहिलं, पण तिचा चेहरा निर्विकार होता.

पुढे गेल्यावर शेजारच्याच खोलीपुढे थांबून तिने दार उघडलं आणि म्हणाली, "ही गेस्ट बेडरूम. गुडनाईट मॅट."

असं म्हणून ती त्याचा हातही हाती न घेता मागे वळली.

काहीसा खट्टू होऊनच तो खोलीत शिरला व त्याने दार लावलं.

पलंगावर पडल्यापडल्या त्याच्या मनात विचारांचं थैमान चालू होतं. गेल्या काही तासांत घडलेल्या विलक्षण घटनांच्या ताणानंतर आता इतकं हलकं वाटत होतं की त्याचमुळे त्याचा डोळा मिटत नव्हता. विविध दृश्यं डोळ्यापुढे नाचत होती. इतक्यात त्याच्या कानांना सूक्ष्मसा आवाज ऐकू आला म्हणून त्याने दचकून उठून पाहिलं. दोन्ही खोल्यांना मधे जोडणारं दार उघडत होतं. उघडलं. आणि... झिरझिरीत गुलाबी नाईटगाऊन घातलेली नॉय खट्याळपणे त्याच्याकडे बघून हसत तिथे उभी होतो. तो आवेगाने उठला...

दुसऱ्या दिवशी सकाळचा ब्रेकफास्ट त्यांनी खोलीतच एकमेकांच्या सान्निध्यात घेतला.

"नॉय–" त्याचा आवाज जरा कातर वाटला.

"येस् मॅट? "

"नॉय मी ॲलिसला घटस्फोट देऊन तुझ्याशी लग्न करणार आहे."

त्याची नजर टाळून खिडकीतून दूरवर बघत नॉय म्हणाली, "थँक यू मॅट. पण ते शक्य नाही."

"का शक्य नाही, नॉय? आता आपण दोघांनी, यानंतर, एकमेकांना सोडून कसं राहायचं?"

"नाही मॅट. हे आपल्याला शक्य नाही. तू काय सर्वसाधारण माणूस थोडाच आहेस? तू अमेरिकेचा प्रेसिडेंट आधी आहेस, मॅट नंतर. ॲलिस हीच फर्स्ट लेडी आहे व तीच राहायला हवी. तू परत निवडणुकीला उभं राहायला हवं. परत पकदा प्रेसिडेंट म्हणून निवडून यायला हवं. तुझा ज्या ध्येयधोरणांवर विश्वास आहे, ती सगळी प्रत्यक्षात आणण्यासाठी तरी. आणि मीही तेच करणार आहे."

"झालं तुझं बोलून?"

"नाही. अजून बाकी आहे," तिने आता आपले डोळे त्याच्यावर रोखले. "मॅट जर तू परत निवडणुकीला उभा राहिला नाहीस, तर मग परत आपली दोघांची भेट होणं अशक्य आहे. कारण मग तू नुसता सर्वसामान्य नागरिक होशील आणि तू

लाम्पांगच्या प्रेसिडेंटला कधीच भेटू शकणार नाहीस. या उलट आपण दोघंही निवडून आलो तर आपण दोघंही राजकारणाच्या, कामाच्या निमित्ताने भेटू शकू. आणि मी निवडणूक लढवण्याचा निर्धार केलाय, आपण परत एकत्र येण्याचा एवढा एकच मार्ग आहे मॅट.''

मुआँग विमानतळावर मॅट अंडरवुड उभा होता. एअरफोर्स वन्‌ची उड्डाणापूर्वीची शेवटची तपासणी चालू होतो.

अंडरवुड शेजारीच उभ्या असलेल्या हास्कनकडे वळून म्हणाला, ''हाय, तू आत्तापर्यंत माझ्यासाठी जे जे काही केलंयस त्याबद्दल थोडीशी कृतज्ञता म्हणून मी तुला एक गुप्त बातमी देणार आहे. आत्ता लगेच.''

''प्लीज,'' हास्कन अधीरतेने म्हणाला.

''मी परत एकदा निवडणूक लढवणार आहे. ही बातमी फक्त तुला एकट्याला सर्वांत आधी देतोय.''

हास्कन प्रेसिडेंटकडे रोखून बघत म्हणाला, ''अच्छा... तर नॉयने तुमच्या पत्नीला सोडण्याच्या बेताला मान्यता दिली नाही तर.''

प्रेसिडेंट क्षणभर काहीच बोलला नाही. मग म्हणाला, ''नाही.''

''ही तर फार सनसनाटी बातमी आहे मॅट.''

''बातमी सनसनाटी खरी. पण मी ती तुला एक मित्र या नात्याने सांगतोय. तू जगाल जी बातमी देशील त्यात नॉयचं वा ॲलिसचं नाव येता कामा नये. फक्त मी पुन्ह निवडणूक लढवणार आहे इतकंच.''

''आणि फर्स्टलेडी ॲलिस अंडरवुडच राहणार आहे. आणि नॉय सँग व मॅट अंडरवुड एकमेकांना अधूनमधून राजकीय कामकाजाच्या निमित्ताने भेटतच राहतील... असंच ना?''

प्रेसिडेंटने डोळे मिचकावले... राजकीय ध्येयधोरणाची चर्चा करायला... लाम्पांग अमेरिकेला देत असलेल्या हवाई अड्ड्याविषयीची चर्चा करायला...

हास्कनने दात विचकले. ''तू खरा बहाद्दर आहेस, मॅट.''

''नॉय ही चीजच तशी आहे, हाय.''

◆

www.ingramcontent.com/pod-product-compliance
Lightning Source LLC
Chambersburg PA
CBHW060354030726
47497CB00003B/705
9780817161224